คนโสด

Translated to Thai from the English version of
The Celibate

Varghese V Devasia

Ukiyoto Publishing

สิทธิ์ในการเผยแพร่ทั่วโลกทั้งหมดเป็นของ

สำนักพิมพ์อุกิโยโตะ

เผยแพร่เมื่อวันที่ 2023

เนื้อหาลิขสิทธิ์© Varghese V Devasia

ISBN 9789359206394

สงวนลิขสิทธิ์.

ห้ามทำซ้ำ ส่งต่อ หรือจัดเก็บส่วนใดส่วนหนึ่งของสิ่งพิมพ์นี้ในระบบการสืบค้น ไม่ว่าในรูปแบบใด ๆ ไม่ว่าจะด้วยวิธีอิเล็กทรอนิกส์ ทางกล การถ่ายเอกสาร การบันทึก หรืออื่น ๆ โดยไม่ได้รับอนุญาตจากผู้จัดพิมพ์ล่วงหน้า

สิทธิทางศีลธรรมของผู้เขียนได้รับการยืนยันแล้ว

นี่เป็นผลงานนิยาย ชื่อ ตัวละคร ธุรกิจ สถานที่ เหตุการณ์ สถานที่ และเหตุการณ์ต่างๆ เป็นผลจากจินตนาการของผู้เขียนหรือใช้ในลักษณะที่สมมติขึ้น ความคล้ายคลึงใดๆ กับบุคคลที่เกิดขึ้นจริง ทั้งคนเป็นหรือคนตาย หรือเหตุการณ์จริงเป็นเรื่องบังเอิญล้วนๆ

หนังสือเล่มนี้จำหน่ายภายใต้เงื่อนไขว่าจะ ไม่อนุญาตให้ยืม ขายต่อ จ้าง หรือเผยแพร่ โดยไม่ได้รับความยินยอมจากผู้จัดพิมพ์ล่วงหน้า ในรูปแบบใด ๆ ของข้อผูกมัดหรือปกนอกเหนือจากที่จำหน่ายหนังสือเล่มนี้ ที่ตีพิมพ์.

www.ukiyoto.com

ฉันคิดว่าครั้งนี้มันจะเป็นเรื่องราวความรักที่สมบูรณ์ แต่สุดท้ายมันก็กลายเป็นบทกวี

ถึง

พ่อแม่ของฉัน แมรี่ และวาร์เกซี โจเซฟ วายาลามันนิล
ทำให้ฉันหลงใหลในความรักที่มีต่อกันอย่างไม่สิ้นสุด
ซึ่งฉันเรียนรู้ที่จะรักและเคารพผู้อื่น

รับทราบ

คณะเยสุอิตเป็นแรงบันดาลใจให้ฉันมองชีวิตจากมุมมองที่แตกต่าง และการติดต่อกับพวกเขาก็เป็นแรงบันดาลใจให้ฉันเขียนนิยายเรื่องนี้ในระดับหนึ่ง ฉันมีโอกาสสังเกตอาโกริ ซาธุส; พฤติกรรมมหัศจรรย์และลึกลับของพวกเขาทำให้ฉันต้องค้นหาความหมายของการดำรงอยู่ของมนุษย์ ฉันได้เรียนรู้ว่าคณะเยสุอิตและอาโกริ ซาธุส มีความเหมือนกันโดยเนื้อแท้ โดยมีความเชื่อทางอภิปรัชญาและภววิทยาที่คล้ายกัน แม้ว่าภายนอกจะดูแตกต่างออกไปก็ตาม คนหนึ่งหมกมุ่นอยู่กับเสื้อผ้า และอีกคนบูชาภาพเปลือย ฉันขอบคุณพวกเขา

ฉันรู้สึกขอบคุณ Violet De Monte, Jerome Drinan และ Bob Grib ครูสอนภาษาอังกฤษของฉันที่สร้างความรักในวรรณกรรมมายาวนาน ในหลายกรณีในนวนิยายเรื่องนี้ ฉันได้รวมคำอธิบายประกอบของปฏิสัมพันธ์ทางสังคมและจิตวิทยาที่ซับซ้อนของนักเรียนและเพื่อนร่วมงานเพื่อวิเคราะห์พฤติกรรมของมนุษย์จากตำแหน่งของผู้สังเกตการณ์ที่มีส่วนร่วม

Gilsi Varghese, Gracy Johny John, Mary Joseph, Jills Varghese และ Joby Clement อ่านต้นฉบับ และฉันก็จำเป็นต้องอ่านต้นฉบับเหล่านี้

สารบัญ

ชายคนหนึ่งจากหูกวาง	1
เกรซ	16
บ้านในกัว	41
ข้ามมันโดวี	61
บทเพลงแห่งการแยกจากกัน	77
ผู้เป็นที่รัก	94
ในหมู่คนโสด	109
พระเจ้าของพระเจ้า	126
เอ็มม่า	147
เจ้าแม่กามัคยา	167
สะพานข้ามเดอะฮูกลี่	189
พระภิกษุเปลือยแห่งพระยา	206
เกี่ยวกับผู้เขียน	223

ชายคนหนึ่งจากหูกวาง

เกรซคือเหตุผลที่อาเบะยังคงโสด และเขาไม่เคยแตะต้องผู้หญิงเลยเพราะเขารักเกรซอย่างมาก แต่เกรซไม่เคยยืนกรานให้เขางดเว้นเซ็กส์เลยสักครั้ง อาเบะอาจจินตนาการถึงสิ่งนั้นหรือล้มเหลวในการแยกแยะว่าอะไรจริงและไม่จริงจากคำพูด ข้อเท็จจริงหรือตำนานของเธอ เขาอาจจะไม่สามารถอ่านใจคนรักซึ่งมีเสียงของเธอเองได้

ผู้หญิงคนหนึ่งที่ชื่นชอบอิสรภาพของเธอ ร่าเริงอยู่เสมอ เกรซไม่เคยลืมที่จะเฉลิมฉลองความเท่าเทียมกันของเธอ เธอเป็นคนอ่อนไหว ฉลาด ใจดีและเอาใจใส่ เธอไม่สุภาพเลยสักครั้ง เพราะความกระตือรือร้นของเธอติดต่อได้ ท่าทาง รูปลักษณ์ การแสดงความรู้สึก คำพูด และการปรากฏตัวของเธอถือเป็นประสบการณ์ที่อบอุ่นใจ แต่อาเบะต้องใจแตกสลายเมื่อได้ยินจากอา *โกริ ซาธุ* พระภิกษุเปลือยกล่าวว่า "เซ็กส์คือความจริงเท่านั้น" อาเบะปฏิเสธตัวเองจากประสบการณ์แห่งความสุขในชีวิต แต่เคยฝันหลายครั้งแม้จะเป็นช่วงตื่นนอน ว่าอยากจะมีความสัมพันธ์ใกล้ชิดกับคนที่เขารัก แต่ไม่มีความกล้าที่จะยอมรับมัน มีคนสองคนอยู่ในตัวเขา คนหนึ่งผลักเขาไปข้างหน้า เป่าแตรความเป็นโสดของเขาท่ามกลางสิ่งล่อใจนับล้าน และอีกคนแอบเพลิดเพลินกับความสัมพันธ์ที่ไม่มีวันดับ การต่อสู้อย่างต่อเนื่องระหว่างคนทั้งสองทำให้เขาแตกแยก และอาเบะก็เริ่มสวมหน้ากากหลายใบ

การให้เหตุผลในการละทิ้งความปรารถนาและแรงกระตุ้นที่ฝังลึก อาเบะได้ถักทอสมมติฐานหลายประการอย่างประณีตด้วยจินตนาการ การได้แต่งงานกับผู้หญิงที่รักเขาทำให้เธอกลัวที่จะจำกัดเสรีภาพของเธอและทำให้เสียศักดิ์ศรีของเธอ แต่ *อาโกริซาธู* บดขยี้ความเชื่อของเขา แท้จริงแล้วเซ็กส์เป็นประสบการณ์ *ตันตระ* และมันทำให้คุณเป็นพระเจ้า มันช่วยให้คุณได้รับพลังวิเศษและเหนือธรรมชาติทั้งหมด เป็น *มนต์ เป็น ยา* อายุวัฒนะ ตลอดไป เทพเจ้าและเทพธิดาทั้งหมดมีส่วนเกี่ยวข้องอย่างลึกซึ้งในความสัมพันธ์อันมั่นคง คนที่ไม่เคยอาศัยอยู่กับผู้หญิงก็เหมือนกับศพที่ถูกทิ้งและโยนออกไปที่ริมฝั่งแม่น้ำคงคาอันศักดิ์สิทธิ์ในเมืองพาราณสีซึ่งไม่ถูกเผาบนกองฟืนเพื่อให้สุนัขและแร้งกิน

Sadhu นั่งต่อหน้าอาเบะขณะที่เขาวาดภาพเปลือยของพระภิกษุ นักบวชสวมชุดขี้เถ้าและมีผมขดขดของเขาดูเหมือนงูเห่าแรกเกิดโผล่ออกมาจากไข่ที่ฟักออกมา *Sadhu*

อยู่ที่วัด Kamakhya เพื่อสักการะช่องคลอดของเทพธิดา Shakti ซึ่งวางไว้ในสถานศักดิ์สิทธิ์
อาเบะมั่นใจว่าพระภิกษุไม่ได้เสแสร้งเขาด้วยถ้อยคำอันไพเราะ
พระภิกษุที่เปลือยเปล่าดูเหมือนตัวละครที่มีชื่อเดียวกันจากมหาภารตะ
และคำพูดของเขาเป็นสิ่งศักดิ์สิทธิ์สำหรับอาเบะ

เมื่อรู้จาก *Sadhu* ว่าเซ็กส์เป็นประสบการณ์ลึกลับที่เปลี่ยนคนสองคนให้มารวมกัน Abe
จึงเกิดความอยากที่จะบอกกับ Grace ซึ่งเขาบูชาอย่างสุดซึ้งว่าเขารักเธอและตามหาเธอมาหลายปีแล้ว

คนโสดปฏิเสธความเจริญรุ่งเรืองของพลังสำคัญโดยการปฏิเสธความสมบูรณ์ของการดำรงอยู่ของเขา
บุคคลเช่นนี้จะไม่มีวันประสบกับ *สยุจยะ* ความหลุดพ้นด้วยความพอใจ
วิญญาณของเขาจะเร่ร่อนไปชั่วนิรันดร์เพื่อค้นหาเทพธิดา แต่คำพูดของ *Sadhu*
ก็ดังกึกก้องอยู่ในส่วนลึกสุดของ Abe

คนโสดเป็นคนขี้อาย อ่อนแอ และหยิ่งผยอง
เขาปฏิเสธที่จะยอมรับแก่นแท้ของเขาโดยนำเสนอตัวเองว่าเป็นคนไร้ความสามารถต่อหน้าผู้หญิง
การเสแสร้งชักชวนให้เขาละทิ้งความต้องการที่มีอยู่ตลอดไป นอกจากนี้
คนโสดยังเป็นคนหน้าซื่อใจคดในขณะที่เขาปล่อยให้ตัวเองพัฒนาไปสู่ความพินาศทางอารมณ์
พระภิกษุเปลือยที่วัด Kamakhya คุยกับอาเบะขณะโพสท่าวาดภาพ
คำพูดของผู้พเนจรที่สวมชุดขี้เถ้ารบกวนอาเบะอย่างมากเป็นเวลาหลายเดือนด้วยกันแม้จะเสร็จสิ้นภาพแล้ว
ก็ตาม

อย่างไรก็ตาม เขาได้วาดภาพผู้หญิงที่เขารักมากที่สุดด้วยอารมณ์ สีสัน ธีม
และสไตล์ที่หลากหลายเพื่อชื่นชมเธอเหมือนกับที่ *Sadhu* บูชาเทพีแห่ง Kamakhya

แต่หลังจากผ่านไปยี่สิบปี การพบกันอย่างกะทันหันของผู้เป็นที่รักของเขาทำให้อาเบะหวาดกลัว

"เกรซ" เขาพูด เขามั่นใจ เธอไม่ได้ยินเสียงเขา เพราะเขาไม่อยากให้เธอฟังเขาโทรมา
มันเป็นเพียงเพื่อสนองความปรารถนาอันลึกซึ้งและดับความตื่นเต้นที่เกิดขึ้นอย่างกะทันหันในใจของเขาเพ
ราะเขาคิดว่าเธอคือเธอ เธอเป็นพลังในตัวเขาในการค้นหาความหมายของชีวิต
เป้าหมายในจุดหมายปลายทางของเขา เหตุผลที่เขายังคงโสด
คนที่ขอให้เขาอย่าแตะต้องผู้หญิงที่มีเจตนาชั่วร้าย เพราะเธอเขาจึงยังคงเป็นผู้ชายที่ไม่เคยมีเพศสัมพันธ์

อาเบะปฏิเสธว่าตนเองมีความสนิทสนมกับผู้หญิงคนหนึ่งและเป็นอันหนึ่งอันเดียวกันกับคนที่รัก
แต่สิ่งที่ขัดแย้งกันคือเธอกลายเป็นที่ชื่นชอบของเขาเมื่อเขาแสดงตนร่วมกับเธอตลอดยี่สิบปีที่ผ่านมา
และมีความปรารถนาอันแรงกล้าที่จะได้พบเห็นและสังเกตว่าเธอปรากฏตัวอย่างไร
ความปรารถนาอันลึกซึ้งบังคับให้เขามองเข้าไปในดวงตาสีเข้มและอิดโรยของเธอด้วยกันเป็นเวลาหลายชั่ว
โมงเพื่อฟังคำพูดที่ชวนให้หลงใหลและชวนให้นึกถึงเธอ และเขาก็กลายร่างเป็นคนนอนไม่หลับ

เขาไม่เคยเกลียดเธอที่ชักจูงให้เขาละเว้นจากความใกล้ชิดทางกายกับผู้หญิง
เขารักเธอและเคารพเธอที่เกลี้ยกล่อมให้เขาเป็นโสด อาเบะตระหนักว่าความต่อเนื่องนั้นมีเสน่ห์
ความงามอันไร้ตัวตน ความถูกต้อง ความรุนแรง อำนาจเหนือร่างกาย การควบคุมอารมณ์
และความเชี่ยวชาญเหนือความคิด ชีวิตของเขาในกัวกับเธอช่างเป็นภาวะเมตาโนเนียในความหมายที่แท้จริง
และเขาก็รู้เรื่องนี้
บุคลิกภาพของเกรซและการปรากฏตัวอย่างลึกซึ้งที่เขาประสบในช่วงยี่สิบปีที่ผ่านมานั้นไม่อาจหยั่งรู้ได้

เมื่อคุณเป็นคนโสด ดวงตาของคุณจะเปล่งประกาย และมีความเบาในทุกย่างก้าว
การเต้นของหัวใจของคุณมีจังหวะที่แตกต่างกัน
และสิ่งเหล่านี้จะกลายเป็นสุขภาพที่ดีไม่สิ้นสุดในการดำรงอยู่ของคุณ
คุณได้สัมผัสถึงศักดิ์ศรีของทุกคนที่คุณพบ คุณเคารพและรักพวกเขา เป็นความรักที่อยู่เหนือทางกายภาพ
ไม่ใช่แบบเลื่อนลอย ความหลงใหลจะนำคุณไปสู่ขอบเขตอันไม่มีที่สิ้นสุดโดยไม่ต้องการครอบครองผู้หญิง
คุณไม่ต้องการสัมผัสเธอแต่ชอบที่จะยอมรับบุคลิก ความงาม เสน่ห์ และศักดิ์ศรีของเธอ

คนโสดคือฮีโร่ที่สามารถเอาชนะความเศร้าที่ไม่ได้อยู่ใกล้ผู้หญิง ละทิ้งความกังวลเรื่องการไม่ใกล้ชิด
และไม่พัฒนาความวิตกกังวลเกี่ยวกับการรักษาความสัมพันธ์ทางกาย
มันทำให้คุณเป็นอิสระจากพันธนาการของการอยู่ร่วมกับอีกฝ่าย
ความปิติมีชัยเหนือรูปลักษณ์และความบริบูรณ์ในนิมิต
ซึ่งเป็นประสบการณ์ของการพอใจกับตนเองและปฏิบัติต่อทุกคนที่คุณพบ โดยปราศจากสิ่งล่อใจหรือความ
ปรารถนา คุณต้องใช้เวลาหลายปีในการฝึกฝน การทำสมาธิ
และการควบคุมตนเองเพื่อจะไปถึงขั้นนั้นเพื่อบรรลุความรุ่งโรจน์ของการละเว้นในชีวิต
ในที่สุดคุณก็กลายเป็นพระพุทธเจ้าเป็นพระคริสต์

สำหรับอาเบะ การถือโสดคือการเฉลิมฉลองของชีวิต

เกรซเป็นสิ่งมหัศจรรย์ มีเสน่ห์ น่าหลงใหล มีเสน่ห์อย่างเต็มที่ แต่ไม่เย้ายวนใจ

เธอมีพลังของความคิดใหม่ๆ และความหลงใหลในความบริสุทธิ์ของร่างกายของเธอ

เนื่องจากเธออาจคิดว่าการมีเซ็กส์ทำให้ความงามและความสงบจากภายในของบุคคลลดน้อยลง

ยิ่งกว่านั้นความรักจะต้องยั่งยืน นิรันดร์ และครอบคลุมทุกด้าน เซ็กส์ไม่สามารถเป็นความสุขชั่วขณะได้

ไม่ควรเป็นเรื่องสองนาทีเป็นการเผชิญหน้าอวัยวะเพศอย่างใกล้ชิด

ผู้ที่ละเว้นจากการมีเพศสัมพันธ์เพื่อความสุขชั่วขณะหนึ่งสามารถบรรลุความเข้มแข็งทางจิตใจได้

มีพลังและความมีชีวิตชีวาอยู่ในบุคคลดังกล่าว

การงดเว้นสามารถช่วยให้เขาลอยร่างกายและควบคุมความคิดและความรู้สึกของเขาด้วยความเอร็ดอร่อยแล

ะจุดประสงค์ของชีวิตที่อาเบะมักจินตนาการ

มันเป็นระบบคุณค่า

เธอไม่เคยแสร้งทำเป็นหูหนวกเมื่อเผชิญกับข้อโต้แย้งที่ถูกต้องซึ่งต่อต้านการสัมผัสที่ไม่พึงประสงค์

เกรซพร้อมที่จะทำลายความว่างเปล่าของการโต้แย้งของอีกฝ่ายเกี่ยวกับภาพลวงตาของการดำเนินชีวิตโดยไ

ม่ต้องแตะต้องใครจนกว่าจะได้พบเนื้อคู่ หากมีผู้หญิงคนอื่นที่ไม่ชอบเซ็กส์ที่หายไป ความใกล้ชิดทางกาย

และความสุขชั่วคราว อาเบะมักจะสงสัยเมื่อเขานึกถึงเกรซ

ไม่ใช่กลไกการป้องกันหรือการรับรองเพื่อปกป้องตนเองจากสภาพแวดล้อมที่เป็นอันตรายซึ่งผู้ชายประพฤ

ติตัวน่ารังเกียจและโหดเหี้ยมมิใช่หรือ? ความคิดของเธอไม่มีความคลั่งไคล้แม้แต่น้อย

ความพยายามของเธอไม่มีความพยายามที่จะแยกเธอออกจากผู้ชายและอยู่ในดินแดนพิเศษ

เนื่องจากเธอสนุกกับการพบปะกับผู้ชายโดยไม่ขาดการติดต่อหรือรู้สึกไม่สบายใจ อย่างไรก็ตาม

เธอปกป้องความเป็นส่วนตัวของเธออย่างรุนแรง และต่อสู้อย่างไม่ลดละเพื่อปกป้องบรรทัดฐานของเธอ

แม้ว่าจะมีสีหน้าหลอกลวงเพราะเธอเป็นผู้หญิงที่สง่างามที่สุดเท่าที่ Abe เคยพบมา

ชีวิตของเธอมีกลิ่นหอมเฉพาะตัว ห่อหุ้มด้วยความเชื่อที่สวยงามด้วยความเอาใจใส่อย่างที่สุด

โดยไม่สร้างระลอกคลื่นแม้แต่น้อย เกรซกำลังจะเป็น และเธอก็รักชีวิตของเธอ จึงเป็นตัวอย่างแก่อาเบะ

อาเบะคิดว่าผู้หญิงคนนั้นกำลังยืนอยู่ห่างจากเขาเล็กน้อย

รายล้อมไปด้วยฝูงชนชั้นสูงจำนวนไม่น้อยที่แต่งกายอย่างหรูหราไม่น้อยหน้าผู้ชายจำนวนหนึ่ง

ดูเหมือนเธอเป็นคนขี้เหร่ เป็นคนสำคัญและมีอิทธิพลที่สุด จู่ๆ มีรถ BMW

พร้อมคนขับหลายสิบคันปรากฏขึ้นที่ระเบียงของโรงแรมระดับ 7 ดาวนั้น

และอาเบะก็เห็นเธอเข้าไปในรถลีมูซีนสีดำ อย่างไรก็ตาม เธอจะเป็นเกรซได้อย่างไร ทั้งๆ

ที่เธอดูเหมือนเธอ? เขายังไม่แน่ใจด้วยว่าเป็นเธอ เด็กผู้หญิงจากสลัม คนที่ทำงานแปลก ๆ

เพื่อทำมาหากินและเอาชีวิตรอดในแต่ละวัน เป็นเด็กกำพร้าที่เดินเร็ว ๆ ไปตามชายฝั่งโดยถือตะกร้าที่เต็มไปด้วยปลา เธอช่วยเกษตรกรคัดแยกกะหล่ำปลีและแครอท ดอกกะหล่ำและผักกาดหอม ถั่วและมะรุม กระเจี๊ยบ และหัวหอมในตลาดผัก สองทศวรรษสามารถเปลี่ยนแปลงบุคคลได้อย่างมากทั้งทางร่างกายและจิตใจ อารมณ์ และแม้กระทั่งด้านสถานะ รวมถึงค่านิยม มุมมอง และปรัชญาของชีวิต เหนือสิ่งอื่นใดคือสถานะทางการเงิน ในสังคมที่เน้นเงินเป็นศูนย์กลาง เกรซไม่ใช่เธอ เนื่องจากคนที่ไม่มีการศึกษาไม่สามารถปีนขึ้นไปบนบันไดได้ แม้ว่าเธอจะเป็นคนฉลาด ฉลาดข้างถนน และพูดได้คล่อง อย่างไรก็ตาม เกรซได้รับคำสั่งให้เคารพเสมอ ในฐานะหญิงสาวที่เปล่งประกาย เธอไม่ธรรมดา แต่ต้องใช้แรงงานคน แต่อุดมคติอันเร่าร้อนชั่วนิรันดร์ของเธอยังคงอยู่ในใจของอาเบะราวกับแสงสลัว และอาเบะก็สร้างเซรากลิโอริมชายฝั่งไว้ภายในตัวเขาให้มีบรรยากาศสบายที่สุดเท่าที่จะเป็นไปได้ เพื่อวางเธอและสักการะเธอ

อาเบะมาที่โรงแรมในมุมไบเพื่อจัดแสดงภาพวาดของเขา *เรื่อง The Kiss* ในหอศิลป์ที่อยู่ติดกัน ซึ่งเป็นห้องที่มีชื่อเสียงที่สุดในประเทศ หลังจากนำเสนอที่พิพิธภัณฑ์ศิลปะเมโทรโพลิตันในนิวยอร์ก เขาได้เปิดตัว *The Hug* ที่ *The Padro* ในมาดริด, *Uffizi Gallery* ในฟลอเรนซ์ และ *Rijksmuseum* ในอัมสเตอร์ดัม ภาพวาดของเขาเป็นที่รู้จักไปทั่วโลกแล้ว และได้รับการวิจารณ์อย่างล้นหลามในสื่อสเปน อิตาลี และดัตช์ เมื่อเปรียบเทียบผลงานของเขากับ *The Scream* ของ Edward Munch หลังจากที่เขาปฏิญาณว่าจะถือโสดในสมาคมพระเยซู ภาพวาดทั้งหมดของเขาเขาก็เซ็นชื่อ *เป็นโสด* เขาจัดแสดง *The Hug* ในกรุงวอชิงตัน ดี.ซี. และมหาเศรษฐีเทคโนแครตจากรัสเซียซื้อมันเพื่อโชคลาภ ผลงานนี้ได้รับการเปรียบเทียบกับ Three Musicians ของ Picasso ในสหรัฐอเมริกา แม้ว่าศิลปินจะพยายามผสมผสานสไตล์ที่ตัดกันสองสไตล์ ได้แก่ อิมเพรสชั่นนิสม์และคิวบิสม์ ขอบคมของร่างกายผู้หญิงกับจังหวะที่นุ่มนวลของร่างผู้ชาย

ผู้หญิงกอดผู้ชายคนหนึ่ง ตาขวา ส่วนหนึ่งของใบหน้า และหน้าอกขวาที่ยื่นออกมา และมองเห็นมือที่กำแน่นอยู่ ชายคนนั้นไม่สังเกตเห็นใครนอกจากหลังเปล่าของเขา อารมณ์อีโรติกเพิ่มอารมณ์ในขณะที่มุ่งเน้นไปที่อวกาศและโครงสร้างการสำรวจ ภาพวาดเน้นย้ำถึงสิ่งที่เกิดขึ้นและการนำเสนอซึ่งแทบจะเหมือนความฝัน ผู้ชมรู้สึกว่าพวกเขายืนอยู่ข้างหลังชายในภาพ ดูความรักอันแรงกล้าของผู้หญิงคนนั้น สภาพแวดล้อมเงียบสงบและไม่ธรรมดา และมีบรรยากาศที่ผ่อนคลายและเงียบสงบ

มันสร้างความประทับใจว่าผู้หญิงในภาพวาดหลงรักผู้ชายคนนั้นอย่างลึกซึ้งในตำแหน่งที่สงบนิ่งอย่างไม่น่าเชื่อและบรรยากาศที่มีชีวิตชีวาเพื่อหลอมรวมสองขั้นตอนของธรรมชาติและชีวิตที่แตกต่างกัน

โดยไม่คำนึง ว่า *The Kiss นั้น* แตกต่างออกไป ใบหน้าของผู้หญิงคนนั้นแสดงความกังวลบนผืนผ้าใบซึ่งเป็นผลมาจากความไม่ลงรอยกันในสภาพแวดล้อมของเธอ

จิตรกรใช้สีสันสดใสเพื่อแสดงความเจ็บปวดภายในของเธอ และความรู้สึกสูญเสียก็ชัดเจน

อาจเป็นคำวิจารณ์ทางสังคมเกี่ยวกับความสัมพันธ์ของมนุษย์และผลที่ตามมาของความแปลกแยกที่ผู้หญิงประสบ ความใกล้ชิดโดยนัยยังอยู่ที่ริมฝีปากที่ม้วนงอของเธอ

อารมณ์ที่งดงามในดวงตาของเธอและสีสันอันละเอียดอ่อนบนแก้มของเธอสร้างความเงียบอย่างลึกซึ้งในโลกที่เต็มไปด้วยเสียงรบกวน และจิตรกรดึงความสนใจของผู้ชมไปยังความรู้สึกของเธอ

การแสดงออกและตัวตนที่ไม่รู้จักของเธอทำให้เกิดความรู้สึกอยากรู้อยากเห็น

แต่แสงอันนุ่มนวลบนพื้นหลังและใบหน้าของผู้หญิงบ่งบอกว่าเธอกำลังมีความรัก

มันเป็นประสบการณ์ที่บังเอิญสำหรับผู้ชม

ในวันที่สาม ผู้หญิงคนนั้นมาดูภาพวาดนี้ และเมื่อเธอไปเยี่ยม อาเบะไม่ได้อยู่ในห้องแสดงภาพ

เขากำลังงีบหลับในห้องสวีทของเขาบนชั้นเจ็ดของโรงแรมเดียวกัน และเมื่อเขากลับมาเธอก็กำลังจะจากไป

ภาพบนผืนผ้าใบมีลักษณะคล้ายกับเธอ และสำหรับศิลปินแล้ว มันเป็นของเกรซ

ภาพผู้หญิงบนผืนผ้าใบจูบคนที่มองไม่เห็นดูเป็นธรรมชาติ มีชีวิตชีวา และเย้ายวน

ภาพวาดดึงดูดผู้คนหลั่งไหลเข้ามาอย่างต่อเนื่องตั้งแต่เก้าโมงเช้าถึงแปดโมงในตอนเย็น

นับเป็นความตื่นเต้นอย่างที่ไม่เคยเกิดขึ้นมาก่อนที่ได้สัมผัสกับความงามและความทุกข์ทรมานที่อธิบายไม่ได้ซึ่งสะท้อนอยู่ในภาพวาด

บทวิจารณ์ในหนังสือพิมพ์และช่องทีวียกย่องงานศิลปะอันงดงามและเปรียบเทียบกับภาพวาดที่ดีที่สุด

มีการสันนิษฐาน มีลางสังหรณ์ของภาพที่มองไม่เห็นบนผืนผ้าใบ

และร่างที่ไม่รู้จักนั้นเป็นของพระเยซูสำหรับผู้วิจารณ์บางคน ใน *กระยาหารมื้อสุดท้าย* ของเลโอนาร์โด ดาวินชี ตัวละครที่ซ่อนอยู่คือแมรี แม็กดาเลน นั่งอยู่ข้างพระเยซู ใน *The Kiss* ภาพที่มองไม่เห็นคือพระเยซู

ผู้วิจารณ์บางคนคิดว่าภาพวาดนี้เป็นภาพพระเยซูทรงจุมพิตมารีย์ชาวมักดาเลนหลังจากการฟื้นคืนพระชนม์ของพระองค์บนภาพเงาของอุโมงค์ว่างเปล่า

พระเยซูผู้ฟื้นคืนพระชนม์เดินทางไปทางทิศตะวันออกกับมารีย์ชาวมักดาลาหรือไม่?

ผู้วิจารณ์โพสต์คำถามในหนังสือพิมพ์ อีกประการหนึ่ง

พระเยซูผู้ฟื้นคืนพระชนม์ทรงบอกมารีย์ชาวมักดาลาว่าพระองค์ไม่สามารถแต่งงานและมีเพศสัมพันธ์กับเธอได้เนื่องจากพระองค์ทรงเป็นโสด "แมรี่รู้สึกยังไงบ้าง" ผู้วิจารณ์ได้ตั้งคำถาม เธออาจต้องพบกับความเจ็บปวดที่ไม่อาจจินตนาการได้ และหัวใจของเธออาจแหลกสลายเป็นชิ้น ๆ แม้ว่าสาวกทุกคนยกเว้นยอห์นจะวิ่งหนีจากพระเยซู แต่มารีย์ชาวมักดาลาก็ยืนเหมือนก้อนหินในระหว่างการพิจารณาคดีและการตรึงกางเขนของเขา เธออยู่เคียงข้างเขาด้วยกันหลายวัน ความรักที่เธอมีต่อพระเยซูนั้นไม่มีที่สิ้นสุด และเธอใช้เวลาสามวันสามคืนที่ปากอุโมงค์ โดยเชื่อว่าพระเยซูจะทรงเป็นขึ้นมาจากความตาย จากนั้นเขาก็ลุกขึ้น และมารีย์ชาวมักดาลาเป็นคนแรกที่พระเยซูทรงพบ และพระองค์ทรงจูบเธอที่ริมฝีปากของเธอ " *The Kiss* เป็นเรื่องราวความรักของ Mary Magdalene และ Jesus of Nazareth" ผู้ประกาศข่าวในสตูดิโอโทรทัศน์อธิบาย

"ท่านครับ Anasuya Jain มาที่นี่เพื่อดูภาพวาดของคุณ เธอถามเกี่ยวกับคุณ" ผู้จัดการศูนย์ศิลปะกล่าว

"อานาซียะ เจน!" อาเบะก็ร้องออกมา

"ครับท่าน. เธอเป็นเจ้าของโรงแรมและหอศิลป์" ผู้จัดการกล่าวเสริม

อาเบะรู้ว่าอานาสุยะ เจนเป็นนักอุตสาหกรรมที่ร่ำรวยในเมืองนี้ เธอเป็นเจ้าของโรงแรม ร้านอาหาร โรงพยาบาล และบริษัทเทคโนโลยีสารสนเทศหลายแห่ง แต่เธอดูเหมือนเกรซ เด็กสาวกำพร้าคนนั้นบนชายหาดซินเกริม ใกล้กับป้อมอากัวดาในกัว

"อาเบะ คุณเชื่ออย่างไม่ต้องสงสัย ทุกสิ่งมีมิติที่แตกต่างกัน เวลาผมซื้อปลาตามชายหาดตอนเช้าๆ ถ้าราคาต่ำไป ผมก็ไม่ซื้อเพราะรู้ว่าจะไม่ขายเพราะในตลาดมีปลาเพียงพอ คุณต้องประเมินข้อดีและข้อเสียก่อนตัดสินใจ" เกรซบอกกับอาเบะในวันแรกๆ ที่พวกเขาพักอยู่ด้วยกันในกระท่อมเล็กๆ ในสลัมที่อยู่ติดกับป้อมอากัวดาในซินเกริม

"คุณกำลังบอกฉันว่าฉันต้องมองให้ไกลกว่ามูลค่าที่ตราไว้ มันเป็นเรื่องจริงเกี่ยวกับคุณเหมือนกันเหรอ?" อาเบะถาม

"แน่นอนว่าสิ่งที่ฉันพูดอาจมีความหมายแตกต่างออกไป ความหมายของบางสิ่งขึ้นอยู่กับบริบท" เกรซอธิบาย

เขารู้ว่าเกรซกำลังพูดถึงประสบการณ์ของเธอ ซึ่งเธอได้รับจากการต่อสู้กับความเป็นจริงอันโหดร้ายของชีวิต

การทำงานร่วมกับชายและหญิงที่มีเนื้อและเลือดดิบที่คิดถึงผลประโยชน์และความอยู่รอดส่วนตัวอยู่เสมอ อาเบะเรียนรู้หลายสิ่งหลายอย่างจากเกรซ มากกว่าสิ่งที่เขาเรียนรู้ที่สถาบันเทคโนโลยีแห่งอินเดียเป็นเวลาสี่ปีและสองปีหลังสำเร็จการศึกษาที่มหาวิทยาลัยเทคโนโลยีนันยาง ประเทศสิงคโปร์ รูปลักษณ์ที่เพรียวบางของเกรซนั้นดูหรูหรา การเคลื่อนไหวอันบางเบาของเธอเต็มไปด้วยความน่ารัก การแสดงออกในช่วงฤดูร้อนของเธอเหมือนกับการผสมผสานของสีสันอันหรูหรา แต่ความรู้เชิงปฏิบัติของเธอมีชีวิตชีวา อาเบะรักเธอตั้งแต่แรกเห็น

"สัญญากับฉันว่าจะไม่ดูหมิ่นผู้หญิง ห้ามแตะต้องเธอโดยไม่ได้รับความยินยอมจากเธอ และจะไม่บังคับให้เธอทำอะไร" แล้วฉันจะเป็นเพื่อนเธอตลอดไป" เกรซพูดในวันแรก

"เกรซ เพราะคุณ ฉันจึงเป็นอย่างที่ฉันเป็น ฉันรู้สึกได้ถึงคุณในตัวฉัน คุณช่วยฉันพัฒนาบุคลิกภาพของฉัน" อาเบะพึมพำ เกรซเป็นเพื่อนและเป็นผู้มีพระคุณ เธอมีความรักและเห็นใจผู้อื่นมากที่สุด และบางครั้งเธอก็ทำตัวเหมือนครู แม้ว่าเธอจะอายุน้อยกว่าเขาหนึ่งปีก็ตาม เย็นวันนั้น อาเบะคิดถึงเกรซอยู่นาน ที่หาด Calangute ที่เขาพบเธอครั้งแรก

"ท่านสุภาพบุรุษ ยินดีต้อนรับสู่ธนาคารของเราในฐานะหัวหน้าแผนก AI วันที่คุณเข้าร่วมหน้าที่ คุณจะกลายเป็นหนึ่งในพวกเรา และคุณจะเป็นผู้กำหนดอนาคตของธนาคารไปพร้อมกับเรา ขอให้เราทำให้ที่นี่เป็นสถาบันที่ดีในการตัดสินใจการพัฒนาทางการเงินและสถานการณ์ทางสังคมของประเทศที่เราทำงาน คุณได้รับการแต่งตั้งให้ดำรงตำแหน่งหลักของเราในเอเชียใต้ในมุมไบ และคุณสามารถเข้าร่วมปฏิบัติหน้าที่ได้ภายในยี่สิบเอ็ดวัน" ประธานคณะกรรมการคัดเลือกวิทยาเขตกล่าวในตอนท้ายของการสัมภาษณ์ที่มหาวิทยาลัยนันยาง

เป็นธนาคารระหว่างประเทศที่มีชื่อเสียงซึ่งมีค่าตอบแทนที่น่าดึงดูดใจและสิ่งอำนวยความสะดวกที่ยอดเยี่ยม อาเบะมีความสุขกับงานของเขา เนื่องจากการศึกษาอย่างเป็นทางการหลายปีได้สิ้นสุดลงแล้ว และอีกช่วงหนึ่งของชีวิตก็เริ่มต้นขึ้น สำนักงานใหญ่ของธนาคารอยู่ที่ Nariman Point เมืองมุมไบ ใกล้กับธนาคาร ซึ่งเป็นอพาร์ทเมนต์สามห้องนอนปลอดค่าเช่าที่จัดสรรให้กับเขา

พ่อแม่ของเขาเรียกเขาว่าอาเบะ ในบันทึกของโรงเรียน เขาคืออับราฮัม ลิลี โธมัส พูเธน ตามประเพณีของชาวคริสต์ในซีเรียในเกรละ ปู่ของเขาชื่อของเขา ลิลลี่เป็นชื่อแม่ของเขา โทมัสเป็นชื่อบิดาของเขา และปูเธนเป็นชื่อสกุลของเขา เพื่อนสนิทของเขาเรียกเขาว่าอาเบะ ขณะที่อยู่ในโรงเรียนและวิทยาลัย เขาคืออับราฮัม ปูเธน

ก่อนที่จะบินจากสิงคโปร์ไปยังกาลิคัต เขาได้แจ้งให้พ่อแม่ทราบถึงข่าวดี ซึ่งเป็นข้อเสนองานที่น่าดึงดูดใจของธนาคารที่มีชื่อเสียง พ่อแม่ของเขาตื่นเต้นมากที่ได้พบเขา และเป็นเวลาสิบวันที่พวกเขาเดินเล่นกับเขาบนชายหาดที่สวยงาม ใกล้กับโรงเรียนเซนต์โยเซฟ ซึ่งเป็นโรงเรียนเก่าของอาเบะในช่วงเย็น เขาได้เดินทางไปยังเวยานาทซึ่งเป็นบ้านบรรพบุรุษของบิดาของเขาและอัยยันกุนนุของมารดาของเขา ร้านอาหารหลายแห่งในเมือง Malabar ที่ให้บริการอาหารที่ดีที่สุดได้เฉลิมฉลองความสามัคคีของพวกเขา "อาหารที่ Calicut, Thalassery และ Kannur นั้นดีพอๆ กันหรือดีกว่าอาหารที่คุณได้รับจากร้านอาหารที่ดีที่สุดในอิตาลี สเปน หรือฝรั่งเศส" พ่อของเขาพูดบ่อยๆ ซึ่งเป็นศาสตราจารย์รับเชิญเป็นเวลาหลายปีในมหาวิทยาลัยสองแห่งใน อิตาลี สเปน และฝรั่งเศส ลิลี่ยังสนุกกับการรับประทานอาหารนอกบ้านกับอาเบะและสามีของเธอ และเมนูเนื้อแกะที่ปรุงอย่างประณีตอย่างมาลาบาร์-ข้าวหมกบริยานีก็เป็นเมนูโปรดของเธอ โทมัสและลิลี่เป็นเพื่อนที่ดีต่อกัน และพวกเขาก็ปฏิบัติต่ออาเบะในฐานะเพื่อนที่ดีที่สุดของพวกเขา เขามักจะเล่นหมากรุกกับพ่อแม่ซึ่งเป็นอาจารย์มหาวิทยาลัยและสนุกกับการใช้เวลาร่วมกับพวกเขาเป็นเวลานาน

โธมัส อับราฮัม ปูเธน สอนปรัชญาอัตถิภาวนิยม โดยส่วนใหญ่เป็นอาจารย์ของโซเรน เคียร์เคอการ์ด, ฟรีดริช นีทเชอ, มาร์ติน ไฮเดกเกอร์ และฟรานซ์ คาฟคา เขาค้นคว้า E *xistentialism และ Phenomenology* ในงานเขียนของ Martin Heidegger และ Edmund Husserl สำหรับปริญญาเอกของเขาที่ Oxford ลิลี่เชี่ยวชาญเรื่อง *แนวคิดเรื่องเสรีภาพในวรรณคดีอัตถิภาวนิยม* ปริญญาเอกของเธอเป็นการศึกษาเปรียบเทียบเรื่อง *The Stranger* of Albert Camus และ *Nausea* โดย Jean-Paul Sartre ที่มหาวิทยาลัยซอร์บอนน์ โทมัสและลิลี่มักจะพูดถึงอิทธิพลของลัทธิอัตถิภาวนิยม ปรากฏการณ์วิทยา และมนุษยนิยม รวมถึงผลกระทบที่มีต่อวรรณกรรมที่บ้าน ดังนั้นอาเบะจึงเคารพลัทธิมนุษยนิยมอย่างลึกซึ้งและวาดภาพเขียนเกี่ยวกับการดำรงอยู่ของมนุษย์หลายสิบภาพ เมื่อเขาต้องการเข้าร่วมวิทยาลัยศิลปะเพื่อเรียนรู้การวาดภาพ พ่อแม่ของเขาสนับสนุนให้เขาเลือกใช้เทคโนโลยีที่เชี่ยวชาญด้านวิทยาการคอมพิวเตอร์ พวกเขาบอกเขาว่าเขาสามารถศึกษาระดับสูงและวิจัยเกี่ยวกับปัญญาประดิษฐ์ได้ ซึ่งจะช่วยให้เขาวาดภาพนามธรรมแต่เหนือจริงได้ Abe ค้นคว้าเกี่ยวกับปัญญาประดิษฐ์ในระดับปริญญาโทในสิงคโปร์

และวาดภาพบุคคลหลังสมัยใหม่ด้วยพู่กันและสีสัน ซึ่งสนับสนุนโดย AI ในการออกแบบอันน่าทึ่งที่พัฒนาโดยคอมพิวเตอร์ของเขา

อาเบะเติบโตขึ้นมาในบรรยากาศที่ไม่เกี่ยวกับศาสนาและฆราวาส เนื่องจากพ่อแม่ของเขาไม่เชื่อในพระเจ้า พวกเขาไม่เคยพูดถึงพระเจ้าหรือปีศาจที่บ้านเลย และให้อิสระแก่อาเบะในการตัดสินใจเกี่ยวกับชีวิตส่วนตัวของเขา เมื่ออาเบะเกิด ปู่ของเขา อับราฮัม โจเซฟ ปู่เธน บอกภรรยาของเขาว่าหลานชายของเขาดูเหมือนทารกพระเยซูที่เปลือยเปล่า เขาต้องการจะให้บัพติศมาทารกในโบสถ์คาทอลิก Syro-Malabar และชื่อบัพติศมาคือพระเยซู คุณปู่ยืนยันว่าหลานชายของเขาเป็นคาทอลิกในโบสถ์ที่ก่อตั้งโดยนักบุญโธมัส อัครสาวก และเขาก็พาทารกน้อยไปที่โบสถ์ประจำเขตท้องถิ่นเพื่อทำพิธีตั้งชื่อ

อย่างไรก็ตาม บาทหลวงประจำตำบลแจ้งเขาว่าไม่มีประเพณีในการตั้งชื่อเด็กๆ ในหมู่ชาวคาทอลิกซีเรียในเกรละ อับราฮัม โจเซฟ ปู่เธนยอมให้บาทหลวงเรียกทารกน้อยอับราฮัมอย่างไม่เต็มใจ แต่เขายังคงเรียกหลานชายของเขาว่า "พระเยซู" อาเบะได้รับศีลมหาสนิทครั้งแรกและการยืนยันเมื่ออายุเก้าขวบ และปู่ย่าตายายของเขาอยู่ทั้งสองข้างเมื่ออธิการวาดรูปไม้กางเขนด้วยน้ำมันศักดิ์สิทธิ์บนหน้าผากของเขา อาเบะรักปู่ย่าตายายของเขาและเดินทางไปกับพวกเขาทั่วเกรละ ปู่ของเขาต้องการให้เขาดูโบสถ์เจ็ดแห่งที่นักบุญโธมัสก่อตั้งขึ้นบนชายฝั่งมาลาบาร์ เมื่อเขามาจากอิสราเอลเพื่อประกาศข่าวประเสริฐของพระเยซู ตามหลักการแล้ว โบสถ์สายยางค่อย ๆ เป็นที่รู้จักในชื่อ ซีโร-มาลาบาร์ และอยู่ภายใต้การปกครองของสังฆราชแห่งอันติออค ภาษาราชการที่ใช้ในพิธีสวดคือภาษาอราเมอิก คุณปู่แสดงความปรารถนาให้หลานชายเข้าร่วมเซมินารีและเป็นนักบวชและอธิการ แต่หลังจากที่เขาเสียชีวิต อาเบะก็เติบโตขึ้นมาโดยปราศจากความผูกพันกับศาสนาคริสต์ โธมัส อับราฮัม แม่ของเขา ลิลี่ และพ่อของเขา รู้สึกว่าอาเบะสามารถมีอิสระมากขึ้นและใช้ชีวิตโดยมีเหตุผลและวิทยาศาสตร์ในฐานะบุคคลที่ไม่นับถือศาสนา

อาเบะสำเร็จการศึกษาระดับประถมศึกษาในโรงเรียนที่ดำเนินการโดยนิกายเยซูอิต การฝึกอบรมของพวกเขามีประโยชน์โดยการสนับสนุนให้นักเรียนพัฒนาพรสวรรค์และขีดความสามารถโดยธรรมชาติในสาขาชีวิตที่หลากหลาย อาเบะตระหนักว่าการศึกษาของนิกายเยซูอิตโดยใช้ Ratio Studiorum

ช่วยและปรับปรุงเขา เขาเริ่มมีความรักในวิชาคณิตศาสตร์ ฟิสิกส์ และการวาดภาพ คณะเยสุอิตมุ่งเน้นไปที่การศึกษาที่มุ่งเน้นบุคคลของอาเบะ เช่น การบูรณาการ ตามคุณค่า การแสวงหาความเป็นเลิศ การปรับตัวให้เข้ากับความเกี่ยวข้อง การมีส่วนร่วม และการสร้างสังคมที่ยุติธรรม กระบวนการสอนแบบอิกนาเชียน คณะเยสุอิตเรียกมันว่า และอาเบะได้รวบรวมคุณค่าเหล่านั้นไว้ภายใน และมักจะแสดงความสุขของเขาในฐานะนักเรียนโรงเรียนนิกายเยซูอิต เขาเรียนรู้จากพวกเขา หล่อหลอมบุคลิกภาพของเขาให้เหมาะสม และให้ความสำคัญกับการแสดงความเคารพต่อคณะเยสุอิตอย่างเงียบๆ และโดยปริยายเสมอ โดยเน้นไปที่วิสัยทัศน์และพันธกิจด้านการศึกษาของพวกเขาเป็นหลัก

ในโรงเรียนมัธยมปลาย อาเบะเริ่มจัดแสดงภาพวาดของเขาในแกลเลอรีศิลปะของเมือง เนื่องจากได้รับการสนับสนุนและกำลังใจจากครูประจำชั้น ซึ่งเป็นนักบวชนิกายเยซูอิต ซึ่งช่วยให้เขาเรียนรู้บทเรียนสำคัญในการวาดภาพ อาเบะสามารถวาดภาพนามธรรมสมัยใหม่ได้ภายในสองปี ซึ่งผู้ชื่นชอบงานศิลปะชื่นชมอย่างมาก และคณะเยซูอิตก็ช่วยเขาจัดแสดงผลงานเหล่านั้นในเบงกาลูรูและเจนไน หนึ่งในนิทรรศการมีชื่อว่า "The Naked Jesus" ซึ่งก่อให้เกิดการถกเถียงและข้อถกเถียงมากมายในหมู่ผู้รักศิลปะและประชาชนทั่วไป อาเบะต้องการตั้งชื่อสถานที่นี้ว่า "พระเจ้าผู้ฟื้นคืนพระชนม์" แต่บาทหลวงเยสุอิต ครูประจำชั้นของเขากลับเสนอชื่อว่า "พระเยซูเปลือยเปล่า"

ที่สถาบันเทคโนโลยีแห่งอินเดีย อาเบะไม่สามารถพัฒนาความหลงใหลในการวาดภาพได้ แต่ในสิงคโปร์ เขาได้ลงทะเบียนหลักสูตรการวาดภาพเป็นเวลาสองภาคเรียนใน School of Paintings ซึ่งช่วยให้เขาได้เรียนรู้สไตล์ที่ปรมาจารย์ด้านจิตรกรรมผู้ยิ่งใหญ่ใช้ นอกเหนือจากพื้นฐานของอิมเพรสชั่นนิสม์ คิวบิสม์ และสถิตยศาสตร์ เป็นมากกว่าพ่อมดคอมพิวเตอร์ที่กำลังยุ่งอยู่กับการพัฒนาอัลกอริธึมสำหรับปัญญาประดิษฐ์ อาเบะคิดว่าตัวเองเป็นจิตรกรแห่งการต่อสู้ดิ้นรนของมนุษย์และอารมณ์จากวิชาของเขา และจิตรกรก็แฝงตัวอยู่ในจิตสำนึกของเขา

หลังจากไปพักร้อนที่กัว มีเพียงภาพเดียวเท่านั้นที่มองเห็นได้ในภาพวาดที่สำคัญของเขา นั่นก็คือเกรซ และเขาวาดภาพเธอด้วยวิธีที่หลากหลายเพื่อแสดงอารมณ์ อารมณ์ และความรู้สึกของเธอ อย่างไรก็ตามใบหน้าของ Anasuya Jain รบกวนเขาในขณะที่ *The Kiss* , *The Hug* และ *The Woman*

Chess Player ; วิชาคล้ายกับเธอ

เขาไม่เคยต้องการที่จะวาดภาพผู้หญิงคนอื่นเลยยกเว้นเกรซและเอ็มม่าในภายหลัง แต่อยากวาดภาพอานาซูยะ เจนซึ่งมีใบหน้าที่จำลองจากเรื่องที่เขาวาด ใน *Woman Chess Player* มีหญิงสาวสวยคนหนึ่งเห็นเล่นหมากรุก ภาพวาดเน้นไปที่ผู้หญิงคนหนึ่งที่อยู่หน้ากระดานหมากรุกบนชายหาด ด้านหลังเธอมีทะเลสีฟ้าอันเงียบสงบ ชวนให้นึกถึงกระดานหมากรุกขนาดมหึมา อย่างไรก็ตาม ทุกสิ่งยังคงอยู่รอบตัวเธอ แต่เป็นพลังและความเข้มแข็งโดยธรรมชาติ เป็นเรื่องที่ขัดแย้งกันที่มีผู้เล่นหมากรุกเพียงคนเดียวเท่านั้นที่แนะนำว่าเกรซกำลังเล่นกับโลก และการเคลื่อนไหวของเธอได้รับการคำนวณอย่างดีและแม่นยำ เธอสามารถเอาชนะโลกได้เมื่อเธอมีสติปัญญา ความรอบรู้ ความมุ่งมั่น และความแข็งแกร่งในการเอาชนะอุปสรรคทั้งหมด อาเบะจัดแสดงภาพวาดดังกล่าวใน *หอศิลป์แห่งชาติในกรุงวอชิงตัน ดี.ซี.* เป็นเวลาสามวัน และได้รับการวิจารณ์อย่างมากเกี่ยวกับรูปแบบและผลกระทบจากภาพวาดดังกล่าว ในวันแรก มหาเศรษฐีชาวรัสเซียไม่ทราบชื่อได้ซื้อมันในราคาที่ไม่เปิดเผย

Anasuya Jain รบกวน Abe และใบหน้าของเธอก็ยังคงอยู่ในใจของเขาทั้งวันทั้งคืน เช้าวันรุ่งขึ้น หลังอาหารเช้า มีสายเรียกเข้าจากผู้จัดการโรงแรมว่า

"ท่านครับ จดหมายจากคุณอนาซูยา เจน ประธานของเรา ให้ฉันไปส่งที่ห้องของคุณไหม" เขาถาม

"ได้โปรด" อาเบะตอบ

ผู้จัดการมาถึงห้องภายในห้านาทีและยื่นซองจดหมายอันสง่างามจ่าหน้าถึง Celibate อาเบะเปิดซองจดหมายและเริ่มอ่านจดหมายบนหัวจดหมายของเธอ ไม่ใช่บนประธานของ Jain Industries คำพูดนั้นแม่นยำโดยเรียกเขาว่า "มิสเตอร์เซลิเบต" ซึ่งเขากรอกในทะเบียนโรงแรมโดยไม่มีการจีบใดๆ เธอเขียนว่าเธอชอบภาพวาดนี้ ซึ่งสร้าง "แรงสั่นสะเทือนที่อธิบายไม่ได้ในใจของเธอ เนื่องจากมันดูมีเอกลักษณ์และวิจิตรงดงาม และนำเธอไปสู่อดีต" เธอบอกเขาเพิ่มเติมว่าหากไม่มีใครได้ภาพวาดนั้นมา เธอก็ยินดีจะซื้อมันเป็น "สมบัติส่วนตัวของเธอ เพราะมันเป็นอัญมณีล้ำค่าในบรรดาภาพวาดสมัยใหม่" เธอเขียนว่าต้องการพบเขา โดยขอให้เขานัดหมายเธอในบ่ายวันรุ่งขึ้นในห้องสวีทของเขาเพื่อหารือเกี่ยวกับพิธีการในการซื้อ

เธอขอให้เขาแจ้งเรื่องการประชุมทางโทรศัพท์หรือข้อความผ่านผู้จัดการโรงแรม
จดหมายดังกล่าวลงนามโดย "อนาซูยา เจน"

อนาซูยะ เจน คุณคือเกรซใช่ไหม? อาเบะถามในใจ ไม่เช่นนั้นแล้วเหตุใดภาพวาดจึงนำคุณไปสู่อดีตของคุณ อาเบะถกเถียงกัน เขาแจ้งผู้จัดการโรงแรมว่า Anasuya Jain ยินดีให้พบเขาในวันรุ่งขึ้นเวลา 16.00 น. โดยดื่มถ้วยชาในห้องสวีทของเขา

Abe ต้องการทราบข้อมูลเพิ่มเติมเกี่ยวกับ Jain Industries และ Anasuya Jain
เขาขอให้ผู้จัดการโรงแรมส่งสำเนาสารบบของ Jain Industries จากห้องสมุดของโรงแรมให้เขา
มีหน้าเว็บหลายหน้าที่เกี่ยวข้องกับต้นกำเนิดและการพัฒนาของ Jain Industries ผู้ก่อตั้งคือ Aatman Jain
เด็กกำพร้าจาก Udaipur ในรัฐราชสถาน ซึ่งอพยพมาอยู่ที่เมืองบอมเบย์
เขาเริ่มทำงานในร้านขายเครื่องประดับและเปิดร้านขายเครื่องประดับตรงข้ามกับ Victoria Terminal
ภายในห้าปี ภายในสิบปี เขาได้ก่อตั้งร้านขายเครื่องประดับอีกสามร้านทั่วเมือง เมื่อเขาน่าจะอายุยี่สิบแปดปี
Aadinath ลูกชายคนเดียวของเขาเกิดเมื่ออายุสิบเก้าสี่สิบเก้า
พระองค์ทรงรับช่วงต่อกิจการต่อจากบิดาเมื่อพระองค์สิ้นพระชนม์ในปีหนึ่งร้อยเก้าร้อยหกสิบห้า
อาดินาถมีความกระตือรือร้นและกล้าหาญมาก เขาขยายการค้าไปสู่อุตสาหกรรมการบริการ
เริ่มโรงแรมระดับ 7 ดาวสามแห่งภายในสิบปีในเมืองบอมเบย์ และค่อยๆ
เปิดร้านอาหารและโรงพยาบาลที่ประสบความสำเร็จอย่างสูง ในปีหนึ่งเก้าร้อยเจ็ดสิบสาม Ajey
ลูกชายของเขาเกิด

ในปีหนึ่งเก้าร้อยเจ็ดสิบห้า อานาสุยะประสูติ
เธอสำเร็จการศึกษาระดับประถมศึกษาและมัธยมศึกษาตอนปลายในโรงเรียนที่ดำเนินการโดยแม่ชีคาทอลิก
ในเมือง และสำเร็จการศึกษาจากวิทยาลัยเซนต์ซาเวียร์ เธอเข้าร่วม London School of Economics
ในระดับปริญญาโท และสำเร็จการศึกษาระดับปริญญาโทสาขาบริหารธุรกิจจาก Wharton ภายในสองปี
เมื่อกลับมาอินเดีย เธออาศัยและทำงานในสลัมในกัวที่ไม่ระบุตัวตนเป็นเวลาหนึ่งปี โดยทำงานด้วยตนเอง
มันเป็นกระบวนการเรียนรู้เกี่ยวกับกลยุทธ์การเอาชีวิตรอด อาเบะหยุดอ่านกะทันหัน

เกรซคุณเปลี่ยนไปมาก แต่คุณไม่ใช่พระคุณของฉัน ซึ่งฉันพบในเมือง Calangute และพักอยู่กับคุณที่
Singuerim ใกล้ป้อม Aguada ประมาณเก้าเดือน ฉันไม่เคยคิดว่าคุณเป็นคนอื่น คุณเป็นคนฉลาด
มีไหวพริบ และกล้าหาญ แต่คุณไม่เคยเปิดเผยว่าคุณมีการศึกษาสูง คุณไม่ได้พูดอะไรเกี่ยวกับครอบครัว

ภูมิหลังทางการเงินและการศึกษาของคุณเลย และฉันคิดว่าคุณเป็นเด็กผู้หญิงที่ไม่มีการศึกษามากนัก เป็นเด็กกำพร้า มันหลอกลวงแค่ไหน แม้ว่าคุณจะไม่เคยทำอะไรกับฉัน แต่ก็ไม่เคยทำให้ฉันลำบาก ไม่เคยปิดกั้นอาชีพของฉันหรือทำลายอนาคตของฉัน

การตัดสินใจทั้งหมดที่ฉันทำเป็นของฉันเองเนื่องจากฉันไม่เคยพูดอะไรเกี่ยวกับภูมิหลังของฉันเลย

เนื่องจากเราไม่สนใจอดีตหรืออนาคตของเรา แต่สนใจแค่ปัจจุบันเท่านั้น

ฉันรู้สึกแย่เพราะคุณไม่เปิดเผยตัวตนที่แท้จริงของคุณ

แม้ว่าฉันจะไม่สามารถแสดงตัวตนที่แท้จริงออกมาได้ก็ตาม

เราเริ่มต้นจากที่เราพบกันและสิ้นสุดที่เราแยกจากกัน ฉันรู้ว่าฉันไม่ควรตำหนิคุณหรือจับผิดคุณ

คุณมีศักดิ์ศรี มีน้ำใจ และอ่อนโยนกับฉันเสมอ คุณรักฉัน และฉันรู้สึกได้หลายครั้ง

คุณมีความสุขที่ได้อยู่กับฉัน เพราะฉันรักการปรากฏตัวและความใกล้ชิดของคุณ

Anasuya Jain ยังคงอยู่ในสลัม Goan

เพื่อสัมผัสความเป็นจริงของชีวิตและเรียนรู้วิธีเผชิญกับชีวิตในสถานการณ์สุดขั้ว

เธอไม่นำเงินติดตัวไปด้วยและไม่มีบัญชีธนาคาร เธอไม่เคยเปิดเผยที่อยู่ของเธอให้ใครรู้แม้แต่พ่อแม่ของเธอ

เธอส่งอีเมลถึงใครและสื่อสารบนโซเชียลมีเดียใด ๆ

มันเป็นการพัฒนาทักษะการเรียนรู้และประสบการณ์หนึ่งปีนั้นสอนให้เธอจัดการกับผู้คนและช่วยให้เธอต่อสู้ดิ้นรนเพื่อให้บรรลุความสำเร็จโดยไม่ยอมรับความพ่ายแพ้

มันเป็นการทำให้ค่านิยมและมาตรฐานของสังคมกลายเป็นภายใน แต่ยังคงปกป้องตัวเธอเอง สำหรับ Anasuya Jain นี่เป็นประสบการณ์ที่มีค่าที่สุดในชีวิตของเธอ หลังจากอ่านต่อแล้ว อาเบะก็หยุดไปครู่หนึ่ง

เกรซ ฉันเป็นหนูตะเภาของคุณ คุณใช้ฉันเพื่อการเรียนรู้และพัฒนาทักษะ

ไม่เคยคิดถึงความเป็นปัจเจกบุคคล บุคลิกภาพ และศักดิ์ศรีของฉัน คุณหลอกใช้ฉัน

ไม่ เกรซ คุณไม่เคยปฏิบัติต่อฉันเหมือนเบี้ยเลย คุณแสดงความเคารพและความเอาใจใส่แก่ฉัน

ฉันยอมรับคำเชิญของคุณให้อยู่กับคุณ มันเป็นการตัดสินใจของสุภาพบุรุษ

และฉันไม่ควรตำหนิคุณสำหรับผลที่ตามมา

เมื่อพ่อของเธอเสียชีวิตในปีสองพันสิบ Anasuya Jain กลายเป็นประธาน Jain Industries Ajey พี่ชายของเธอปฏิเสธโลกในฐานะ *Digambar sanyasi* ผู้สวดมนต์เชนที่เปลือยเปล่า *เร่ร่อน* Anasuya Jain เดินตามรอยพ่อของเธอและซื้อโรงแรมเพิ่มอีกสองแห่ง ก่อตั้งโรงพยาบาลพิเศษพิเศษหนึ่งแห่ง เครือซูเปอร์มาร์เก็ต และบริษัทเทคโนโลยีสารสนเทศสองแห่งในภาคตะวันตกของอินเดีย

เกรซก็เก่ง ในเดือนมิถุนายน 1999 อาเบะได้พบกับเธอ เขาไม่เคยลืมวันนั้นหรือใบหน้าของเธอ
อาเบะใช้เวลาประมาณสองสัปดาห์กับพ่อแม่ที่เมืองกาลิกัต และไปกัวเป็นเวลาห้าวัน
โดยคิดว่าจะไปมุมไบหลังจากพักผ่อนช่วงวันหยุดสั้นๆ ที่นั่น เขาขึ้นเครื่องบินไปยังสนามบิน Dabolim
ในกัวจากเมือง Calicut และหลังจากเครื่องลงแล้ว เขาก็ไปชมหาดทรายสีทองในเมือง Calangute
เพื่อพักค้างคืนที่นั่น อาเบะขึ้นรถบัสจากสนามบินไปยังเมืองคาลังกูท
โดยเก็บกระเป๋าเป้สะพายหลังไว้ใต้เบาะ กระเป๋าเงินที่บรรจุเงินสด บัตรเครดิต บัตรเดบิต โทรศัพท์มือถือ
ใบขับขี่ เสื้อผ้าสองคู่ และของใช้ประจำวันอยู่ในนั้น เมื่อมาถึงเมือง Calangute
อาเบะก็พบว่ากระเป๋าเป้ของเขาหายไปและสูญเสียทุกสิ่งทุกอย่างไป
พนักงานควบคุมรถบัสทำอะไรไม่ถูกและบอกกับอาเบะว่าเป็นความรับผิดชอบของเขาที่จะต้องดูแลข้าวของของเขา บริษัทรถบัสไม่รับผิดชอบต่อการโจรกรรม เนื่องจากอาเบะไม่ใส่ใจกับกระเป๋าเป้ของเขา

เกรซ

อาเบะไม่ได้ไปสถานีตำรวจเพื่อร้องเรียนเนื่องจากเขาไม่มีเงินที่จะติดสินบนสารวัตรตำรวจและตำรวจ การอ้างสิทธิ์นั้นไร้ความหมาย เนื่องจากไม่สามารถขอเงินสด บัตรเครดิต บัตรเดบิต และใบขับขี่ของเขาคืนได้

ต่อมาเขาได้เรียนรู้จากเกรซว่ากลุ่มมาเฟียทั้งในและต่างประเทศที่ดำเนินงานในกัวเคยขโมยทรัพย์สินของนักท่องเที่ยวและใช้บัตรเครดิต บัตรเดบิต และใบขับขี่ในทางที่ผิด

ตั้งแต่เที่ยง อาเบะก็เดินเล่นบนชายหาด โดยคิดว่าจะไปมุมไบเพื่อเข้าร่วมกับธนาคาร ประมาณบ่ายสามโมง เขาไปที่บริเวณที่จอดรถรถบรรทุกเพื่อดูว่าเขาจะนั่งรถฟรีไปยังมุมไบได้หรือไม่ เพื่อโน้มน้าวใจคนขับ แต่ไม่มีใครเต็มใจพาเขาไป เพราะกลัวว่าเขาอาจเป็นสมาชิกแก๊งอาชญากร หลังจากนั้นอาเบะก็ไปถึงสถานีขนส่งประมาณหกโมงเย็น ไม่มีคนขับคนใดเต็มใจพาเขาไปมุมไบโดยไม่จ่ายค่าตั๋ว แม้ว่าเขาจะคุยกับคนครึ่งโหลก็ตาม อาเบะสังเกตเห็นหญิงสาวคนหนึ่งกำลังสังเกตเขาอยู่

“คุณจะไปมุมไบไหม" เธอถาม

“ใช่" เขากล่าว

“ทำไมไม่เที่ยวตอนกลางวันล่ะ? มันปลอดภัยกว่า" เธอกล่าว

"เป็นอย่างนั้นเหรอ?"

“ใช่แน่นอน. เป็นระยะทางประมาณห้าร้อยเก้าสิบกิโลเมตร ถ้าคุณนั่งรถบัส อาจจะถึงมุมไบภายในเวลาไม่ถึง 12 ชั่วโมงเล็กน้อย" เธอกล่าวเสริม

“แต่ฉันขอให้คนขับรถให้ฉันนั่งรถฟรี”

"ทำไม?" เธอถาม

“กระเป๋าเดินทางของฉันถูกขโมย ฉันทำเงินสด บัตรเครดิตและเดบิต ใบขับขี่ และเสื้อผ้าหาย" เขาเล่า

“นั่นแย่เกินไป คุณไม่มีเงินที่จะซื้อตั๋ว" ผู้หญิงคนนั้นออกแถลงการณ์

"ใช่."

"ถ้าวันนี้คุณไม่ไป คุณก็กังวลว่าจะไม่มีที่ให้นอน" เธอกล่าวเป็นคำถาม

"คุณเข้าใจปัญหาของฉัน" เขาตอบ

"ไม่ต้องกังวล. คุณสามารถอยู่กับฉันได้หนึ่งคืน แล้วฉันจะให้ค่ารถโดยสารแก่คุณ คุณสามารถส่งคืนให้ฉันทีหลังได้" เธอพูดพร้อมรอยยิ้ม

"อยู่กับคุณเหรอ? ที่ไหน?"

"คุณกลัวเหรอ?" เธอถามคำถามแย้ง

"ไม่ ฉันไม่กลัวใครเลย ฉันเผชิญกับความเป็นจริงและสถานการณ์ตามที่เป็นอยู่ และพยายามค้นหาวิธีแก้ปัญหาสำหรับพวกเขา"

"นั่นเยี่ยมมาก ฉันซาบซึ้งคนเช่นคุณที่เผชิญปัญหาอย่างที่เป็นอยู่ ค้นหาวิธีแก้ปัญหาโดยไม่แสดงความกลัว ไม่ยอมรับความพ่ายแพ้ ไม่หนีจากความยากลำบาก" เธอกล่าวอย่างแม่นยำ

"ดูเหมือนว่าคุณจะใช้งานได้จริง คุณมีความสามารถพิเศษในการแก้ปัญหา" อาเบะกล่าว

"แน่นอน. ฉันกำลังเรียนรู้ที่จะเผชิญกับสถานการณ์ที่ยากลำบาก ฉันต้องปลดเปลื้องหลายสิ่งหลายอย่าง ฉันต้องมองสถานการณ์จากมุมมองใหม่ ประเมินสถานการณ์ และหาทางแก้ไข" คำพูดของหญิงสาวแสดงความมั่นใจ

อาเบะมองดูเธอเพื่อเข้าใจความหมายและบริบทของคำอธิบายของเธอ เขารู้สึกอยากรู้อยากเห็นในเวลาเดียวกันและระมัดระวัง เธอสามารถเข้าใจสถานการณ์ที่เธออาศัยอยู่และอธิบายได้อย่างกระจ่างแจ้ง เธอไม่ใช่เด็กผู้หญิงธรรมดาที่พูดเก่งโดยไม่มีการยับยั้งชั่งใจ

"คุณหรือไม่? คุณพักอยู่ที่ไหน?" เขาถาม.

"ฉันอยู่ใกล้ป้อมอากวาดา มาเถิด ฉันจะพาคุณไปดูป้อมจากบ้านของฉัน และพรุ่งนี้เช้าคุณก็ไปมุมไบได้ แล้วตอนเย็นคุณจะอยู่ในเมืองที่ไม่เคยหลับใหล" เธอกล่าวอย่างมั่นใจ

"ฉันเชื่อใจคุณ" เขากล่าว

'ไม่มีอะไรจะเชื่อถือได้. ฉันจะไม่กินคุณ คุณสามารถกินข้าวเย็นกับฉันและนอนหลับสบาย"
เกรซพยายามโน้มน้าวอาเบะ

เธอค่อนข้างสูง ใส่กางเกงยีนส์หยาบและเสื้อยืด เธอมีหมวกสีน้ำตาล
และไม่มีใครมองเห็นผมของเธอจากภายนอก ซึ่งทำให้เธอดูมีความมั่นใจทางร่างกายและจิตใจ
เธออาจจะอายุประมาณยี่สิบสี่ปี เธออาจจะอายุน้อยกว่าเขาหนึ่งปี

"ฉันจะไปกับคุณ" เขากล่าว

"ดี ให้เรานั่งรถบัสท้องถิ่นซึ่งใช้เวลาเพียงสิบห้าถึงยี่สิบนาทีก็ถึงที่ของฉัน"

เธอวิ่งไปที่รถบัส และเขาก็ตามเธอไป เป็นรถบัสส่วนตัว และได้ 2 ที่นั่งสุดท้าย
ดูเหมือนว่าคนขับกำลังรีบเพราะเขาต้องการรวบรวมผู้โดยสารมากขึ้นและค่าคอมมิชชั่นที่สูงขึ้นจากบริษัทข
องเขา ภายในห้านาที รถบัสก็เต็มไปด้วยผู้โดยสาร ซึ่งหลายคนยืนอยู่ที่นั่น เนื่องจากคนแน่นเกินไป
พวกเขาจึงพบว่าการพูดคุยเป็นเรื่องท้าทายขณะอยู่บนรถบัส ภายในยี่สิบนาที พวกเขาก็มาถึงป้อมอากัวดา

"ลงไปกันเถอะ เรามาถึงหาดซินเกริมแล้ว" เธอพูดข้างหู ด้วยความยากลำบากมาก
พวกเขาจึงบีบตัวออกจากรถบัส เธอแสดงให้เขาเห็นป้อม Aguada
แมมมอธกับท้องฟ้าอันมืดมิดเมื่อพวกเขาลงมา

"ฉันอยู่อีกด้านหนึ่งของป้อม เราต้องเดินประมาณสิบนาที เดินเคียงข้างฉัน" เธอกล่าว

เธอคล่องแคล่วและเดินเร็วมาก เธอมีความมุ่งมั่นอย่างมากในแต่ละก้าว อาเบะสังเกตเห็น

"ทุกเช้าและเย็นฉันเดินผ่านถนนสายนี้ ดูสิ ถนนไม่ได้ปูด้วยยางมะตอยอย่างถูกต้อง
ส่งผลให้คุณสามารถมองเห็นหลุมบ่อได้ทุกที่ แต่นั่นไม่ใช่ปัญหา เราต้องเดินครอบคลุมระยะทาง
นั่นคือเป้าหมายของเรา" เธอพูดกับเขา และเขาก็ฟังเธออย่างเงียบๆ

บนถนนมีแสงสว่างไม่เพียงพอ แต่คนจำนวนมากเดินทางไปมาส่วนใหญ่เป็นคนงาน

ทันใดนั้นพวกเขาก็มาถึงสลัมที่เต็มไปด้วยกระท่อมเล็กๆ แต่ค่อนข้างสะอาด

"ฉันอยู่ที่นี่ และนั่นคือบ้านของฉัน" มีบ้านประมาณร้อยหลังที่นี่" เธอชี้ไปที่เขา กระท่อมเล็กๆ
ที่ปูด้วยแผ่นพลาสติก

"ยินดีต้อนรับสู่บ้านของฉัน" ในขณะที่เปิดล็อคเธอพูดด้วยรอยยิ้ม

อาเบะก็ตกใจ เขาไม่เคยคิดว่าเธอจะอยู่ในกระท่อมแบบนั้น และเขาจะไม่ไปกับเธอถ้าเขารู้
แต่เขาไม่ได้พูดอะไรเพราะมันสายเกินไปที่จะกลับมา

มันเป็นห้องเล็กๆ มีเปลตายตัวขนาดใหญ่ทำจากเสาไม้ไผ่ ห้องครัวอยู่ข้างๆ
โดยมีแผ่นหินแกรนิตวางไว้บนขาไม้และเตาแก๊ส
เขามองเห็นก๊อกน้ำไหลอยู่ติดกับโต๊ะในครัวและมีตู้เย็นขนาดเล็กแตะโต๊ะในครัว ห้องไม่มีเฟอร์นิเจอร์
ยกเว้นเก้าอี้พลาสติกสองตัว

"คุณชื่ออะไร?" ขณะถอดหมวกออก เธอถาม

"ฉันชื่ออาเบะ"

"ฉันชื่อเกรซ" เธอกล่าว

เขาสังเกตเห็นว่าเธอมีผมสีเข้มสั้นยาวถึงติ่งหู
และใบหน้าของเธอก็เหมือนกับรูปปั้นหินอ่อนแกะสลักของเทพธิดากรีก
เขาไม่เคยเห็นผู้หญิงที่มีรูปร่างดีและสวยงามเช่นนี้มาก่อน

"ฉันมักจะสวมหมวกแก๊ปนี้ทุกครั้งที่ออกไปข้างนอก มันปกป้องฉัน"
เกรซพูดขณะสังเกตสายตาจ้องมองของอาเบะ

"ของบางอย่างที่เราตั้งใจใช้จะทำให้เราดูแตกต่างออกไป" อาเบะให้ความเห็น

"คุณพูดถูก มันเป็นเรื่องท้าทายที่จะตระหนักถึงความเป็นจริงตั้งแต่แรกเห็น ซึ่งน่าทึ่งมาก นอกจากนี้
ทุกคนสร้างความจริงที่แตกต่างกันเพราะแต่ละคนสร้างสิ่งที่เห็น" เกรซกล่าว

อาเบะมองเกรซด้วยความประหลาดใจ คำพูดของเธอมีความหมายลึกซึ้ง
เธอพูดจากประสบการณ์ซึ่งมีปัญญามากแต่ก็แม่นยำ

"มุมนั้นมีห้องน้ำรวมอยู่ด้วย คุณสามารถอาบน้ำได้ และฉันก็ทำน้ำร้อนให้คุณด้วย"
เธอพูดขณะตั้งไฟบนเตาแก๊ส

"ขอบใจนะเกรซ"

เธอมองดูเขาเมื่อได้ยินเขาเรียกชื่อเธอ

"มันฟังดูดี มีเพียงไม่กี่คนที่รู้ชื่อของฉัน คนอื่นเรียกฉันว่า "เด็กผู้หญิงหมวกสีน้ำตาล" เกรซยิ้มขณะเล่าเรื่อง

"คุณมีชื่อที่สวยงามและมีหมวกแบบลูกผู้ชาย"

เธอมองเขาแล้วยิ้มอีกครั้ง

"ในห้องน้ำไม่มีก๊อกน้ำ คุณต้องใช้ถังน้ำจากก๊อกนี้" เธอพูดขณะเทน้ำอุ่นลงในถัง

"แน่นอน" เขาตอบ

"คุณสามารถสวมเสื้อ *ลันกิ* และเสื้อยืดตัวนี้หลังอาบน้ำได้ ทั้งสองชิ้นเป็นของฉัน ทั้งซักและตากแห้งแล้ว" เธอพูดขณะยื่นเสื้อผ้าให้เขา

"ขอบคุณเกรซ คุณมีน้ำใจมาก" เขาแสดงความคิดเห็น

"อย่าแสดงความคิดเห็นเกี่ยวกับฉันเร็ว ๆ นี้" เกรซหัวเราะขณะตอบ

"มันคือความจริง".

"คุณสามารถซักเสื้อผ้าแล้ววางบนไม้แขวนให้แห้งได้ ฉันสามารถรีดผ้าได้ในตอนเช้าก่อนที่คุณจะไป" เกรซกล่าว

อาเบะได้อาบน้ำอุ่น แม้ว่าห้องน้ำจะเล็กมาก แต่เขาก็รู้สึกอบอุ่นและสะดวกสบาย
เกรซหัวเราะอย่างเบิกบานเมื่อเขาออกมาหลังอาบน้ำ โดยสวมเสื้อกล้ามและเสื้อยืด

"คุณดูแตกต่างออกไป ใช่ ทันใดนั้นคุณก็เปลี่ยนไป ผู้คนเปลี่ยนแปลงและปรับตัวเข้ากับสถานการณ์ใหม่ๆ ได้เร็วแค่ไหน" เธอแสดงความคิดเห็น

"นั่นก็จริง แต่ฉันรู้สึกสบายใจที่ได้ใส่ *ลันกี* และเสื้อยืดของคุณ
แม้ว่าเสื้อยืดจะค่อนข้างคับและสั้นสำหรับฉันก็ตาม" แต่มันเป็นความจริง
นี่เป็นครั้งแรกที่ฉันสวมเสื้อผ้าของผู้หญิง"

"คุณสูงกว่าฉัน.. นอกจากนี้เสื้อผ้าที่ฉันซื้อให้ฉันไม่เคยคิดเลยว่าวันหนึ่งผู้ชายจะใส่มัน
แต่ตอนนี้คุณมองโลกผ่านเสื้อผ้าของฉันแล้ว" เกรซตั้งข้อสังเกตขณะหยิบถังน้ำอุ่นเข้าห้องน้ำ

อาเบะนั่งอยู่บนเก้าอี้พลาสติก มันค่อนข้างตลกที่ได้อยู่ที่นั่น
อาเบะไม่เคยจินตนาการถึงสถานที่และสถานการณ์เช่นนี้ การได้อยู่กับหญิงสาวในกระท่อมเล็กๆ กลางสลัม
การสวมเสื้อผ้าและคิดถึงเธอไม่เพียงแต่เป็นเรื่องตลกเท่านั้น แต่ยังไร้สาระอีกด้วย
อาเบะคิดว่าจะนั่งรถบัสตอนเช้าไปมุมไบ ซึ่งจะไปถึงที่นั่นในเวลาประมาณสิบสองชั่วโมง

อพาร์ทเมนท์ที่จัดสรรให้เขานั้นอยู่ใกล้ธนาคาร และแม่บ้านก็จะอยู่ที่นั่นและเขาจะเปิดบ้านให้เขา การรับประทานอาหารเย็นในร้านอาหารใกล้เคียง นอนจนถึงแปดโมงเช้าของวันถัดไป และรายงานกับธนาคารก่อนเก้าโมง แม้ว่าเขาจะไปถึงธนาคารล่วงหน้าสามวันก็ไม่เป็นไร

“สวัสดี เป็นยังไงบ้าง" เกรซถามขณะออกจากห้องน้ำ

“วิเศษ" เขาตอบ

อาเบะสังเกตเห็นว่าเกรซสวมชุดลันกิสีสันสดใสกับเสื้อเชิ้ตบุชเชอร์ เธอดูมีเสน่ห์และสวยงามจริงๆ ในชุดที่เรียบง่ายนั้น

“มาทานอาหารเย็นกันดีกว่า" เธอพูดขณะหยิบอาหารจากตู้เย็นเล็กๆ ของเธอ

เธออุ่นอาหารทีละคนบนเตาแก๊ส มีชิ้นไก่ ปลาทอด สลัดผัก และ *จาปาตี*

“กินให้เพียงพอนะ คุณอาจจะหิวแล้ว" เธอพูดขณะยื่นจานให้เขา

เกรซและอาเบะนำเนื้อและปลาออกจากกระทะ *Chapati* อยู่ในหม้อปรุงอาหารและสลัดบนจานสลัด

ถือจานพร้อมอาหารในมือ พวกเขานั่งเผชิญหน้ากันบนเก้าอี้
อาเบะรู้สึกทึ่งกับความเร็วที่เกรซทำงานของเธอ เขายังสังเกตเห็นว่าบ้านของเธอเป็นระเบียบเรียบร้อย ห้องครัวที่เธอใช้ได้รับการดูแลอย่างดีและสะอาด

“อาหารเป็นยังไงบ้าง?" ระหว่างกินข้าวเกรซก็ถาม

“อร่อยและอร่อยครับ" เขาตอบ

“ปกติฉันจะกินมื้อเย็นให้อร่อยเพราะว่ามื้อเช้าของฉันคือช่วงเช้าก่อนไปทำงานซึ่งไม่ได้อิ่มขนาดนั้น อาหารกลางวันประหยัดเสมอเพราะฉันกินอะไรก็ได้ที่มีอยู่บนทางเท้าเพราะฉันไม่สามารถซื้ออาหารจากร้านอาหารได้ทุกวัน แต่ฉันให้ความสำคัญกับการรับประทานอาหารที่ถูกต้องและสะอาดมาก"

อาเบะฟังเธอด้วยความสนใจเป็นอย่างมาก

กินไก่กับปลาเพิ่มอีกหน่อย" เธอพูดขณะวางขาไก่ทอดและปลาไว้บนจาน

“ขอบคุณนะเกรซ" เขาตอบ

“ฉันหิว และตอนนี้ฉันก็อิ่มแล้ว" อาหารเย็นที่คุณทำนั้นยอดเยี่ยมมาก เป็นอาหารที่ดีที่สุดที่ฉันเคยกินมา" เขาชมเธอ

"คุณชมเชยมาก ซึ่งเป็นสัญลักษณ์ของความไร้เดียงสาและความเป็นมิตร" เกรซตอบ

"คำพูดของคุณอ่อนโยน" เขาแสดงความคิดเห็น

"คุณดูเหมือนเป็นคนอ่อนโยนในการตัดสินของคุณ" เกรซกล่าว

"คุณไม่รู้จักฉัน. บางครั้งฉันก็เป็นคนหุนหันพลันแล่น ดื้อรั้น และไร้เหตุผล" เขากล่าว

"เป็นการดีที่จะมีความคิดเห็นที่เป็นกลางเกี่ยวกับตนเอง แต่คนส่วนใหญ่ใช้ชีวิตอย่างไร้เหตุผลในแต่ละวัน" เธอแสดงความคิดเห็น

หลังอาหารเย็น อาเบะร่วมกับเกรซล้างจาน ช้อน ส้อม และจาน จากนั้นเธอก็ทำความสะอาดโต๊ะในครัว กวาดและถูห้อง รวมถึงห้องน้ำด้วย

ปกติแล้วคุณจะเข้านอนกี่โมง" เธอถามขณะถูพื้น

"ฉันนอนประมาณสิบโมงครึ่ง" เขาตอบ

"ฉันไปนอนตอนสิบโมงและตื่นประมาณสี่โมงเช้า เพื่อที่ฉันจะได้ทำอาหาร ซักเสื้อผ้า และออกไปทำงานประมาณเจ็ดโมงเช้า" เกรซกล่าวเสริม

"ฉันก็เหมือนกัน ตื่นประมาณสี่โมงเช้าและทำงานทั้งหมดให้เสร็จ" มองไปที่เกรซ เขากล่าว

แต่เธอไม่ได้ถามเขาว่าเขาทำงานอะไร เธอไม่อยากรู้เกี่ยวกับเขา

"อาเบะ คุณอาจสงสัยว่าคุณนอนที่ไหน แต่ไม่ต้องห่วง เธอนอนกับฉันนะ" เธอพูดขณะล้างไม้ถูพื้นหลังจากทำความสะอาดพื้นแล้ว

"กับคุณ?" เขารู้สึกประหลาดใจ

"ไม่มีพื้นที่อื่นใดนอกจากเปลนี้ แต่มีเงื่อนไขข้อหนึ่ง: อย่าแตะต้องฉันโดยเจตนา ฉันหมายถึงว่าจะไม่ยอมรับพฤติกรรมที่ไม่คาดหวังจากสุภาพบุรุษในขณะที่คุณนอนหลับ เช่นเดียวกับที่คุณตื่นด้วย" เกรซพูดขณะนั่งบนเก้าอี้และมองตาเขา

อาเบะสัมผัสได้ว่าเธอจริงจัง จริงจังถึงตาย

"เชื่อฉันเถอะ ฉันจะไม่มีวันแตะต้องคุณในทางมุ่งร้าย" เขาตอบ

"ฉันคาดหวังอย่างนั้น ให้เราเคารพในศักดิ์ศรีของกันและกัน" คำพูดของเกรซชัดเจนและเฉียบคม

“ตั้งแต่วัยเด็กเป็นต้นไป ฉันเรียนรู้ที่จะเคารพเสรีภาพของผู้อื่น และไม่เคยก้าวก่ายธุรกิจของผู้อื่น เธอไม่ต้องกลัวฉันหรอก" อาเบะพูดอย่างเด็ดขาด

“เป็นการตัดสินใจที่ดี กล้าหาญ" เธอพูดขณะถอดผ้าปูเตียงออกและวางหมอนอีกใบสำหรับอาเบะ

“คลุมตัวไว้จะได้ไม่หนาว นอนบนเตียงใกล้ผนังแล้วฉันจะลุกขึ้นได้โดยไม่รบกวนคุณ" เธอแนะนำเขาพร้อมยื่นผ้าปูที่นอนผ้าฝ้ายและผ้าห่มขนสัตว์เนื้อบางให้

“แน่นอน" เขาตอบ

เกรซล็อคประตูจากด้านใน ปิดไฟและเปิดไฟศูนย์ แล้วพวกเขาก็นอนเคียงข้างกัน

“ราตรีสวัสดิ์ อาเบะ" เธออวยพรให้เขานอนหลับสนิท

“ขอบคุณเกรซ สำหรับอาหารค่ำและการจัดห้องนอน ราตรีสวัสดิ์".

อาเบะนอนหลับสบาย เมื่อเขาตื่นขึ้นมาประมาณสี่โมงครึ่ง เขาเห็นเกรซกำลังรีดเสื้อผ้าของเขาปูอยู่บนเตียงซึ่งเขาซักเมื่อคืนก่อนแล้วตากไม้แขวนเสื้อให้แห้ง

“เสร็จแล้ว" เธอพูดขณะพับกางเกงของเขา

“สวัสดีตอนเช้าเกรซ และขอบคุณที่รีดเสื้อผ้าของฉัน แต่ฉันสามารถทำได้ ปกติแล้วฉันไม่คาดหวังให้ใครมาทำงานของฉัน" เขาแสดงความคิดเห็น

“อรุณสวัสดิ์อาเบะ ฉันรีดผ้าเมื่อคุณจะออกเดินทางในตอนเช้า ถ้าคุณอยู่กับฉัน ฉันคงไม่ทำแบบนี้ซ้ำอีก" เธออธิบาย

เขามองดูเธอแต่ไม่ได้พูดอะไร

“คุณชอบรับอะไร ชาหรือกาแฟ" เธอถาม

“จะทำอะไรก็ได้ ฉันรักทั้งสองอย่าง" เขาตอบ

“งั้นเรามาดื่มกาแฟกันเถอะ" เธอกล่าว

เกรซเตรียมกาแฟนึ่งแล้วเทลงในแก้วขนาดใหญ่สองใบ

“อาเบะ ดื่มกาแฟของคุณสิ" เธอพูด

“มันอร่อย" เขาแสดงความคิดเห็นขณะจิบกาแฟร้อน

"ขอบคุณนะอาเบะสำหรับคำขอบคุณ"

"ฉันชอบกาแฟร้อนแบบนี้" เขากล่าวเสริม

"ฉันก็ชอบกาแฟร้อนเหมือนกัน ฉันเตรียมแก้วน้ำทุกเช้าทันทีที่ลุกขึ้นและสนุกกับมันอย่างเต็มที่ และฉันก็วางแผนตารางการทำงานพร้อมจิบเครื่องดื่มสุดพิเศษนี้ไปด้วย" เกรซกล่าวพร้อมรอยยิ้ม

อาเบะชอบวิธีที่เธอยิ้ม มันมีความสวยงามและแรงดึงดูดที่หาได้ยาก และเขาชอบที่จะเห็นเธอยิ้มอีกครั้งเพราะมันมีเสน่ห์ที่น่าหลงใหล เขาถือแก้วกาแฟในมือซ้ายแล้วค่อยๆ จิบกาแฟ

จากนั้นเธอก็เปิดกระเป๋าเงิน หยิบธนบัตรหนึ่งร้อยรูปีห้าใบวางไว้ในมือขวาของอาเบะ แล้วพูดว่า "นี่คือเงินสำหรับค่าตั๋วรถโดยสารของคุณ" เธอพูดแล้วยิ้มอีกครั้ง

"เกรซ" เขาเรียกทันที

"ใช่ อาเบะ" เธอตอบและมองดูเขา

"ฉันมีเวลาสี่วันก่อนถึงมุมไบ ดังนั้น
ฉันจะทำงานกับคุณสามวันและหาเงินได้เพียงพอสำหรับค่ารถโดยสารของฉัน ให้ฉันได้อยู่กับคุณอีกสามวัน ฉันจะจ่ายค่าอาหารและค่าใช้จ่ายอื่นๆ" พร้อมคืนเงินเขาอธิบาย

เกรซมองเขาด้วยความประหลาดใจ คุณอยากอยู่กับฉันไหม? ในกระท่อมแห่งนี้ ในสลัมแห่งนี้?"

"ค่ะ เกรซ.. ให้ฉันได้หาเงินมาใช้จ่าย ฉันไม่ควรเป็นภาระแก่คุณ เมื่อฉันมีสุขภาพดี ฉันสามารถทำงานอะไรก็ได้และสนุกกับการทำงาน ฉันสามารถหาเงินได้ประมาณสองร้อยรูปีต่อวัน" เขากล่าว

"คุณพูดถูก ฉันหาเงินได้ประมาณสองร้อยห้าสิบรูปีต่อวัน ซึ่งเพียงพอสำหรับฉันสำหรับชีวิตที่มีความสุข" เธออธิบาย

"งั้นให้ผมอยู่กับคุณต่อไปอีกสามวัน" เขาอ้อนวอน

"ตามที่คุณต้องการ" เธอกล่าว

หลังจากเก็บน้ำไว้ในภาชนะแล้ว เกรซและอาเบะก็เตรียมอาหารเช้า แซนด์วิชผัก ไข่เจียว และโจ๊ก จากนั้นพวกเขาก็กินข้าวเช้า ล้างจาน ทำความสะอาดโต๊ะในครัวและห้องน้ำ

แล้วไปทำงานประมาณหกโมงครึ่ง เกรซล็อกบ้านจากข้างนอก เก็บกุญแจไว้ในกระเป๋ากางเกงยีนด้านใน และปรับหมวกเพื่อให้เธอขยับศีรษะได้สบายๆ
เธอมอบกุญแจบ้านสำรองให้กับอาเบะและขอให้เขาเก็บไว้ในการดูแลอย่างปลอดภัย

เกรซเดินเร็วเหมือนนักกีฬา
และอาเบะก็อยู่ข้างเธอในขณะที่เขาจำได้ว่าเกรซขอให้เขาเหยียบทางด้านขวามือของเธอแทนที่จะเดินตามหลัง เขาเข้าใจว่าสิ่งนี้ช่วยให้พวกเขาพูดได้ดีขึ้นขณะเดิน โดยมองหน้ากันเมื่อใดก็ตามที่จำเป็น

"การเดินทั้งเช้าและเย็นเป็นการออกกำลังกายที่ดี ช่วยให้กล้ามเนื้อแข็งแรงและมีสุขภาพดี อีกทั้งยังช่วยให้เราหายใจได้อย่างเหมาะสม ทำให้ร่างกายต้านทานโรคภัยไข้เจ็บทั่วไปได้" เกรซกล่าว

"เกรซ คุณเดินเหมือนทหาร" อาเบะกล่าว

"ฉันตั้งใจทำ และหมวกของฉันก็ช่วยให้ฉันดูดีขึ้น" เธออธิบาย

พวกเขามาถึงสถานีขนส่งแล้ว และมีรถบัสคันหนึ่งกำลังรอสตาร์ทอยู่

"เราจะถึงหาด Calangute ภายในสิบห้าถึงยี่สิบนาที" ขณะขึ้นรถบัส เธอกล่าว

"วันนี้เราจะทำอะไรกัน?" เขาถามขณะนั่งข้างเธอ

"เป็นไปได้มากว่าเราจะทำงานในคลังปลาเย็น เราต้องเข็นรถเข็นที่เต็มไปด้วยปลาสดเข้าห้องเย็น บางวันชาวประมงจะได้ปลาที่ดีกว่าและไม่สามารถขายทุกอย่างในตลาดได้
ถ้าขายหมดวันเดียวกันราคาก็จะพังทลาย ชาวประมง คนกลาง นักธุรกิจ และพ่อค้าปลาจะขาดทุนอย่างหนัก ด้วยเหตุนี้ ห้องเย็นจึงเกิดขึ้น ปลาสดสามารถเก็บไว้ด้วยกันได้หลายวัน" Grace อธิบาย

"คุณชอบงานนี้ไหม?" ถามอาเบะ

"แน่นอน. ฉันได้เลือกมันแล้ว มันทำให้ฉันมีอาชีพและฉันก็มีชีวิตที่มีเกียรติเพราะงานนี้ นอกจากนี้ งานทุกชิ้นยังยอดเยี่ยมและทำให้เราเป็นมนุษย์ ในขณะที่เรากำลังเปลี่ยนแปลงตัวเองเพราะงานของเรา มองไปรอบๆ ตัวคุณ และสิ่งที่คุณเห็นนั้นเป็นผลมาจากความพยายามของมนุษย์
เรารวมสมองและมือของเราเข้าด้วยกันเพื่อสร้างโลกที่น่าอยู่สำหรับทุกคน
ดังนั้นจึงสร้างสภาพแวดล้อมของเราขึ้นมา งานเป็นผลจากความรัก ความไว้วางใจ และศรัทธาของเรา ฉันตั้งหน้าตั้งตารองานวันรุ่งขึ้นเมื่อถึงบ้านทุกเย็น ไม่รู้สึกเหรอ?" เธอตั้งคำถามกับอาเบะ

"แน่นอนว่าฉันสนุกกับการทำงานของฉัน แต่ฉันเลือกงานนั้น
แต่ตอนนี้ฉันอาจจะสนุกกับการทำงานร่วมกับคุณ" เมื่อมองดูเกรซแล้วเขาพูด

"แน่นอน ฉันเห็นด้วยกับคุณ เราต้องค่อยๆเลือกงานของเรา
แต่เราจำเป็นต้องมีประสบการณ์ในงานทุกประเภทซึ่งทำให้เรามีความกล้า ความมั่นใจ
และความไว้วางใจในการเผชิญกับอนาคต
จากนั้นคุณสามารถเลือกงานของคุณตามความสามารถและความสามารถของคุณ" เกรซอธิบาย

"คุณพูดถูก" เขาตั้งข้อสังเกต

"มาเถอะ เรามาถึงเมือง Calangute แล้ว" เกรซพูดขณะลุกขึ้น

ไม่นานพวกเขาก็มาถึงชายหาด

วันนี้จับได้เยี่ยมมาก ดูสิมีปลามากมาย มีปลาหลากหลายชนิด" เธอกล่าวต่อ

'ดังนั้นเราจึงมีงานเพียงพอ' เขากล่าว

"ใช่ วันนี้เราสามารถทำเงินได้มากขึ้น อย่างน้อยคนละสามร้อยรูปี" เธอร่าเริง

ผู้จัดการห้องเย็นอยู่บนชายหาด และมีคนงานอีกครึ่งโหลอยู่รอบตัวเขา

"สวัสดีตอนเช้า คุณดีซูซ่า" เกรซทักทายเขา

"สวัสดีตอนเช้า เด็กผู้หญิงหมวกสีน้ำตาล เราต้องการคนงานเพิ่มเพื่อย้ายที่จับไปที่ห้องเย็น
อย่างน้อยอีกห้าคน" ดี'ซูซ่าพูดมองไปที่อาเบะ

"เขาชื่ออาเบะ เพื่อนของฉัน และจะทำงานร่วมกับเราเป็นเวลาสามวัน" เกรซกล่าว

"ยินดีต้อนรับครับคุณอาเบะ" ดี' โซซ่ากล่าวจับมือกับอาเบะ

"คุณดี ซูซา วันนี้เราต้องการค่าจ้างที่สูงขึ้น เนื่องจากเราจะทำงานมากขึ้น" เกรซเรียกร้อง

"คุณคาดหวังมากแค่ไหน" D'Souza ถาม

"อย่างน้อยสามร้อยห้าสิบรูปี" เกรซกล่าว

"มันสูงมาก" ดี'ซูซ่ากล่าว

"มีงานมากขึ้น เงินเดือนจึงสูงขึ้น" เธอยืนกราน

"ฉันจ่ายสามร้อย แต่คุณต้องช่วยฉันในห้องเย็นหลังจากย้ายปลา" ดี' ซูซ่ากล่าว

"เห็นด้วย" เกรซพูด

จากนั้นเกรซก็พูดคุยกับคนงานคนอื่นๆ ทั้งหมด มีหกคน เธอเป็นมิตรและสุภาพต่อทุกคน และพวกเขาก็แสดงความเคารพเธออย่างชัดเจนขณะพูดคุย

"วันนี้พวกคุณทุกคนได้รับค่าจ้างที่สูงขึ้น" เธอบอกกับพวกเขา

"มันเป็นเพราะคุณ" พวกเขากล่าว

พวกเขาก็เริ่มทำงานทันที เกรซมอบหมายให้คนงานสองคนเติมปลาลงในตะกร้าเล็กๆ ตามสายพันธุ์ และคนงานสองคนก็หาตะกร้าใส่รถเข็นที่จอดอยู่บนถนนซีเมนต์ ห่างจากชายหาดประมาณห้าสิบเมตร คนงานสองคนพร้อมกับอาเบะและเกรซเข็นรถเข็นไปที่ห้องเย็นซึ่งอยู่ห่างออกไปประมาณสองร้อยเมตร อาเบะพบว่ามันยากเกินไปที่จะเข็นเกวียนที่เต็มไปด้วยปลา ส่วนเกรซก็เคลื่อนย้ายได้อย่างง่ายดาย เมื่อเกรซเห็นอาเบะกำลังดิ้นรนกับรถเข็น เธอก็สาธิตวิธีควบคุมรถโดยไม่ต้องกดดันมากนัก

"คุณต้องเรียนรู้ทักษะการเข็นรถเข็น แต่คุณจะต้องฝึกฝนให้ได้ และภายในหนึ่งชั่วโมง คุณจะเป็นเจ้าแห่งการเข็นรถเข็น" เกรซบอกเขาพร้อมแสดงเคล็ดลับในการเคลื่อนย้ายอย่างง่ายดาย

"หากฉันใช้วิธีที่ถูกต้องในการผลักดัน ฉันจะพัฒนาทักษะในการทำสิ่งนี้ได้อย่างง่ายดาย" อาเบะกล่าว

"สำหรับทุกสิ่ง เราต้องได้รับการพัฒนาทักษะและการฝึกฝนที่เหมาะสม และทุกตำแหน่งในชีวิตก็ต้องการสิ่งนั้น" เกรซกล่าว

"ตอนนี้ฉันทำได้แล้ว" อาเบะพูดด้วยความมั่นใจ

"นั่นคือวิญญาณ คุณมีความตั้งใจที่จะเรียนรู้และมีความสามารถในการเชี่ยวชาญมัน เมื่อความสามารถและทักษะมารวมกัน คุณจะบรรลุสิ่งที่ยิ่งใหญ่" เมื่อมองไปที่ Abe Grace อธิบาย

พวกเขาเข็นรถเข็นประมาณหนึ่งร้อยคันที่เต็มไปด้วยปลานานาพันธุ์ไปยังห้องเย็นตอนบ่ายโมง และไม่มีปลาเหลืออยู่บนชายหาดที่ D' Souza ประมูล

"เราทำงานกันหกชั่วโมงโดยไม่มีการพักเลย ทุกท่านได้ทำหน้าที่ได้ดีมาก หลังอาหารกลางวันเราจะทำงานในห้องเย็นเป็นเวลาสามชั่วโมง มากินข้าวกันเถอะ" เกรซบอกเพื่อนร่วมงานของเธอ

เกรซและอาเบะซื้อจาปาตีอุ่นๆ บรรจุกล่องพร้อมมันบดและปลาทอด

พวกเขานั่งอยู่บนท่อระบายน้ำและกินมันช้าๆ มี *จาปาตี* สี่ตัวพร้อมผักและปลาสองชิ้นบรรจุในแผ่นเงิน

เกรซเปิดเป้ของเธอ หยิบขวดน้ำสองขวดที่เธอห่อไว้ก่อนออกจากบ้าน และมอบขวดหนึ่งให้กับอาเบะ

“อาเบะ รู้สึกยังไงบ้าง? งานเป็นยังไง?" เกรซถาม

“มันหนัก เป็นบางอย่างที่ไม่คุ้นเคยสำหรับฉัน แต่ฉันไปรับได้" อาเบะตอบ

"นี่เป็นกระบวนการเรียนรู้" เธอแสดงความคิดเห็น

อาเบะมองเธอราวกับกำลังตั้งคำถามกับคำว่า "การเรียนรู้" ของเธอ

“เรียนเพื่ออะไร?" เขาตั้งคำถาม

“การเรียนรู้เพื่อชีวิต

การกระทำแต่ละอย่างช่วยให้คุณเป็นคนที่ดีขึ้นและเอาชนะอุปสรรคที่คุณอาจเผชิญในชีวิต งานที่เราทำตอนนี้เป็นเพียงการตั้งค่าเล็กๆ น้อยๆ สำหรับสถานการณ์ ตำแหน่ง หรือสภาพแวดล้อมที่ใหญ่กว่าที่เราอาจเผชิญในภายหลังในชีวิต ดังนั้นทุกการกระทำ ทุกคำพูด จึงเป็นเครื่องมือในการพัฒนาทักษะ" เมื่อมองไปที่อาเบะ เธอกล่าว

เธอมีการวางแนวเป้าหมาย คำพูดและการกระทำของเธอมีเป้าหมายอยู่เสมอ ซึ่งนำไปสู่สิ่งอื่นเพื่อให้ได้ผลลัพธ์ใหม่สูงสุดในขณะที่เธอเตรียมเผชิญกับเวทีชีวิตที่กว้างขึ้น

“D' Souza เป็นคนที่ใช้งานได้จริง เขาบริหารห้องเย็นนี้เพื่อสร้างรายได้ D' Souza ประมูลปลาในปริมาณมากเมื่อมีปลาที่จับได้ดีกว่าและจ่ายในราคาที่สูงกว่าเล็กน้อยถึงแม้จะมีปริมาณมากแล ะชาวประมงก็พอใจก็ตาม เขาจ่ายค่าจ้างที่ดีขึ้นเล็กน้อยให้กับคนงานของเขาซึ่งยินดีที่ได้ร่วมงานกับเขา เขาคือความชอบแรกของพวกเขา วันนี้เขาจ้างเรา ให้ค่าธรรมเนียมที่สูงขึ้น และขอให้เราช่วยเขาในห้องเย็นในตอนบ่าย เราอาจปฏิเสธได้ แต่เราทำเช่นนั้นเพราะเขาจ่ายค่าจ้างสูงกว่าเรา ตอนนี้เรามีความสุขแล้วเขาก็มีความสุข นั่นคือความลับของธุรกิจที่ทำกำไรได้ สร้างผลกำไรให้กับทุกฝ่าย นั่นเป็นความรู้สึกที่แท้จริง เป็นความสนใจตามธรรมชาติสำหรับทุกคน มีปัจจัยมนุษย์ในการทำงาน สวัสดิการของทุกคนดำเนินธุรกิจ และคนงานทำงานให้กับเจ้าของและคาดหวังรายได้ที่สูงขึ้น นั่นคือความหมายของการทำกำไร ซึ่งเป็นสะพานเชื่อมสองทาง" เกรซอธิบายเคล็ดลับของธุรกิจที่ประสบความสำเร็จ

อาเบะรู้สึกประหลาดใจเมื่อได้ฟังสติปัญญาของเธอ
เกรซอยู่เหนือความรู้และแง่ปฏิบัติของชีวิตมากกว่าที่เขาคิดเกี่ยวกับเธอมาก เธอก็รอบคอบในเวลาเดียวกัน นอกจากการยืนหยัดบนค่านิยมที่มั่นคงแล้ว
เธอยังวิเคราะห์ประสบการณ์ของเธอและข้อกังวลของมนุษย์อีกด้วย

"ในชีวิตจริง เราต้องตื่นตัวและมีเป้าหมาย การต่อรองเพื่อผลประโยชน์เป็นส่วนหนึ่งของความตื่นตัว ความเที่ยงธรรมนี้ สิ่งต่างๆ จะไม่เกิดขึ้นอย่างที่เป็นอยู่ ดังที่เราจะต้องเริ่มต้นมัน สิ่งต่างๆ จะไม่เติบโตตามธรรมชาติ เราต้องรดน้ำพวกมัน
วันนี้เราต่อรองเพื่อให้ได้ค่าจ้างที่ดีกว่าเพราะเราต้องทำงานมากขึ้น D' Souza พร้อมที่จะจ่ายเงินให้สูงขึ้นเมื่อเขาตระหนักว่าเขาต้องทำงานให้เสร็จและย้ายปลาไปที่ห้องเย็นโดยเร็วที่สุด ดังนั้นเขาจึงพร้อมที่จะจ่ายเงินให้เราคนละสามร้อยเหรียญ หากเราไม่ต่อราคา ดี' ซูซาก็จะจ่ายเงินให้เราเพียงสองร้อยห้าสิบเท่านั้น
แม้ในสถานการณ์เช่นนั้นเราก็คงจะมีความสุขเพราะคิดว่าได้ค่าจ้างหนึ่งวัน จ่ายน้อยไม่ใช่การโกง เพราะอีกฝ่ายไม่ได้เรียกร้องค่าจ้างสูงกว่า ดังนั้นเราจำเป็นต้องเรียกร้องส่วนแบ่งของเราในทุกสถานการณ์ มันเป็นสิทธิโดยธรรมชาติของเรา ค่าตอบแทนที่ดีเป็นความต้องการที่แท้จริงของคนงาน และความต้องการเหล่านี้เปลี่ยนแปลงไปตามสถานการณ์ สถานที่ และผู้คน เนื่องจากไม่มีอะไรคงที่ เราสร้างความหมาย เป้าหมาย และวัตถุประสงค์
และแต่ละเป้าหมายก็มีไว้เพื่อสวัสดิภาพของมนุษย์และประโยชน์ของพวกเราประชาชน" เกรซกล่าว และคำพูดของเธอทำให้เกิดปฏิกิริยาอันละเอียดอ่อนในใจของอาเบะ

พวกเขาเริ่มทำงานในห้องเย็นโดยช่วยช่างเก็บปลาตามพันธุ์และขนาดตั้งแต่บ่ายสองโมง งานดำเนินไปจนถึงสี่โมงเย็น หลังจากนั้นพวกเขาทำความสะอาดพื้นห้องเย็นเป็นเวลาหนึ่งชั่วโมง ล้างด้วยผงซักฟอก กวาดและกำจัดขยะ ฆ่าเชื้อ และถูพื้นในที่สุด
เกรซหยุดงานตอนห้าโมงและขอให้คนงานไปรับค่าจ้างจากผู้จัดการ
เธอตรวจสอบว่าคนงานแต่ละคนได้รับเงินสามร้อยรูปีหรือไม่
และท้ายที่สุดเธอก็ขอให้อาเบะเก็บเงินของเขา
เขาตื่นเต้นมากที่ได้รับเงินสามร้อยรูปีราวกับว่าเขาคิดว่ามันเป็นสมบัติ
และไม่เคยเปรียบเทียบกับค่าตอบแทนรวมเจ็ดหลักที่เขาจะได้รับจากธนาคารเลย
ในที่สุดเกรซก็รับค่าจ้างของเธอ

"ขอบคุณผู้หญิงหมวกแก๊ปสีน้ำตาลสำหรับการทำงานดีๆ" ดี ซูซากล่าว

"ขอบคุณคุณ D' Souza ที่ให้งานพวกเรา" เกรซตอบ

"เจอกันพรุ่งนี้" เขาเตือนเธอถึงงานในวันถัดไป

"แล้วเจอกัน" เกรซกล่าว

"เอาล่ะ เรามาเริ่มกันเลยดีกว่า" เธอพูดกับอาเบะ

พวกเขาเดินเร็ว

เมื่อข้ามถนนหลายสายไปพบชายคนหนึ่งขายเสื้อผ้าใหม่คุณภาพส่งออกที่ถูกปฏิเสธในราคาต่ำบนทางเท้า

"มาซื้อชุดทำงานให้คุณ เพราะคุณไม่สามารถสวมกางเกงขายาวและเสื้อเชิ้ตแขนยาวในตลาดปลาได้" เกรซกล่าว

เกรซค้นหาขนาดที่เหมาะสมของอาเบะ
และแยกสี่คู่ออกจากกางเกงยีนส์และเสื้อยืดที่มีอยู่ในสต็อกจำนวนมาก

"เลือกสิ่งที่ดีที่สุดสำหรับคุณ" เธอถามเขา

อาเบะเลือกหนึ่งคู่จากมัน

จากนั้นเกรซก็หยิบชุดนอนและชุดนอนให้อาเบะ

"เท่าไร?" เกรซถามเจ้าของร้าน

"เก้าร้อยแปดสิบ" เขาตอบ

"เราจ่ายเงินห้าร้อยห้าสิบ" เกรซกล่าว

"จ่ายหกร้อยถือเป็นที่สิ้นสุด" เจ้าของร้านกล่าว

"เสร็จแล้ว" เกรซพูด

อาเบะเฝ้าดูกระบวนการต่อรองระหว่างเกรซกับเจ้าของร้านอย่างสนุกสนาน

เกรซหยิบธนบัตรหกร้อยรูปีออกมาจากกระเป๋าเงินของเธอแล้วมอบให้เจ้าของร้าน

"เกรซ ฉันจะจ่ายค่าจ้างเอง" อาเบะยืนกราน

“นี่คือของขวัญจากฉัน" เกรซตอบ

“แต่ฉันไม่มีอะไรจะตอบแทนคุณ" อาเบะกล่าว

“คุณให้มันไปแล้ว" เกรซกล่าว

ทันใดนั้นอาเบะก็มองดูใบหน้าของเธอ และเขาก็เห็นรอยยิ้มของเธอ รอยยิ้มที่มีเสน่ห์ที่สุดของเธอ เหมือนกับรอยยิ้มของโมนาลิซ่า

“เราไปตลาดเพื่อซื้อเสบียงกันไหม" เธอถามเขา

“แน่นอน" เขากล่าว

พวกเขาไปที่ร้านและซื้อไก่และปลาแปรรูปจำนวน 2 กิโลกรัม

“ฉันจะจ่าย" อาเบะพูดพร้อมหยิบธนบัตรสองใบ

“คุณเป็นแขกของฉันเป็นเวลาสี่วัน งั้นฉันจ่ายให้นะ" เกรซยืนกราน

จากตลาดผัก เธอเลือกกระเจี๊ยบ กะหล่ำปลี และดอกกะหล่ำ
จากนั้นพวกเขาก็เดินขึ้นไปที่สถานีขนส่งและขึ้นรถบัสไปที่ชายหาดซิงเกริม
เกรซจ่ายค่าตั๋วแล้วนั่งข้างอาเบะ

“รู้สึกสบายดีไหมอาเบะ?" เกรซถาม

“ฉันสบายดีเกรซ" ฉันไม่รู้สึกเหนื่อย ฉันรู้สึกสดชื่น มันเป็นประสบการณ์ที่ยอดเยี่ยม การหาเงินหลังจากการทำงานหนักถือเป็นประสบการณ์ที่ยอดเยี่ยม และมูลค่าของเงินนั้นก็สูง และคุณไม่สามารถคำนวณเป็นตัวเลขได้ มันเป็นประสบการณ์เชิงคุณภาพ"

“คุณพูดถูกอาเบะ เงินของคนจนมีค่ามากกว่าเงินของคนรวยมาก รายได้รายวันของคนงานหนึ่งวันเป็นเงินสองร้อยรูปี เท่ากับเงินสองแสนรูปีของมหาเศรษฐี ดังนั้น เงินไม่ได้วัดตามอัตราส่วน เนื่องจากรายได้ของคนจนมีค่ามากกว่ารายได้ของคนรวยมาก" เกรซอธิบาย

นับเป็นการเปิดเผยครั้งใหม่สำหรับอาเบะ เมื่อเขานับเงินตามมูลค่าที่แท้จริง และตอนนี้ เขาตระหนักว่าหนึ่งบวกหนึ่งของคนจนเท่ากับสิบ และคนรวยหนึ่งบวกหนึ่งก็คือสองเสมอ

เมื่อพวกเขาไปถึงจุดจอด พวกเขาสังเกตเห็นว่าป้อม Aguada กำลังส่องแสงและมีแสงสว่างเพียงพอ

"งานฉลองบางอย่าง?" อาเบะก็ออกแถลงการณ์เหมือนเป็นคำถาม

"การรวมตัวของสมาชิกพรรคการเมืองฝ่ายปกครอง พวกเขามักจะมีการเฉลิมฉลองที่นั่น" ขณะที่เดินไปที่สลัม เกรซก็โต้ตอบ

"ดูสิ วันนี้บนถนนสายนี้ยังมีแสงสว่างเพียงพอเพราะแสงที่สะท้อนจากป้อม" เกรซกล่าวต่อ

"เราเห็นร่องได้ชัดเจน" อาเบะกล่าว

พวกเขามองเห็นผู้คนมากมายอยู่นอกกระท่อมเมื่อถึงบ้าน

"พวกเขาก็ฉลองเหมือนกันเพราะตอนนี้มีแสงสว่างเพียงพอแล้ว โดยปกติสลัมจะอยู่ในความมืดหลังหกโมงเย็น เนื่องจากเป็นสถานที่ที่มืดมนที่สุด จึงไม่มีใครสนใจผู้คนอาศัยอยู่ที่นี่" เกรซกล่าว

สวัสดี ลักษมี ซูชีลา ไอชา" เกรซทักทายเพื่อนบ้านของเธอนอกกระท่อมของพวกเขา

"สวัสดี" พวกเขาตอบรับ

"สวัสดี เด็กผู้หญิงหมวกสีน้ำตาล" เด็กๆ บางคนเรียกเธอ

สวัสดีกฤษณะ สวัสดีปัลวี" เธออวยพรทุกคน

"คุณเป็นยังไงบ้าง เกรซ" คุณวิเวียน มอนเตโรเรียกบ้านทั้งสองหลังของเธอออกไป

'ฉันสบายดี คุณมอนเตโร; คุณเป็นอย่างไร?" เกรซกล่าวว่า

อาเบะซักเสื้อผ้าในน้ำร้อน ใช้ผงซักฟอก จากนั้นจึงอาบน้ำให้สดชื่นด้วยน้ำอุ่น

"ชุดนอนและชุดนอนเข้ากันได้ดีกับคุณ" เกรซพูดเมื่อเขาออกมาจากห้องน้ำ

"มันเป็นของขวัญของคุณ" เขาตอบ

เกรซยิ้ม.. อาเบะมองเห็นเธอยิ้มขณะยืนอยู่หน้าเตา เปลวไฟสะท้อนบนแก้มของเธอและเต้นไปทั่วทั้งใบหน้าของเธอ และเธอก็ดูสง่างาม เกรซเป็นหนึ่งในล้าน

"อาเบะ กินข้าว แกงไก่ และ *ดาล* กับกระเจี๊ยบเป็นมื้อเย็นกันเถอะ" คุณคิดอย่างไร?" แนะนำเกรซค่ะ

"แน่นอน" อาเบะตอบ

"เอาล่ะ ฉันขออาบน้ำก่อน หลังจากนั้นเราก็เริ่มทำอาหารกัน" เกรซพูด

อาเบะเปิดซองเสื้อผ้าของเขาและชอบกางเกงยีนส์กับเสื้อยืดที่ดูดี เขาคิดเป็นเวลาสามวัน เขาจะได้เห็นสิ่งเหล่านี้ได้อย่างไร เขาสงสัย? ไม่เคยในชีวิตของเขาที่เขาหลงใหลกับเสื้อผ้าชุดใหม่ขนาดนี้ พวกเขาดูมีค่าแค่ไหน

ประตูห้องน้ำเปิดออก และเกรซก็อยู่ที่นั่น
เธอสวมชุดนอนหลากสีสันที่มีดอกกุหลาบสีแดงเหลืองและใบไม้สีเขียว

"เกรซ คุณดูน่าทึ่งมาก" อาเบะมองดูเธอ

"ขอบคุณอาเบะสำหรับคำขอบคุณ บางครั้งก็มีความปรารถนาที่จะได้ยินคำพูดดังกล่าว อย่างไรก็ตาม บ่อยครั้งที่ไม่มีใครชื่นชม ไม่มีใครไปเที่ยวด้วยกัน" เธอโต้ตอบ

"จริงนะเกรซ" อาเบะพูดขณะเดินไปที่เตาไฟ เขาเฝ้าดูเธอทำแกงไก่ด้วยความกระตือรือร้น กลิ่นหอมของมาซาล่าฟุ้งไปทั่วห้อง

"ฉันเป็นมังสวิรัติ สามปีที่แล้ว ตอนที่ฉันอยู่ที่อื่น ฉันเริ่มกินเนื้อสัตว์ ปลา และไข่ โดยตระหนักว่าสิ่งเหล่านี้จำเป็นต่อสุขภาพของฉันเพื่อรักษาความแข็งแกร่งของฉัน" เกรซเล่าอดีตของเธอต่อหน้าเขา

"ฉันเป็นคนกินเนื้อตั้งแต่แรกเริ่ม พ่อและแม่ของฉันเคยทำอาหารประเภทเนื้อสัตว์ ปลา และไข่ทุกประเภท ฉันชอบอาหารที่พวกเขาปรุง ฉันชอบยืนเคียงข้างแม่ในขณะที่เธอทำอาหาร" การยืนเคียงข้างเกรซ อาเบะกล่าว

"นี่คือเหตุผลที่คุณยืนเคียงข้างฉันใช่ไหม" เกรซถามด้วยรอยยิ้ม

พวกเขามองหน้ากัน
และทั้งคู่ก็สัมผัสถึงบรรยากาศระหว่างพวกเขาที่พวกเขาสัมผัสได้แต่ไม่สามารถอธิบายได้ มันเหมือนกับกระแสไฟฟ้า ที่มองไม่เห็นแต่ทรงพลัง เชื่อมต่อกัน เป็นจังหวะ และเต็มไปด้วยชีวิต นั่นเชื่อมโยงพวกเขาและไม่อนุญาตให้พวกเขาแยกจากกันราวกับเป็นพลังที่ดึงพวกเขามารวมกันอย่างไม่สิ้นสุด มีความสุขที่ได้ยืนชิดใกล้กันแต่ไม่แตะต้องกัน ในระยะนั้น การสัมผัสถือเป็นคำสาปแช่ง การสัมผัสอีกฝ่ายไม่ใช่เรื่องสำคัญ เนื่องจากความใกล้ชิดช่วยยกระดับชีวิต กระตุ้น และบังเอิญ พวกเขารู้สึกถึงการล่อลวง

ซึ่งเป็นภารกิจที่ยั่วยวนที่จะได้อยู่กับใครสักคนที่สามารถกระตุ้นความคาดหวังอันยาวนานที่ห่อหุ้มไว้ด้วยความสมหวัง

จากนั้นหม้อหุงข้าวก็ผิวปาก และอาเบะก็หัวเราะ

ราวกับว่าหัวใจของเขาผิวปาก เฉลิมฉลอง และประกาศ เสียงนกหวีดเป็นการประกาศ
เป็นลางบอกเหตุว่าเขามีความสุขที่ได้มีชีวิตอยู่ มีตัวตนอยู่ในตัวเองและกับเกรซ
ความงามและความเป็นหนึ่งเดียวกันของการรับรู้นั้นไม่มีที่สิ้นสุด
และเขาได้เดินทางจากมุมไกลของจักรวาลพร้อมกับเกรซ
พวกมันบินเคียงข้างกันไปสู่อวกาศที่ไม่อาจหยั่งถึงได้ แวววาวด้วยดวงดาวระยิบระยับ
พวกเขาหลีกเลี่ยงหลุมดำและนำทางไปสู่ความสุขนิรันดร์ อาเบะสามารถสัมผัสและสัมผัสกาแล็กซี
ดาวเคราะห์ มหาสมุทร ภูเขา ป่าไม้ แม่น้ำ ทุ่งหญ้า และหุบเขาที่เต็มไปด้วยดอกไม้
เขาไม่รู้ว่าจะพูดอะไรกับเกรซหรือจะอธิบายความรู้สึกของเขากับเธออย่างไร

"ให้ฉันตัดกระเจี๊ยบไหม?" ทันใดนั้นเขาก็ถามเธอ

"แน่นอน แต่ไม่ต้องขออนุญาตจากฉัน มันคือบ้านของเรา และเรากำลังทำอาหารอยู่" เกรซกล่าว

เมื่ออาเบะหั่นกระเจี๊ยบเป็นชิ้นเล็กๆ เกรซก็เริ่มปรุง *ดาอัล* ในกระทะ และเมื่อสุกครึ่งหนึ่งแล้ว
อาเบะก็เทกระเจี๊ยบที่เหลือลงไปแล้วเติมน้ำมัน มะเขือเทศหั่นบางๆ ขิง กระเทียมบด และเกลือเล็กน้อย .

"ดูเหมือนคุณจะทำอาหารเก่งนะ" เกรซแสดงความคิดเห็น

'ฉันเรียนรู้มันจากแม่ของฉัน เธอสอนฉันหลายอย่าง โดยเฉพาะวิธีปฏิบัติตนกับผู้หญิง" อาเบะอธิบาย

"เด็กผู้ชายที่เรียนรู้จากแม่จะเติบโตเป็นผู้ชายที่มีอารยธรรมและมีวัฒนธรรม" เกรซออกแถลงการณ์

"ฉันเห็นด้วยกับคุณ. การขัดเกลาทางสังคมและค่านิยมภายในส่วนใหญ่เป็นเพราะผู้หญิง
แม้ว่าฉันจะไม่เชื่อในบทบาทเฉพาะทางเพศก็ตาม" เขาอธิบาย

"อาหารเย็นพร้อมแล้ว" เกรซประกาศ

พวกเขานั่งบนเก้าอี้แล้วเริ่มกินข้าว แกงไก่ และกระเจี๊ยบทอด

"แกงไก่ของคุณน่าดึงดูดและอร่อยมาก" อาเบะกล่าว

"ฉันชอบกระเจี๊ยบ *ทอด* ของคุณ" เกรซตอบ

"เกรซ คุณรักษาสีหน้าร่าเริงอยู่เสมอได้ยังไง" อาเบะถาม

"ฉันรักชีวิต. ฉันรักทุกสิ่งที่เกี่ยวข้องกับชีวิต สำหรับฉันชีวิตคือแสงสว่าง
ปรัชญาของฉันคือการเป็นแสงสว่างให้ผู้อื่นในบางวัน
และไม่รู้สึกอายที่จะยืมแสงสว่างจากผู้อื่นเมื่อฉันอยู่ในความมืด แสงสว่างนำไปสู่ความหวัง
และความหวังนำไปสู่ความรัก การไม่มีความรักคือนรก
และนั่นคือเหตุผลที่เราบอกว่าไม่มีแสงสว่างในนรก" เกรซยิ้ม และฟันขาวของเธอเป็นประกาย
อาเบะมองเห็นแสงที่หายากในดวงตาของเธอ

"นั่นเป็นปรัชญาที่ยอดเยี่ยม และให้ฉันยืมมันจากคุณ" เขากล่าว

"ฉันพร้อมที่จะมอบมันให้กับเธอไปตลอดชีวิต" เกรซพูดอย่างตรงไปตรงมา
เธอมองไปที่อาเบะแล้วยิ้มอีกครั้ง

"เมื่อมีความหวัง ชีวิตก็จะง่ายขึ้น ชีวิตนั้นยากลำบากโดยปราศจากความหวัง
และการเอาชีวิตรอดกลายเป็นงานที่จริงจัง ดังนั้น แสงสว่าง ความหวัง และความรัก
ทั้งสามสิ่งนี้คือแก่นแท้ของชีวิตที่มีความสุขและน่าพึงพอใจ และเป็นความรักที่มีค่าที่สุด
เพราะมันประกอบด้วยแสงสว่างและความหวัง" เกรซครุ่นคิด

"ฉันเห็นด้วยกับคุณเกรซ"

หลังอาหารเย็น พวกเขาก็ล้างจาน กวาดและถูบ้าน มีแสงสว่างมากมายในสลัมและในกระท่อมของพวกเขา

"อาเบะ คุณเล่นหมากรุกเป็นไหม? ฉันเล่นมันคนเดียวบ้างเป็นบางครั้งหลังอาหารเย็น" เกรซถาม

"แน่นอนว่าฉันเคยเล่นกับพ่อแม่ ในโรงเรียนเป็นประจำ และไม่ค่อยได้เล่นตอนเรียนมหาวิทยาลัย"
อาเบะตอบ

"ช่วงนี้ฉันเล่นคนเดียว การเล่นให้ทั้งสองฝ่ายเป็นเรื่องน่าสนใจ"
ขณะหยิบกระดานหมากรุกและชิ้นส่วนต่างๆ ออกจากกล่องที่เก็บไว้ใต้เปล เกรซกล่าว

เธอกางกระดานหมากรุกไว้บนเปลและนั่งบนเตียงด้านเดียวกันและมองไปที่อาเบะ

"ในฐานะที่คุณเป็นแขกของฉัน คุณเล่นกับคนขาว ส่วนฉันเล่นกับคนผิวดำ" เกรซยืนกราน

"ทุกอย่างจะทำเพื่อฉัน" อาเบะกล่าว

ชิ้นส่วนทำจากไม้และกระดานเป็นพลาสติกหนาซึ่งอาเบะสามารถพับจากตรงกลางได้

อาเบะขยับเบี้ยข้างกษัตริย์ของเขาสองครั้ง และเกรซขยับเบี้ยข้างราชินีของเธอไปสองช่อง จากนั้นพวกเขาก็ดันเบี้ยตัวต่อไป โดยมีช่องหนึ่งป้องกันตัวเบี้ยตัวแรก หลังจากนั้น อาเบะก็ย้ายอัศวินของเขา และเกรซก็ย้ายอธิการของเธอ ในกระบวนท่าที่หก อาเบะตระหนักว่าเกรซเป็นผู้เล่นที่น่าเกรงขาม ในขณะที่เธอจับเบี้ยตัวแรกพร้อมกับอัศวินของเธอ ในการเคลื่อนไหวครั้งที่สิบ อาเบะรับเบี้ยของเธอ แต่ในขั้นตอนต่อไป เกรซได้ตรวจสอบกับอธิการของเธอ และอาเบะก็ปกป้องด้วยอัศวินของเขา ในการเคลื่อนไหวครั้งที่สิบแปด เกรซโจมตีกษัตริย์ของอาเบะพร้อมกับราชินีของเธอ และอาเบะไม่สามารถปกป้องกษัตริย์ของเขาได้ และมันก็เป็นการรุกฆาต

อาเบะนั่งเงียบๆ ครุ่นคิดถึงการเคลื่อนไหวห้าครั้งล่าสุดของเขา และเขาไม่อยากจะเชื่อเลยว่าเกรซจะรุกฆาตกับราชินีของเธออย่างที่เขาคาดไม่ถึง การกระทำของเธอกะทันหันแต่มีการวางแผนและคำนวณอย่างดี

“ขอแสดงความยินดีด้วยเกรซ คุณเป็นผู้เล่นที่ดีและฉันไม่เคยคาดหวังให้คุณเล่นเกมที่ชาญฉลาดขนาดนี้” อาเบะกล่าวพร้อมชื่นชมเกรซ

เกรซเล่นกับคนขาวในเกมถัดไปและย้ายเบี้ยสองตัวมารวมกัน อาเบะขยับเบี้ยข้างราชินีเป็นสองเท่า เกรซจับเบี้ยได้ในกระบวนท่าที่เจ็ด และอาเบะได้เบี้ยของเกรซในกระบวนท่าที่แปด อาเบะสามารถจับอัศวินของคู่ต่อสู้ได้ในกระบวนท่าที่สิบสอง ซึ่งเขาคิดว่าเป็นสิ่งที่คาดไม่ถึงสำหรับเกรซจากสีหน้าของเธอ ในการเคลื่อนไหวครั้งที่สิบสี่ เกรซจับเบี้ยของอาเบะได้อีกตัวหนึ่ง อาเบะสร้างปราสาทในขั้นตอนต่อไป และเกรซขยับราชินีของเธอเป็นสี่ช่องในแนวทแยงมุม มันเปิดพื้นที่ให้อาเบะ และเขาได้รุกฆาตกับอัศวินของเขา โดยมีโรงรับจำนำและอธิการคอยปกป้อง

“ขอแสดงความยินดีด้วย อาเบะ คุณเล่นได้ดี การโจมตีของคุณยอดเยี่ยมมาก แต่การป้องกันของฉันอ่อนแอ” เกรซกล่าว แต่อาเบะมีความสงสัยที่แฝงอยู่ว่าเกรซได้เสียสละอัศวินของเธออย่างรู้เท่าทัน

“สิบโมงแล้ว ไปนอนกันเถอะ" พรุ่งนี้อีกครั้ง เราจะทำงานร่วมกับ D' Souza โดยการย้ายปลาไปที่ห้องเย็นหรือภายในห้องเย็น ขึ้นอยู่กับการจับ" เกรซกล่าว

“ราตรีสวัสดิ์เกรซ เขาพูดแล้วไปนอน แต่ก่อนที่จะหลับลึก
เขาได้วิเคราะห์การเคลื่อนไหวเจ็ดครั้งสุดท้ายที่เขาทำอีกครั้ง
เกรซเสียสละอัศวินของเธอเพื่อช่วยให้เขาชนะหรือเปล่า?

วันรุ่งขึ้น พวกเขาเริ่มต้นตอนเจ็ดโมงเช้าและไปถึงชายหาด Calangute ภายในครึ่งชั่วโมง และ D' Souza กำลังรอพวกเขาอยู่พร้อมกับปลาเนินเล็กๆ ที่จับได้ในตอนเช้า

“ถ้าจับไม่ได้ในสัปดาห์หน้า ฉันคงรวยแล้ว" ซูซากล่าว

“ถ้าจับไม่ได้เราจะไปทำงานที่ไหน" เกรซถามคำถามแย้ง

“ฉันจะให้งานคุณทั้งสองคนในอีกสองวันข้างหน้า
หลังจากนั้นคุณต้องหางานให้คุณถ้าสัปดาห์หน้ายังทำไม่ได้" ดี ซูซาอธิบาย

"ไม่เป็นไร. มาเริ่มงานของเรากันดีกว่า วันนี้มีคนงานกี่คน?" เกรซถาม

“ตัวเลขเดียวกับเมื่อวาน" ดี ซูซ่า ตอบ

“ก็เท่ากับค่าจ้าง แต่วันนี้ไม่มีงานในห้องเย็น" เกรซกล่าว

“ตกลง" ดี' ซูซ่ากล่าว

พวกเขาก็เริ่มทำงานทันที คนงานสองคนเติมปลาลงในตะกร้า สองคนพาพวกเขาขึ้นไปบนรถเข็น และคนสี่คนรวมทั้งเกรซและอาเบะก็เข็นรถเข็นเข้าไปในห้องเย็น

อาเบะพบว่าการเข็นรถเข็นเป็นเรื่องง่ายเมื่อเขาได้รับประสบการณ์ในการจัดการกับมัน นอกจากนี้
การสวมกางเกงยีนส์และเสื้อยืดจะสะดวกสบายกว่าการสวมกางเกงขายาวและเสื้อเชิ้ตแขนยาวมาก
ตอนนี้อาเบะดูเหมือนคนงานจริงๆ เหนือสิ่งอื่นใด
เขาสนุกกับการทำงานร่วมกับเกรซและรู้ว่าเขาจะไม่ได้รับความสุขอย่างแท้จริงจากที่อื่น
แม้แต่ในสำนักงานที่สะดวกสบายของเขาที่ธนาคารระหว่างประเทศนั้นก็ตาม
และอาเบะก็ชอบที่จะอยู่กับเกรซ

“อาเบะ วันนี้คุณดูดีมากในชุดยีนส์และเสื้อยืด" เกรซบอกเขาขณะเข็นรถเข็นที่เต็มไปด้วยปลา

“มันอยู่ที่คุณเลือก และฉันชอบมัน" อาเบะกล่าว

ระหว่างพักกลางวัน

พวกเขาเดินไปยังร้านอาหารโปรตุเกสแบบดั้งเดิมที่อยู่อีกฟากหนึ่งของถนนใกล้กับโบสถ์ซาเวียร์

"วันนี้ฉันจะให้ขนมแก่คุณ" เกรซพูด

"ทำไมคุณถึงอยากให้ฉันเลี้ยงล่ะ" อาเบะถาม

"เพราะว่าวันมะรืนนี้จะเป็นวันสุดท้ายที่เธอทำงานกับฉัน" เกรซกล่าว

"ถ้าอย่างนั้น ให้ฉันเลี้ยงนะ" อาเบะพยายามโน้มน้าวเธอ

"แต่คุณเป็นแขกของฉัน" เกรซตอบ

จากนั้นเกรซจึงสั่ง *Caldo Verde* ซึ่งเป็นซุปที่ทำจากมันฝรั่ง ผักกระหล่ำปลีฉีก ชูริโก้ชิ้น และไส้กรอกโปรตุเกสรสเผ็ด ครึ่งหนึ่งของ *Cozido* ซึ่งเป็นอาหารโปรตุเกสที่ทำจากเนื้อสัตว์ทุกประเภทสำหรับอาหารจานหลัก และครึ่งหนึ่งของ *Arroz Caldoza com Peixe* ซึ่งเป็นข้าวผักเข้มข้นพร้อมปลาสดชุบแป้งทอด

"มันดูสวยงามมาก" เมื่อเสิร์ฟ อาเบะกล่าว

"อาเบะ คุณเป็นคนดีมาก และฉันชอบคุณมาก" คุณอ่อนโยน มีน้ำใจ และเคารพในศักดิ์ศรีของผู้อื่น" เกรซพูดขณะกินอาหารของเธอ

คำพูดของเธออ่อนโยนและอบอุ่น และอาเบะรู้สึกดีใจที่ได้ยินเธอพูด แต่เขาไม่ได้แสดงความคิดเห็นในสิ่งที่เธอพูด

"วันมะรืนนี้จะเป็นวันสุดท้ายที่ฉันทำงานกับคุณ แล้วฉันก็จะไป ฉันไม่รู้ว่าจะได้เจอคุณอีกไหม แต่ฉันจะคิดถึงคุณอย่างแน่นอน ของขวัญและการต้อนรับของคุณ ไม่มีที่ไหนอีกแล้วที่ฉันจะสามารถรับของขวัญอันล้ำค่าหรือพบปะคนเช่นคุณได้ คุณมีความกล้าหาญอย่างมากที่จะช่วยเหลือคนแปลกหน้าเช่นฉัน ชวนฉันไปที่บ้านของคุณ ที่ที่คุณอยู่คนเดียว นอกจากนี้ คุณยังอนุญาตให้ฉันนอนบนเตียงเดียวกับที่คุณนอน และไม่มีใครในโลกนี้ที่จะเชื่อว่าการกระทำดังกล่าวมีความเรียบง่าย ความซื่อสัตย์ และการเปิดกว้าง เป็นจุดสุดยอดของความไว้วางใจที่เล็ดลอดออกมาจากแสงสว่าง ความหวัง และความรัก คุณทำอาหารให้ฉัน ทำน้ำอุ่นเพื่ออาบน้ำ ให้เสื้อผ้าฉันใส่ เล่นหมากรุกกับฉัน และจงใจแพ้เกมเพื่อรักษาหน้าของฉัน"

"ไม่ อาเบะ คุณเป็นนักเล่นหมากรุกที่ดีและไม่ธรรมดา" ฉันชอบที่จะเล่นกับคุณครั้งแล้วครั้งเล่า" เกรซพูดยิ้ม

"วันนี้เราจะเล่นแบบมืออาชีพ ไม่แสดงอารมณ์ ไม่มีการเสียสละเพื่อช่วยให้อีกฝ่ายได้รับชัยชนะ" อาเบะแนะนำ

"อาเบะ คุณเป็นมืออาชีพอย่างแท้จริง เป็นคนซื่อสัตย์" ฉันดีใจที่ได้อยู่กับคุณ" เกรซกล่าว

หลังอาหารก็ดื่มกาแฟร้อน

บ่ายสองโมงพวกเขาก็เริ่มทำงานอีกครั้ง และเมื่อถึงเวลาบ่ายสามโมงครึ่ง พวกเขาก็ย้ายปลาทั้งตัวไปที่ห้องเย็นจนเสร็จ

จากนั้นพวกเขาก็เก็บเงินได้คนละสามร้อยรูปีจาก D' Souza เกรซมีความเฉพาะเจาะจงมากที่เขาจ่ายเงินจำนวนเท่ากันให้กับคนงานคนอื่นๆ ทั้งหมด

เกรซและอาเบะไปที่ร้านชั่วคราวเพื่อซื้อข้าว แป้งข้าวสาลี น้ำมันปรุงอาหาร และมาซาลา เกรซขอให้เจ้าของร้านจัดเสบียงโดยใส่ถุงหิ้วแยกกันสองใบเพราะพกพาได้ง่ายกว่า

"ฉันรู้สึกดีที่ได้ถือกระเป๋าถือ เพราะมันบ่งบอกว่าเรากำลังกลับบ้าน บ้านของเราเอง" อาเบะกล่าว และเกรซก็ยิ้มเมื่อได้ยินสิ่งที่อาเบะพูด

เช่นเคย พวกเขานั่งรถบัสท้องถิ่นไปที่ซินเกริม และรถบัสก็เกือบจะว่างเปล่า และพวกเขาได้ยินคนขับทำร้ายตัวเองที่รับผู้โดยสารไม่เพียงพอในการเดินทางครั้งนั้น ไม่มีแสงสว่างบนป้อมอากัวดา ถนนมืด และมองเห็นหลุมบ่อได้ยาก สลัมเงียบสงบ และเด็กๆ ก็ทำการบ้านภายใต้แสงไฟสลัวๆ ภายในกระท่อมของพวกเขา

อาเบะซักเสื้อผ้าของเขาในน้ำร้อนด้วยผงซักฟอกและอาบน้ำอุ่น แล้วก็ถึงคราวของเกรซ หลังจากนั้นพวกเขาก็เตรียมอาหารมังสวิรัติง่ายๆ สำหรับมื้อเย็น นั่งเคียงข้างกัน ถือจาน คุยกันหลายเรื่อง และอาเบะก็สนุกกับการฟังเกรซพูด ความสามัคคีของพวกเขามีความงดงาม ความเรียบง่าย และความน่าเชื่อถือเป็นพิเศษ
เขาอยากถามเกรซว่าทำไมเธอถึงอยู่คนเดียวและทำให้เธอทุ่มเทกับงานของเธอมาก อะไรทำให้เธอกระตือรือร้น และเหตุใดจึงเต็มไปด้วยพลังด้านบวกมากมาย? แต่เขาไม่ได้ถามเธอเพราะคำถามเหล่านั้นไม่เกี่ยวข้อง

อาเบะโหยหาใครสักคนและไม่สามารถอธิบายได้ว่าคนนั้นคือใคร แต่เขาประสบกับความสงบและความสุขเมื่ออยู่ต่อหน้าเกรซ "เกรซ คุณแตกต่างออกไป คุณมีเอกลักษณ์เฉพาะตัว" เขากล่าวในใจ

บ้านในกัว

เกรซและอาเบะไม่ได้เล่นหมากรุกหลังอาหารเย็น
เนื่องจากเกรซบอกเขาว่าเธอจะร้องเพลงภาพยนตร์ภาษาฮินดีเก่าๆ เพื่อเป็นเกียรติแก่อาเบะ เธอนั่งบนเปล
โดยพยุงหลังพิงกำแพง เหยียดขาเข้าหาเขา เขาสังเกตเห็นว่าเธอมีแหวนเงินอยู่ที่นิ้วเท้าชี้ทั้งสองของเธอ
และเขาต้องการสัมผัสแหวนนั้น แต่เขาต่อต้านสิ่งล่อใจของเขา

“อาเบะ ฉันจะร้องเพลงให้คุณสองเพลง เพลงแรกคือ "Kabhi Kabhi Mere Dil Mei" แต่งโดย Sahir Ludhianvi ดนตรีโดย Khayyam และร้องโดย Mukesh" Grace แนะนำเพลงนี้ให้เขาฟัง

จากนั้นเธอก็หายใจเข้าลึกๆ และเริ่มร้องเพลงหลังจากหยุดชั่วคราว
ทันใดนั้นอาเบะก็เข้าสู่โลกใหม่แห่งความโรแมนติกและความเจ็บปวดอันละเอียดอ่อนของการพรากจากกัน
และความทรงจำ เสียงของเธอไพเราะ มันสะเทือนใจและศีรษะของเขา และเขาก็นั่งนิ่ง
อาเบะรู้สึกเคลิบเคลิ้ม และเมื่อร้องเพลงจบ เขาก็มองไปที่เกรซอยู่พักหนึ่งโดยไม่พูดอะไร

"ฉันสนุกกับมัน. คุณเป็นนักร้องที่ดี" อาเบะกล่าว

เพลงที่สองคือ “ตุจเฮเดคาโต๊ะเย่จานาสนาม”

“เพลงนี้มาจากภาพยนตร์เรื่อง *Dilwale Dulhaniya Le Jayenge* Anand Bakshi เขียนเนื้อเพลงที่ร้องโดย Lata Mangeshkar และ Sonu Nigam" Grace แนะนำ จากนั้นเธอก็เริ่มร้องเพลง
และเขารู้สึกว่ามันไพเราะมาก และอาเบะคิดว่าเขาและเกรซเป็นตัวละครหลักในเพลงนี้

“มันเป็นการแสดงที่ไพเราะมาก” อาเบะกล่าวเมื่อการร้องเพลงจบลง

เกรซมองดูอาเบะ และดวงตาของเธอก็เปล่งประกาย เขาสังเกตเห็น

“เกรซ ฉันชื่นชมคุณ" การบอกอาเบะทำให้ใจของเขาเปิดออก

“โอ้ อาเบะ" เธออุทาน

“เกรซ ฉันขอถามคุณหน่อยสิ” อาเบะกล่าว

“แน่นอน อาเบะ” เกรซตอบ

"ทำไมคุณถึงสวมแหวนเหล่านี้ที่นิ้วเท้าชี้ของคุณ"

"โปรดอย่าคิดว่าฉันเป็นคนเชื่อโชคลาง แหวนเหล่านี้เป็นตัวแทนของสามีในอนาคตของฉันและฉัน ทางซ้ายคือฉัน และทางขวาคือที่รักของฉัน เมื่อฉันแต่งงานกับผู้ชายที่ฉันรัก คนที่ฉันชื่นชมและเคารพมากที่สุด ฉันจะถอดแหวนเหล่านี้ออก" เกรซพูดตรงไปตรงมาและแม่นยำ

อาเบะอยากจะถามว่าเธอได้พบคนรักของเธอแล้วหรือยัง แต่เขาไม่พบ

จากนั้นพวกเขาก็นอนหลับ และเมื่ออาเบะลุกขึ้นก็เห็นเกรซกำลังรีดผ้าอยู่

"เนื่องจากเป็นยีนส์ จึงต้องใช้เวลาในการตากนานกว่า ฉันก็เลยคิดจะรีดมัน" เธอกล่าว

"ขอบคุณเกรซ และสวัสดีตอนเช้า" เขาอวยพรให้เธอ

"สวัสดีตอนเช้าอาเบะที่รัก" เธอกล่าว

ทันใดนั้นอาเบะสังเกตเห็น *ว่า* เกรซได้เพิ่มคำอวยพรให้เขาอีกคำหนึ่งว่า "ที่รัก"

"ฉันจะเตรียมกาแฟบนเตียงให้เราสองคนไหม" เขาถาม.

"แน่นอน อาเบะ" เธอตอบ

อาเบะเตรียมกาแฟกรอง Coorg นึ่งและเสิร์ฟในแก้วขนาดใหญ่ พวกเขานั่งบนเก้าอี้หันหน้าเข้าหากันและจิบช้าๆ

'กาแฟของคุณกระตุ้นและมีกลิ่นหอม' เกรซแสดงความคิดเห็น

"ขอบคุณ เกรซที่รัก" เขาตอบ และเกรซสังเกตเห็นคำใหม่ *ที่รัก* แล้วเธอก็ยิ้ม

พวกเขาไปถึงหาด Calangute ก่อนแปดโมงเช้า และชายหาดก็ว่างเปล่าเนื่องจากไม่มีปลาที่จับได้ในเวลากลางคืนและเช้าตรู่ ชาวประมงชุดต่อไปจะมาถึงก่อนหกโมงเย็นหากพวกเขาสามารถจับปลาได้ มิฉะนั้นพวกเขาก็จะอยู่ในทะเลเป็นเวลานาน เกรซและอาเบะไปที่ห้องเย็นของดี' โซซ่า เมื่อนั่งอยู่บนเก้าอี้ด้านนอกห้องทำงาน เขาดูเฉยเมยเมื่อมีคนทักทายและไม่ตอบคำทักทาย

"วันนี้จับไม่ได้ และไม่มีงาน" เขากล่าว

"แต่เมื่อวานคุณบอกว่าถ้าจับไม่ได้ คุณจะให้เราทำงานในห้องเย็นของคุณเป็นเวลาสองวัน" เกรซกล่าว

"ไม่เป็นไร. มีงานบางอย่างในห้องเย็นสำหรับสองคน แต่ฉันจะไม่จ่ายเงินให้คุณไม่เกินสองร้อยรูปี" D' Souza ฟังดูยากลำบาก

'นั่นเป็นค่าจ้างที่ต่ำเกินไป อาเบะ มา ไปกันเถอะ" เกรซหันกลับมา

“เดี๋ยวก่อน เด็กผู้หญิงหมวกสีน้ำตาล ฉันจะจ่ายเงินให้คุณสองร้อยห้าสิบเหรียญ แต่คุณต้องทำงานจนถึงห้าโมงเย็น"

“ตกลง" เกรซพูด “โดยบอกว่าพวกเขาเข้าไปในห้องเย็น

“คุณต้องแยกปลาและเก็บแยกกัน และต้องใช้เวลาในการแยกปลา" บอกกับ D' Souza ออกไป

ที่นั่นมีถาดขนาดใหญ่ห้าถาดบรรจุปลาหลากหลายพันธุ์จำนวนมาก เกรซและอาเบะผูกผ้ากันเปื้อนไว้รอบตัว สวมถุงมือยาง แล้วแยกปลาใส่ตะกร้า พวกเขาคัดแยกปลาแซลมอน ปลาแมคเคอเรล ปลาซาร์ดีน ปลาหมอ ปลา Barramundi เป็ดบอมเบย์ และปลา Pomfret ห้าสิบห้าถังก่อนเที่ยง พวกเขาทานอาหารกลางวันร้อนๆ บนทางเท้าและดื่มกาแฟร้อนจากร้านกาแฟริมถนนเมื่อพวกเขารู้สึกหนาว เมื่อถึงเวลาห้าโมงเย็น เกรซและอาเบะทำงานทั้งหมดเสร็จ และมีตะกร้าปลาหลากหลายสายพันธุ์เจ็ดสิบสองตะกร้า ซูซามีความสุขมาก และเขาจ่ายเงินให้พวกเขาคนละสามร้อยรูปีสำหรับการทำงานในแต่ละวัน ซึ่งมากกว่าที่เขาสัญญาไว้ห้าสิบ เกรซและอาเบะวิ่งไปที่ร้านน้ำชาและหยิบถ้วยชาร้อนๆ เพราะพวกเขารู้สึกหนาวขณะทำงานในห้องเย็นเป็นเวลาประมาณเก้าชั่วโมง

จากนั้นเกรซก็พาอาเบะไปที่ร้านเสื้อผ้าบุรุษ

“ทำไมเราถึงมาที่นี่?" อาเบะเอ่ยถาม

“ฉันชอบให้เนคไทแก่คุณ" เธอกล่าว

"ไม่นะ!" อาเบะร้องไห้

“ได้โปรดอาเบะ พรุ่งนี้คุณจะจากฉันไป ฉันต้องการแสดงความขอบคุณต่อคุณสำหรับความสุขอันมีเสน่ห์ มิตรภาพที่ซื่อสัตย์ และการปรากฏตัวแบบลิสซัม ซึ่งฉันมีความสุขอย่างทั่วถึง คุณเป็นเหมือนน้ำยาทำให้ผิวนวลในชีวิตของฉันทุกวันนี้" เธอกล่าวและดวงตาของเธอก็เปล่งประกาย

“เกรซ..." อาเบะเรียก

เกรซเลือกเนคไทผ้าไหมซึ่งมีสีชมพูแดง และเสื้อเชิ้ตและกางเกงของเขามีคุณภาพดีที่สุด

"นี่คือการเลือกของฉัน มันจะเข้ากันได้ดีกับเสื้อเชิ้ตและกางเกงแบรนด์ของคุณ" เมื่อมองดูอาเบะ เธอกล่าว

เกรซสังเกตเห็นเสื้อเชิ้ตและกางเกงราคาแพงของเขา จึงนึกถึงอาเบะ

"ขอบคุณนะเกรซที่รัก ฉันจะแสดงความขอบคุณต่อคุณได้อย่างไร" เขาถาม.

"คุณไม่จำเป็นต้อง" เธอกล่าว

เมื่อกลับถึงบ้าน เธอขอให้เขาสวมเสื้อเชิ้ตและกางเกงขายาวพร้อมเนคไท
เมื่อเขาออกจากห้องน้ำหลังจากสวมมัน เกรซมองเขาเป็นเวลานาน แล้วเธอก็พูดว่า: "คุณดูเยี่ยมมาก เหมือนที่ฉันเห็นคุณในความฝัน"

แต่อาเบะไม่ได้ถามเธอว่าเธอฝันถึงเขาเมื่อใด

จากนั้นเธอก็เข้ามาใกล้เขา แตะปลายเนคไทแล้วพูดว่า: "คุณดูดีมาก และฉันชอบรูปลักษณ์ของคุณ"

อาเบะยิ้มมองดูเธอ เขาต้องการกอดเธอและแสดงความขอบคุณและความรัก เขาคิดที่จะกดเธอแนบหน้าอก และให้เธออยู่ใกล้เขาตลอดไป มีความรู้สึกรักอันยิ่งใหญ่อยู่ในใจของเขา
ในตอนแรกมันก็เหมือนระลอกคลื่นแต่กลับขยายตัวเหมือนคลื่น เกรซเขาเรียกชื่อเธอซ้ำๆในใจ ฉันรักคุณ; ฉันชอบที่จะให้คุณอยู่กับฉันจนวาระสุดท้ายของชีวิต ฉันตกหลุมรักคุณแล้ว ฉันไม่เคยเห็นผู้หญิงที่น่ารัก เป็นมิตร และไม่อาจต้านทานได้เหมือนคุณมาก่อน พระองค์ทรงทำให้ข้าพระองค์เห็นโลกอย่างชุ่มฉ่ำ มีเสน่ห์ และมีชีวิตชีวา ฉันรักคุณเกรซ; อยู่กับฉันเสมอ มันเป็นเสียงที่สดใสของหัวใจของเขา

เกรซเตรียมอาหารค่ำอันประณีตสำหรับทั้งคู่ มีไก่ย่าง ปลาจาระเม็ดทอด ข้าวผักปูเลา *ดอก* กะหล่ำมาซา *ล่า* และ *แกงดาอัลมะเขือเทศ* อาหารมื้อนี้หรูหรามาก
พวกเขาคุยกันเหมือนรู้จักกันมาหลายปีและเป็นเพื่อนสนิทกัน
หลังจากทำความสะอาดและซักผ้าแล้วพวกเขาก็เข้านอนตอนสิบโมง

อาเบะนอนไม่หลับ และเขากำลังคิดถึงชีวิตของเขากับเกรซ และเมื่อประมาณสิบเอ็ดโมงเช้า เขาก็ตระหนักว่าเกรซไม่ได้นอน

"อาเบะ เธอไม่ได้นอนเหรอ" เกรซถามเขาอย่างอ่อนโยน

"ไม่ เกรซ" เขาตอบ

"ทำไม?" เธอถาม

"ฉันกำลังคิดถึงคุณ,"

"ฉันก็คิดถึงคุณเหมือนกัน พรุ่งนี้คุณจะไปแล้ว และฉันอาจจะไม่ได้พบคุณอีก
คุณมาที่นี่ในฐานะคนแปลกหน้า และตอนนี้คุณกำลังจากไปในฐานะเพื่อนสนิท บุคคลอันเป็นที่รักยิ่ง"
เธอกล่าว

"นั่นคือปัญหาในชีวิต" เขาแสดงความคิดเห็น

"เราต่อสู้ดิ้นรนเพื่อสร้างความสำเร็จในชีวิต แต่มีการต่อสู้ระหว่างจิตใจและร่างกายของคุณ
และไม่ว่าใครชนะ ชัยชนะก็จะถูกแบ่งแยก ทั้งคู่จะต้องชนะ แต่นั่นเป็นไปไม่ได้" เธออธิบาย

"เหตุใดจึงเป็นไปไม่ได้" เขาถาม

"เพราะว่าจิตใจของคุณตัดสินใจบางอย่างโดยไม่ปรึกษาร่างกายของคุณ แต่ร่างกายไม่มีจิตใจ
และร่างกายไม่สามารถตัดสินใจใดๆ ได้โดยปราศจากจิตใจ" เธออธิบาย

"นั่นคือโศกนาฏกรรมที่มนุษย์เราเผชิญอยู่บ่อยครั้ง
ร่างกายอ่อนแอแต่จิตใจไม่ยอมให้ร่างกายประพฤติตามที่ต้องการ" เขากล่าว

"ถ้าไม่มีจิตใจ ร่างกายก็จะอยู่ในความมืดมิดเสมอ ข้อขัดแย้งคือเมื่ออยู่ในแสงสว่าง คุณจะไม่เห็นทุกสิ่ง
ความสว่างจะทำให้การมองเห็นของคุณแย่ลง เนื่องจากมันจำกัดโฟกัสและเส้นขอบฟ้าของคุณ
ในเวลากลางคืนคุณสามารถมองเห็นท้องฟ้า ดวงดาว และกาแล็กซีได้ดีขึ้น
และสังเกตจักรวาลในความเวิ้งว้างอันใหญ่โตของมัน
คุณสามารถบรรจุความยิ่งใหญ่ของจักรวาลไว้ในดวงตาเล็กๆ ของคุณ ซึ่งเป็นส่วนหนึ่งของร่างกายของคุณ
ร่างกายของจิตใจก็เหมือนไม้ที่ตายแล้ว" เกรซกล่าวว่า

"เกรซ คุณกลายเป็นนักปรัชญาแล้ว ดังนั้น เรามาเล่นหมากรุกกันสักพักเพื่อเอาชนะความโศกเศร้า
ความอ่อนล้า และความมืดมนเล็กๆ น้อยๆ กัน" อาเบะแนะนำ

“แน่นอนว่าการจำกัดความเกียจคร้านด้วยการเล่นหมากรุกเป็นความคิดที่ดี” เกรซพูดและกระโดดลงจากเตียงแล้วจุดไฟ เกมหมากรุกดำเนินไปอย่างดุเดือด และเกรซก็มุ่งมั่นที่จะชนะเกมนี้ เกมแรกกินเวลาห้าสิบนาที และเกรซชนะด้วยการรุกฆาตด้วยเบี้ยของเธอ

“เกรซ มันยากที่จะเอาชนะเธอ" อาเบะกล่าว ฉันต้องเรียนรู้จากคุณถึงวิธีการป้องกันที่ดีกว่า ฉันโจมตีได้ แต่การป้องกันของฉันอ่อนแอ" อาเบะสารภาพ

'อาเบะ คุณเล่นได้ดี' แต่ฉันสังเกตเห็นว่าคุณเสียสมาธิในระหว่างนั้น" เธอตั้งข้อสังเกต

“คุณพูดถูกเกรซ จู่ๆ ฉันก็คิดถึงคุณ และนั่นคือจุดอ่อนของฉัน ความคิดของคุณครอบงำเหตุผลและรูปแบบการคิดของฉัน ด้วยเหตุนี้คุณจึงรุกฆาตฉันด้วยเบี้ยของคุณ มาเล่นเกมกันอีกเกมหนึ่ง" อาเบะกล่าว

เกมที่สองกินเวลาหนึ่งชั่วโมงสิบนาที และในท้ายที่สุด อาเบะรุกฆาตเกรซกับอัศวินของเขา

“มันเป็นเกมที่ยอดเยี่ยม อาเบะ คุณเล่นเหมือนคาสปารอฟ" เกรซแสดงความคิดเห็น

“ขอบคุณนะเกรซ" อาเบะแสดงความยินดีที่ชนะเกมนี้

เป็นเวลาหนึ่งโมงเช้าแล้ว

“เกรซ ช่วยร้องเพลงหนังภาษาฮินดีหน่อย แล้วเราจะนอนกัน" อาเบะได้ร้องขอ

“แน่นอน" เธอกล่าว

เธอนั่งอยู่บนเปลโดยพยุงหลังไว้บนผนัง และเท้าของเธอก็แตะขอบเตียงที่อาเบะนั่งอยู่ และอีกครั้งที่เขามองไปที่แหวนเงินบนนิ้วเท้าชี้ของเธอ พวกเขาดูสวยงามอย่างประณีต แต่วันหนึ่งเธอจะถอดมันออกเมื่อแต่งงานกับคนที่เธอรัก เครื่องรางจะนำความโชคดีมาสู่เธอ

“ฉันจะร้องเพลงเก่า มันมาจากภาพยนตร์ *เรื่อง Awara* โดย Raj Kapoor และเพลง "Awara Hoon" เขียนโดย Shailendra และร้องโดย Mukesh"

จากนั้นเธอก็เริ่มร้องเพลง และถ้อยคำและความหมายก็ฝังลึกเข้าไปในใจของอาเบะ ทันใดนั้นอาเบะก็เริ่มร้องเพลงร่วมกับเกรซ และเขาสังเกตเห็นประกายไฟในดวงตาของเธอ

“เกรซ นี่เป็นเพลงประกอบภาพยนตร์ภาษาฮินดีที่วิเศษที่สุดที่ฉันเคยได้ยินมา และเธอก็ร้องเพลงนี้เพราะมาก"

"คุณก็ร่วมร้องเพลงนี้กับฉันด้วย ฉันสนุกกับมัน."

"เรามานอนกันเถอะ" เขาเสนอ

"เป็นเวลาตีหนึ่งครึ่งแล้วและเป็นเวลาที่เหมาะสมในการนอนหลับ" เธอปิดไฟ

เมื่อเขาตื่นนอนประมาณตีห้า เขาเห็นเกรซกำลังชงกาแฟบนเตียง

"สวัสดีตอนเช้าอาเบะ คุณหลับสบายดีไหม?"

"สวัสดีเกรซ สวัสดีตอนเช้า ฉันนอนหลับสนิท ดูเหมือนว่าเกมหมากรุกและเพลงของคุณช่วยฉันได้มาก"

พวกเขานั่งเผชิญหน้าและจิบกาแฟ

"เกรซ ฉันอยากจะเล่าบางอย่างให้ฟัง"

"เชิญค่ะ" เกรซตอบ

"ฉันยกเลิกการไปมุมไบแล้ว" เขากล่าวด้วยน้ำเสียงแผ่วเบา

"แต่ทำไม?" เกรซแสดงความประหลาดใจของเธอ

"ตอนนี้ฉันไม่อยากไป แต่เมื่อฉันรู้สึก ฉันจะไป"

"คุณคิดเรื่องนี้อย่างจริงจังหรือเปล่า"

"ใช่. ฉันคิดอย่างจริงจังเกี่ยวกับการตัดสินใจของฉัน" อาเบะกล่าว

"มันเป็นการตัดสินใจที่ชาญฉลาดเหรอ? คุณจะรู้สึกผิดหวังในภายหลังหรือไม่"
เธอต้องการได้รับคำตอบที่รอบคอบจากเขา

"ฉันกำลังคิดถึงเรื่องนี้ในช่วงสองวันที่ผ่านมา ประเมินข้อดีและข้อเสีย และพร้อมที่จะเผชิญกับผลที่ตามมา" อาเบะอธิบาย

"อาเบะ เราได้ทำการตัดสินใจบางอย่างในชีวิต และต่อมาก็ตระหนักได้ว่ามันเป็นความผิดพลาด เหมือนการเคลื่อนไหวในเกมหมากรุก แต่ชีวิตเป็นมากกว่าเกมหมากรุก การตัดสินใจบางอย่างมีผลกระทบในวงกว้าง และไม่สามารถแก้ไขได้ในภายหลัง ฉันรู้ว่าคุณเป็นผู้ใหญ่แล้ว และคุณมีอิสระที่จะตัดสินใจซึ่งส่งผลต่อชีวิตของคุณเอง" เกรซอธิบายมุมมองของเธอ

"ฉันเข้าใจแล้วเกรซ"

"คุณไม่ควรรู้สึกถูกโกง และไม่ควรรู้สึกผิดหวังเมื่อเผชิญหน้ากับความเป็นจริงของชีวิต ในสถานการณ์อื่นในอนาคต ฉันอาจจะจากไปอย่างกะทันหัน และคุณอาจจะถูกทิ้งให้อยู่ตามลำพัง" เกรซกล่าวอย่างเข้มแข็ง

"ฉันทราบแล้ว" อาเบะยืนกราน

"การปฏิเสธบางสิ่ง เป็นการเชิญชวนเหตุการณ์อื่นๆ โดยไม่รู้ตัว
และคุณต้องมีความกล้าและเปิดกว้างที่จะเผชิญกับสิ่งเหล่านั้น"

"แต่ฉันจะอยู่ที่นี่กับคุณและรักที่จะอยู่กับคุณ" อาเบะพูดเหมือนขออนุญาตจากเกรซ

"แต่ฉันไม่สนับสนุนให้คุณทำ ฉันห้ามไม่ให้คุณกระโดดไปสู่อนาคตที่ไม่รู้จัก"
เกรซพยายามห้ามปรามเขาและทำให้เขาตระหนักถึงอันตรายที่เขาอาจเผชิญในภายหลัง

"ให้ฉันอยู่ที่นี่เกรซ" เขาอ้อนวอน

"คุณต้องยอมรับความเสี่ยงเอง" เธอกล่าว

จากนั้นก็เกิดความเงียบยาวนาน

สำหรับอาหารเช้า พวกเขาทำแซนด์วิชพร้อมไข่เจียวและโจ๊ก เมื่อพวกเขาไปถึงชายหาด Calangute D' Souza บอกพวกเขาว่าเจ้าหน้าที่ชายหาดได้ห้ามไม่ให้ชาวประมงออกทะเลเนื่องจากแผ่นดินไหวในเยเมน มีความเป็นไปได้ที่จะเกิดสึนามิในทะเลอาหรับเป็นส่วนใหญ่ เกรซและอาเบะจึงไปตลาดผัก มีงานเกี่ยวกับการขนถ่ายสินค้าเพียงพอกับเกษตรกรจำนวนมากที่นำผักออกสู่ตลาด ชาวนาแต่ละคนจ่ายเงินสี่สิบถึงห้าสิบรูปีสำหรับการขนขึ้นหรือลง และเกรซและอาเบะก็สามารถหาเงินได้ทั้งหมดหกร้อยห้าสิบรูปีจนถึงห้าโมงเย็น

"วันเสาร์และวันอาทิตย์เป็นวันหยุด" ขณะกลับบ้าน เกรซบอกกับอาเบะ

"วันเสาร์และอาทิตย์คุณทำอะไร" อาเบะถามเกรซ

"ในวันเสาร์เดือนละครั้ง ตั้งแต่ 8 โมงเช้าถึงเที่ยง เราจะทำความสะอาดสลัม ซึ่งเราเรียกว่าองค์กรชุมชน โดยปกติแล้วจะมีคนเข้าร่วมงานประมาณห้าสิบคน และทุกคนก็ให้ความสำคัญกับงานนี้อย่างจริงจัง หลังจากทำความสะอาด เราทุกคนจะแบ่งชาและของว่างกัน โดยค่าใช้จ่ายจะมาจากกองทุนส่วนกลาง แต่ละครอบครัวจะบริจาคเงินจำนวนเล็กน้อยทุกเดือนเพื่อเป็นค่าใช้จ่ายทั่วไป งานทำความสะอาด งานเลี้ยงน้ำชา อาหารว่าง และการพบปะสังสรรค์ช่วยให้ผู้คนสร้างสายสัมพันธ์อันแน่นแฟ้น

พบปะซึ่งกันและกัน และแบ่งปันความกังวลทางสังคมและเศรษฐกิจ
มีความรู้สึกร่วมกันอย่างแท้จริงในหมู่ผู้คน" เกรซกล่าว

“ฉันชอบการรวมตัวแบบนี้" อาเบะตอบ

“ในวันอาทิตย์ ฉันทำความสะอาดบ้าน ซักผ้าปูที่นอนและเสื้อผ้าอื่นๆ รีด และวางแผนสำหรับสัปดาห์หน้า
หลังอาหารกลางวัน ฉันมักจะไปปิกนิกหรือเยี่ยมชมสถานที่ต่างๆ ในกัว
และกลับมาประมาณเจ็ดโมงในตอนเย็น แต่พรุ่งนี้ แทนที่จะเป็นวันอาทิตย์
เราสามารถไปเยี่ยมกัวด้วยกันได้ทันทีหลังจากทำความสะอาดและชุมชน" เกรซแนะนำ

“นั่นเยี่ยมมาก กัวเป็นสถานที่ที่น่าทึ่งมาก" อาเบะกล่าว

ประมาณแปดโมงเช้าวันเสาร์ ฝูงชนที่ดีทั้งชายและหญิง เยาวชน
และเด็กมารวมตัวกันที่หน้ากระท่อมของเกรซ พวกเขาขนเครื่องมือต่างๆ ไม้กวาด ที่ตักขยะ
ไม้ถูพื้นขนาดใหญ่ ตะกร้า ถัง พลั่ว พลั่ว และจอบ “เด็กผู้หญิงหมวกสีน้ำตาล" พวกเขาเรียกเกรซ
และอาเบะและเกรซก็พร้อมไม้กวาดยาว

“เราจะแบ่งพวกเราออกเป็นสี่กลุ่มเล็กๆ และเริ่มทำความสะอาดจากมุมต่างๆ" เกรซแนะนำ

กลุ่มตัดสินใจว่าใครคือผู้จัดการกลุ่ม ไม่ใช่ผู้นำที่มีอำนาจควบคุมงาน
อาเบะตระหนักว่าเกรซเป็นคนแรกที่เป็นผู้นำโครงการองค์กรชุมชนดังกล่าวเดือนละครั้งในสลัม
ในระยะเริ่มแรกประชาชนไม่เต็มใจที่จะเข้าร่วมกิจกรรมดังกล่าว
แต่ความสนใจที่เกรซแสดงและลักษณะของงานที่เธอทำทำให้หลายคนมีกำลังใจ ในตอนแรก
เกรซอยู่คนเดียวในงานทำความสะอาด แต่หลังจากผ่านไปหนึ่งเดือน
เยาวชนและผู้หญิงบางคนก็มาร่วมงานกับเธอ และต่อมาก็มีผู้ชายบางคนด้วย และภายในสามเดือน
งานนี้ก็กลายเป็นความพยายามของชุมชน เธอไม่ใช่ผู้นำแต่เป็นผู้จัดงานชุมชน ผู้คนเลือกเธอ
และคนหนุ่มสาวครึ่งโหลก็จัดการงานทั้งหมด ระหว่างดื่มชา
พวกเขาตัดสินใจว่าใครจะเป็นผู้จัดงานชุมชนในอีกสามเดือนข้างหน้า จึงมีทีมใหม่ทุกๆ สามเดือน
เกือบทุกคนจึงมีโอกาสเป็นผู้จัดงานชุมชน

พวกเขาเริ่มงานทันที พวกผู้ชายทำความสะอาดระบบบำบัดน้ำเสียแบบเปิดด้วยพลั่ว พลั่ว และจอบ
บางคนเก็บขยะแล้วขนใส่รถเข็นไปยังบ่อขยะซึ่งอยู่ห่างจากสลัมประมาณครึ่งกิโลเมตร
เพื่อให้เจ้าหน้าที่เทศบาลขนออกไปทุกครั้งที่มาพร้อมกับรถบรรทุกเก็บขยะ

ผู้หญิงแสดงความกระตือรือร้นในการกวาดและถูถนนและทางเดิน เยาวชนรวบรวมขยะพลาสติก ไม้และชิ้นส่วนโลหะที่กระจัดกระจายไปทั่วและทิ้งแยกไว้ในถุงปอกระเจาในบ่อขยะเพื่อให้เจ้าหน้าที่เทศบาลขนออกไป เด็กๆ
กระตือรือร้นที่จะช่วยเหลือพ่อแม่และพี่น้องด้วยการพกพาและจัดหาเครื่องมือที่จำเป็นต่างๆ
เป็นความพยายามของชุมชนซึ่งเป็นกิจกรรมที่ไม่หยุดนิ่งซึ่งดำเนินต่อไปจนถึงเที่ยงวัน
อาเบะทำงานร่วมกับผู้ชายและเยาวชนเพื่อทำความสะอาดท่อน้ำทิ้งแบบเปิดและเก็บขยะพลาสติก
เกรซเข้าร่วมทุกกลุ่มโดยแบ่งเวลาไปทำงานในมุมต่างๆ ของสลัม มีวิญญาณรื่นเริง
พวกเขาทำงานทั้งหมดเสร็จภายในสี่ชั่วโมง และสลัมก็ดูสะอาด เรียบร้อย และสดชื่น

จากนั้นพวกเขาทั้งหมดก็มารวมตัวกันในพื้นที่โล่งใกล้ป้อม ตรงข้ามกับสลัมของพวกเขา
หลายคนนั่งบนพื้นหลังจากทำความสะอาดตัวเองในก๊อกน้ำสาธารณะ Vivian Monteiro
มีหน้าที่จัดหาชาและของว่างให้กับทุกคน เกรซชื่นชมคุณภาพของชาและของว่างที่มอบให้
และวิเวียนก็รู้สึกมีความสุข เด็กๆ ร้องเพลงและเต้นรำ และเยาวชนบางคนเล่นกีตาร์และกลองเล็ก
หญิงสาวแสดงการเต้นรำแบบดั้งเดิมที่เรียกว่า *Dekni* ซึ่งมีดนตรีมากมาย เด็กผู้หญิงสองคนเล่น *Fugdi*
และเต้นร่วมกับเกรซ หลังจากนั้น การเต้นรำพื้นบ้านของชนเผ่าที่เรียกว่า *Kunbi* โดยชายและหญิง และ
Abe เต้นรำไปกับพวกเขาตามจังหวะกลอง

เยาวชนที่รับผิดชอบกองทุนรวบรวมเงินบริจาค และอาเบะบริจาคเงินสองร้อยรูปี
มีเสียงปรบมือดังมากเมื่อเด็กๆ อ่านชื่อและจำนวนเงินที่มอบให้ และทุกคนก็ชื่นชมความมีน้ำใจของอาเบะ
เดือนนั้นยอดสะสมทั้งหมดมีเก้าร้อยสี่สิบห้ารูปี
กิจกรรมในวันนั้นจบลงหลังจากตัดสินใจโปรแกรมของเดือนหน้าได้ตอนบ่ายสอง

หลังจากอาบน้ำอุ่นและซักเสื้อผ้าแล้ว เกรซและอาเบะก็ปรุงอาหารกลางวันด้วยปู *เลา* ผัก ไก่ ปลาทอด
และมาซาล่ากะหล่ำดอกพร้อมโยเกิร์ต

"เกรซ คุณทำได้ดีมากในการจัดการ โครงการทำความสะอาดชุมชน" อาเบะกล่าว

"เป็นเรื่องดีที่คุณมีส่วนร่วมกับทุกคนอย่างแข็งขัน และผู้คนก็ชอบการปรากฏตัวของคุณ
เพราะคุณสามารถสร้างแรงบันดาลใจให้กับเยาวชนได้" เกรซชื่นชมอาเบะ

"มันเป็นกิจกรรมที่จำเป็นสำหรับอาณานิคมที่อยู่อาศัยเช่นนี้
ซึ่งละเลยสิ่งอำนวยความสะดวกด้านโครงสร้างพื้นฐาน" ดูเหมือนว่าเทศบาลจะไม่ใส่ใจเรื่องสวัสดิภาพของ

98 ครอบครัวในสลัมแห่งนี้ ดังนั้นเราจึงต้องริเริ่มที่จะทำความสะอาดมัน
แรงผลักดันของคุณจากด้านหลังเป็นสัญญาณเชิงบวกในการทำงานดังกล่าว
โดยไม่ได้แสดงความกระตือรือร้นโดยไม่จำเป็น" อาเบะกล่าวชมเกรซ

"ผู้คนต้องการความสามัคคี ความสามัคคี และมิตรภาพ พวกเขาไม่ต้องการคำแนะนำ" แทนที่จะสั่งสอน
การรับฟัง ทัศนคติที่ให้กำลังใจ และรอยยิ้มจะช่วยได้ มันสามารถสร้างสิ่งมหัศจรรย์ได้
และผู้คนก็ชอบที่จะอยู่เป็นกลุ่มเล็กๆ ทำงานเพื่อประโยชน์ส่วนรวม ซึ่งรวมถึงความดีของบุคคลและชุมชน"
เกรซกล่าว

"นี่เป็นความคิดริเริ่มที่โดดเด่นในองค์กรชุมชน ผู้คนทำงานตามความต้องการของตน พวกเขาจัดระเบียบ
วางแผนให้เป็นงานของผู้คน" อาเบะแสดงความคิดเห็น

"จริง. คนประมาณห้าสิบคนทำงานเป็นเวลาสี่ชั่วโมงด้วยความกระตือรือร้น ความทุ่มเท และความมุ่งมั่น
พวกเขามีทิศทางและเป้าหมายเพราะพวกเขาเป็นของกันและกัน
และความสามัคคีเป็นสิ่งสำคัญในองค์กรชุมชน" เกรซทำการวิเคราะห์

"ฉันเห็นด้วยกับคุณเกรซ" สิ่งที่จำเป็นคือการมีส่วนร่วมของผู้คนที่เห็นในงานของเรา
เพราะพวกเขาได้เห็นประโยชน์ของตนเองและชุมชนในการทำงาน
พวกเขาได้รับการฝึกอบรมให้ทำเองโดยไม่รู้ว่าคุณกำลังฝึกพวกเขาอยู่ มันเป็นนัย"

"ตอนนี้ พวกเขาสามารถดำเนินต่อไปได้โดยไม่ต้องมีส่วนร่วมของฉัน แม้ว่าฉันจะไม่อยู่ที่นั่น
ผู้หญิงและผู้ชายเหล่านั้นก็สามารถทำงานนี้ได้ เนื่องจากพวกเขามีความมั่นใจ" เธอกล่าวเสริม

ทันใดนั้นอาเบะก็มองไปที่เกรซ จะมีสถานการณ์ใดบ้างที่เกรซจะไม่อยู่? เขาถามคำถามในใจ
ซึ่งรบกวนจิตใจเขาอย่างสุดซึ้ง

ตอนเย็นก็ออกไปดูป้อมอากัวดา

"อาเบะ ฉันสนุกกับการเดินกับคุณ" เธอพูดเมื่อพวกเขาไปถึงป้อม

"จริงหรือ!" เขามีปฏิกิริยา

"แน่นอน. มันเป็นประสบการณ์ที่น่ารื่นรมย์ คุณปฏิบัติต่อฉันอย่างเท่าเทียม จากการกระทำเล็กๆ น้อยๆ
ของคุณ ฉันรู้ว่าคุณเคารพฉันและรักษาศักดิ์ศรีของฉันไว้" เกรซอธิบาย

“ข้าพเจ้ารู้สึกเป็นอิสระเมื่ออยู่กับท่าน เสรีภาพของข้าพเจ้าอยู่ที่ว่าจะไม่ใช้มันในทางที่ผิด เมื่อสร้างค่านิยมของเรา เราเคารพค่านิยมนั้นมากกว่าค่านิยมใดๆ ที่ผู้อื่นมอบให้ เมื่อฉันพบคุณครั้งแรก ฉันคิดถึงผู้ที่สนใจอย่างแท้จริงและคำนึงถึงความปลอดภัยและความเป็นอยู่ที่ดีของฉัน และคุณเชื่อใจฉัน และความไว้วางใจของคุณไม่ควรจะหลอกลวง ใช่ เกรซ ฉันไม่เคยขัดกับศรัทธาของเธอได้ และนั่นก็คือฉันเอง"

“สำหรับฉัน ทุกคนที่ฉันพบนั้นมีเอกลักษณ์เฉพาะตัว และคุณเองก็มีเอกลักษณ์เฉพาะตัวสำหรับฉันเช่นกัน แต่เอกลักษณ์ไม่ได้ให้ความมั่นใจในการติดต่อกับบุคคล แต่ในกรณีของคุณฉันมั่นใจเมื่อได้พบคุณ คุณเป็นคนแรกที่ฉันแชร์ห้องด้วย เตียงของฉันจริงๆ ในชีวิต เราไม่จำเป็นต้องแบ่งปันทุกสิ่งจนกว่าเราจะรู้สึกถึงความต้องการที่แท้จริงและสูงสุด" เกรซกล่าวอย่างชัดเจน

“ฉันขอบคุณเกรซ แต่ฉันรู้ว่าความใกล้ชิดไม่ได้อนุญาตให้ใช้บุคคลได้ และในกรณีของฉัน ฉันไม่เคยมีความใกล้ชิดสนิทสนมกับใครเลย และฉันก็ไม่เคยแบ่งปันร่างกายกับใครเลย" อาเบะกล่าว

“การแบ่งปันร่างกายกับใครสักคนนั้นขึ้นอยู่กับคุณค่าที่คุณพัฒนาขึ้น มันเกินความจำเป็นที่จะแบ่งปัน เป็นการแบ่งปันบุคลิกภาพและความปรารถนาจากภายใน ซึ่งไม่เกิดขึ้นชั่วคราวและขึ้นอยู่กับว่าเราเคารพตนเองมากน้อยเพียงใด" เกรซกล่าวเสริม

พวกเขาอยู่ที่ทางเข้าป้อมแล้ว

“คำว่า *Aguada* เป็นภาษาโปรตุเกส แปลว่า “แหล่งน้ำ” และป้อมแห่งนี้สะท้อนถึงยุคทองของชาวโปรตุเกสในกัว การก่อสร้างโครงสร้างอันงดงามนี้เริ่มต้นในปี ค.ศ. 1699 และแล้วเสร็จภายในสามปี จุดประสงค์หลักของป้อมคือเพื่อปกป้องกัวจากชาวดัตช์และชาวมาราธาส" เกรซกล่าว

“โปรตุเกสเป็นประเทศเล็กๆ ซึ่งอาจไม่เคยคิดฝันที่จะครอบครองพื้นที่บางแห่งในอินเดีย" อาเบะกล่าว

“ความสำเร็จของเราขึ้นอยู่กับความฝันของเราเสมอ แต่ชาวโปรตุเกสก็เหนียวแน่น กัวเป็นอัญมณีที่สวมมงกุฎ และพวกเขาก็รักมันเหมือนลิสบอน เมื่อคุณรักบางสิ่งที่เหมือนกับหัวใจของคุณ คุณจะไม่มีวันปล่อยให้มันหลุดลอยไปจากคุณ" เมื่อมองไปที่อาเบะ เกรซก็ออกแถลงการณ์

อาเบะก็หัวเราะอย่างมีความสุข เขาเข้าใจความรุนแรงของคำพูดของเธอ เนื่องจากเป็นการชี้นำ เป็นสัญลักษณ์ และเป็นส่วนตัว มันก็ใช้ได้กับเขาเหมือนกัน

พวกเขาบ่งบอกถึงความใกล้ชิดของเธอที่มีต่อเขาและความปรารถนาที่จะคงสถานะปัจจุบันของเธอต่อไป จากนั้นเขาก็อยากถามเธอว่าเธอจะยอมให้ความสัมพันธ์พิเศษหลุดลอยไปหรือไม่ แต่ก็ไม่ได้ถาม

"คุณกำลังคิดอะไรอยู่ และคุณต้องการจะพูดอะไร" เกรซถามเขา

"ผมอยากเป็นเหมือนชาวโปรตุเกส ผมต้องพากเพียรเพื่อบรรลุเป้าหมาย" เขากล่าว

"คุณอดทนนะอาเบะที่รัก" คุณได้ละทิ้งอนาคตอันมีค่าเพื่อบรรลุเป้าหมายบางอย่าง ซึ่งคุณถือว่าเป็นไข่มุกอันล้ำค่า คุณอยู่ที่ประตูสู่เป้าหมายแล้ว แต่ถึงกระนั้น คุณต้องพิสูจน์ความแข็งแกร่งและความกล้าหาญของคุณเหมือนชาวโปรตุเกส" เกรซพูดตรงไปตรงมา

"แน่นอนว่าฉันไม่ควรล้มเหลวในการบรรลุเป้าหมาย" เขากล่าว

นักท่องเที่ยวหลายร้อยคนอยู่ทั่วทุกมุมของป้อม และอาเบะก็ตระหนักว่าป้อมอากัวดาเป็นสถานที่ท่องเที่ยวที่ยอดเยี่ยม การปีนประภาคารเป็นประสบการณ์ที่น่าตื่นเต้นสำหรับทั้งคู่

"ประภาคารสี่ชั้นที่น่าทึ่งนี้สร้างขึ้นในปี 1864 เพื่อนำทางเรือจากยุโรปไปถึงท่าเรืออย่างปลอดภัย" เกรซกล่าวขณะปีนโครงสร้างที่ไม่ธรรมดานั้น

วิวแบบพาโนรามาจากด้านบนของหอคอยนั้นน่าทึ่งมาก อาเบะมองเห็นสลัมและกระท่อมของพวกเขาเป็นเพียงจุดเล็กๆ

"เกรซ ดูบ้านของเรา สถานที่อันมีค่าที่สุดในชีวิตของเราสิ" อาเบะบอกเกรซ แล้วชี้นิ้วไปทางบ้านของพวกเขา

"ใช่. นั่นคือบ้านของเรา ที่ซึ่งจังหวะการเต้นของหัวใจของเรามีบทเพลงอันมหัศจรรย์ที่บรรเลงเพลงที่ยั่งยืน ที่นั่นความฝันของเรามีคุณค่าที่ยั่งยืน และความปรารถนาของเราปรารถนาที่จะได้อยู่ร่วมกันในอีกวันหนึ่ง เรากินและนอน เล่นหมากรุกและร้องเพลงกล่อมเด็ก จินตนาการถึงวันหนึ่งซึ่งรวมเอาความอบอุ่น ความรัก และความไว้วางใจเอาไว้" เกรซมีเนื้อหาไพเราะเล็กน้อย

"เกรซ คุณกลายเป็นนักกวีไปแล้ว" อาเบะแสดงความคิดเห็น

"นั่นเป็นเรื่องปกติเมื่อหัวใจรู้สึกมีความสุข และในสถานการณ์เช่นนี้ หัวใจก็จะเขียนเนื้อเพลง" เธอวิเคราะห์

หลังจากปีนลงมา พวกเขาก็นั่งบนพื้นหญ้าสีเขียวร่วมกับคนอื่นๆ หลายร้อยคน และชมพระอาทิตย์ตก แผ่นดิสก์สีทองสีแดงเข้มเล่นซ่อนหาเหนือทะเลอาหรับ

“มันเป็นปรากฏการณ์อันรุ่งโรจน์" เกรซกล่าว

“จริงสิ" อาเบะเห็นด้วย

พวกเขาเดินขึ้นไปที่โบสถ์เซนต์ลอว์เรนซ์ และจากการร้องเพลง อาเบะก็ตระหนักว่ามันเป็นการถวาย และบาทหลวงก็ถวายขนมปังและเหล้าองุ่น ทันใดนั้นเขาก็นึกถึงการรับศีลมหาสนิทครั้งแรกได้ เนื่องจากพ่อแม่ของเขาปฏิเสธที่จะเข้าร่วม ปู่ย่าตายายของเขาจึงอยู่ทั้งสองฝ่าย ชีวิตก็เป็นเครื่องบูชาแก่ใครบางคนเช่นกัน แต่ไม่ควรละเลยหรือปฏิเสธ

"ป้อมนี้มีชื่อเสียงมากในโลกตะวันตกเนื่องจากเป็นที่ตั้งของอำนาจของชาวโปรตุเกสในภาคตะวันออก เรือหลายสายมาถึงท่าเรือเพื่อเติมภาชนะบรรจุน้ำจากแหล่งน้ำจืดอันเป็นนิรันดร์ในป้อม" เกรซกล่าวเมื่อมองไปที่แม่น้ำมันโดวี

ฟ้าเริ่มมืดแล้ว และนักท่องเที่ยวก็ค่อยๆ ออกจากทางเดินด้านในยาวไปยังโลกภายนอก

“เกรซ เรามาทานอาหาร Goan ในร้านอาหารริมชายหาดกันเถอะ" อาเบะเสนอแนะ

“แน่นอน" เธอตอบ

“ฉันชอบให้ของว่างแก่คุณ" อาเบะกล่าว

“ฉันยินดี" เกรซตอบ

พวกเขาสั่งข้าวผัด *แอมบอตติ* ค แกงเผ็ดและเปรี้ยวที่ปรุงด้วยปลา อา *ร์รอซ โดเซ คั ส ตา* ร์ดข้าวหวาน บัลชาโอ กุ้งที่เตรียมไว้ และ *เบบินกา* ของหวานของชาวโปรตุเกส ของหวานนั้นแปลกตา โดยมีแป้งธรรมดา 7 ชั้น น้ำตาล เนย ไข่แดง และกะทิ พวกเขาพูดคุยกันอย่างกว้างขวางในหัวข้อต่างๆ โดยเฉพาะการเดินทางของวาสโก เดอ กามาไปยังกาลิกัต

“กามาพบผู้คนที่เจริญรุ่งเรืองและมีความสุขบนชายฝั่งมาลาบาร์ กษัตริย์แห่งเมืองกาลิกัตต้อนรับเขาและลูกเรืออย่างสมเกียรติ พวกเขาเป็นแขกของรัฐและได้รับอนุญาตให้ซื้อพริกไทยดำ กระวาน อบเชย และของมีค่าสำคัญอื่นๆ ในหูกวาง กามาและลูกเรือของเขาโชคดีที่สามารถเติมเรือทั้งสี่ลำได้ก่อนที่จะออกเดินทางไปลิสบอน" อาเบะบอกกับเกรซ

"ฉันได้ยินมาว่าชาวโปรตุเกสเริ่มสร้างศูนย์กลางการค้าหลายแห่งใน Kannur, Kochi และ Goa ในเวลาต่อมา" เกรซกล่าว

"แต่มันเป็นเรื่องลึกลับที่พวกเขาสามารถสร้างและรักษาได้เพียงพื้นที่เล็กๆ ในหลายพื้นที่บนชายฝั่งมาลาบาร์" อาเบะกล่าวเสริม

"เมื่อเปรียบเทียบกันแล้ว กัวค่อนข้างใหญ่" เกรซกล่าว

"ต่อมากัวถูกล้อมรอบด้วยบริติชอินเดียอันยิ่งใหญ่ ชาวโปรตุเกสจะอยู่อย่างสงบสุขกับอังกฤษได้อย่างไร" อาเบะก็สงสัย

"เป็นเรื่องสำคัญสำหรับชาวโปรตุเกสที่จะต้องมีความสัมพันธ์อันสันติกับอังกฤษ แม้ว่าพวกเขาจะมีความขัดแย้งนองเลือดกับชาวดัตช์ก็ตาม การมีความสัมพันธ์ฉันมิตรกับอังกฤษคือสิ่งที่พวกเขาต้องการ" เกรซกล่าว

"คุณหมายถึงจะบอกว่าความสัมพันธ์นั้นเป็นปัจจัยสำคัญในชีวิต" อาเบะถาม

"แน่นอนว่าคุณต้องพัฒนาและรักษาความสัมพันธ์ ในขณะเดียวกันคุณต้องระมัดระวัง" เกรซตอบ

อาเบะมองไปที่เกรซ เธอมีสติปัญญามากมาย เขาคิด

"มันสายแล้วนะ. เรามาเคลื่อนไหวกันไหม?" เกรซถาม

"แน่นอน" อาเบะกล่าว

"อาเบะ ขอบคุณมากสำหรับอาหารค่ำสุดหรู ฉันสนุกกับมัน" เกรซขอบคุณอาเบะ

"การได้กินกับคุณคือความสุข แน่นอนฉันทำทุกวัน" อาเบะกล่าว

"ฉันสนุกกับการรับประทานอาหารร่วมกับคุณ อาเบะที่รัก" เกรซแสดงความคิดเห็น

"ขอบคุณเกรซที่ตอบรับคำเชิญของฉัน เป็นเกียรติอย่างยิ่งที่ได้คุณเป็นแขกของฉัน" อาเบะกล่าว

"ฉันให้ความสำคัญกับบริษัทของคุณ" เกรซตอบ

จากชายหาดพวกเขาก็เดินขึ้นบ้านของตน ขณะที่อาเบะมองเห็นแสงเล่นซ่อนหาต่อหน้าเกรซ เธอดูเหมือนเทพธิดาในดวงตาที่เปล่งประกายตัดกับเงาของป้อมอากัวดา ทันใดนั้นเขาก็รู้สึกอยากวาดรูปเกรซและตัดสินใจซื้อผ้าใบ สี และแปรงเมื่อไปตลาดครั้งต่อไป Abe

สนุกสนานกับแต่ละย่างก้าวไปพร้อมกับ Grace และคิดว่าจะเดินร่วมกับเธอตลอดไป
เขาไม่เคยมีประสบการณ์ความสุขเช่นนี้ในการใช้เวลาร่วมกับใครเลย

เมื่อพวกเขากลับถึงบ้าน พวกเขามองเห็นแสงไฟสลัวๆ จากสลัม และเกรซก็เปิดล็อค

อาเบะซักเสื้อผ้าและอาบน้ำอุ่น ถึงคราวของเกรซเมื่อเขาออกมา เธอสวมชุดนอนและชุดนอนสีสันสดใส เธอกลับมา เกรซดูสวยงามจนน่าทึ่ง อาเบะคิด

"เรามาเล่นหมากรุกกันสักพักเถอะ" อาเบะเชิญชวน เกรซพูด

มันเป็นเกมที่ดีซึ่งกินเวลาห้าสิบห้านาที ด้วยการเคลื่อนไหวอย่างชาญฉลาดโดยจำนำ เกรซจึงรุกฆาตอัศวินและราชินีของเธอสนับสนุนเบี้ยของเธอ สร้างความประหลาดใจให้กับอาเบะ
เขาแสดงความยินดีกับเกรซ

เกมต่อไปก็น่าตื่นเต้น อาเบะสามารถรุกฆาตเกรซกับอัศวินได้ภายในสี่สิบนาที

"คุณเล่นได้ดีมาก" เกรซกล่าวชื่นชมอาเบะ

"คุณเป็นผู้เล่นที่ดีกว่า ฉันต้องเรียนรู้การเคลื่อนไหวมากมายจากคุณ
หมากรุกเป็นเกมที่สวยงามและช่วยให้ฉันคิดได้" อาเบะโต้ตอบ

"หมากรุกเป็นเกมที่น่าสนใจเพราะว่าจิตใจของมนุษย์นั้นสวยงาม เราสร้างมันขึ้นมา
เราสร้างกฎเกณฑ์ที่ซับซ้อนและให้ความเป็นไปได้นับล้าน หากไม่มีสติปัญญา หมากรุกก็ดำรงอยู่ไม่ได้"
เกรซกล่าว

อาเบะมองดูเธอด้วยความประหลาดใจ เธอพูดด้วยสติปัญญาที่แท้จริงและเติมคำพูดของเธอด้วยความฉลาด

"สิ่งที่คุณอธิบายคืออาหารแห่งความคิด" อาเบะกล่าว

"ใช่ ไม่มีอะไรสามารถเอาชนะสติปัญญาของมนุษย์ได้ สติปัญญาของเราให้ความหมายต่อการดำรงอยู่ ผ่านการรู้ว่าบางสิ่งสามารถดำรงอยู่ได้เท่านั้น นั่นคือเหตุผลที่การรู้คือการเป็นและการเป็นคือการรู้ นั่นคือเหตุผลว่าทำไมสติปัญญาของมนุษย์จึงเหนือกว่าสิ่งที่เราสังเกตเห็นมาก" เกรซให้ความเห็น

อาเบะมองไปที่เกรซอีกครั้ง นั่นคือทฤษฎีที่เขากำลังพัฒนาที่มหาวิทยาลัยนันยาง เขาจำได้

"เกรซ คุณพัฒนาสติปัญญาทั้งหมดนี้ได้อย่างไร"

“ข้อสังเกตเหล่านี้มาจากชีวิตของฉัน ไม่มีความเป็นจริงภายนอกผู้สังเกตการณ์หากไม่มีการสังเกต แต่ก็ไม่ได้ปฏิเสธวัตถุ เรารู้ผ่านการวิเคราะห์ของเรา และมันให้ความหมายแก่มัน ฉันสามารถพูดได้ว่าความเป็นจริงเป็นเรื่องส่วนตัว เมื่อฉันพูดว่า ฉันรักคุณ แนวคิดของความรักคือการสังเกต ประสบการณ์ของฉันเอง ไม่มีใครอาจมีความหมายกับมันนอกจากคนที่รัก ยิ่งไปกว่านั้น เมื่อคุณรักใครสักคน คุณจะรักตัวเองด้วย” เกรซวิเคราะห์แล้ว

“สิ่งที่คุณพูดเข้าใจง่ายและมีความหมายสำหรับฉันเพราะเราแบ่งปันแนวคิด ไม่มีความจริงถ้าคุณไม่สังเกตมัน มันเหมือนกับคณิตศาสตร์ซึ่งไม่มีอยู่นอกสติปัญญาของมนุษย์ เนื่องจากไม่มีการดำรงอยู่อย่างอิสระ เราได้พัฒนาค่านิยม ทฤษฎี และทฤษฎีบททั้งหมด วิทยาศาสตร์ทั้งหมดอยู่ภายในขอบเขตที่เราสร้างขึ้น เราสังเกตจักรวาลภายใต้แบบจำลองบางอย่างที่เราพัฒนาขึ้น ถ้าเราล้มเหลวในการสร้างกระบวนทัศน์หรือขี้เกียจสังเกต เราก็จะยังคงอยู่ในถ้ำ" อาเบะอธิบาย..

เขาสามารถเห็นเกรซกำลังฟังเขาอย่างตั้งใจและไตร่ตรองอย่างลึกซึ้ง แต่เกรซเข้าใจสิ่งที่เขาพูดได้ เขาสังเกตเห็นสมองที่มีการพัฒนาอย่างมาก เนื่องจากการวิเคราะห์ของเธอตรงประเด็น

“อาเบะ คุณพูดได้ดี และฉันชื่นชมคุณ" เกรซกล่าว

“จักรวาลของเราเข้าใจได้ มนุษย์สามารถรู้ได้ เมื่อเรารู้ว่าจักรวาลมีอยู่จริงเท่านั้น" อาเบะกล่าวว่า

“จักรวาลรู้จักตัวเองหรือเปล่า" เกรซถาม

"อาจจะใช่; ไม่อย่างนั้นมันก็ไม่สามารถดำรงอยู่เป็นแหล่งกำเนิดของทุกสิ่งได้ จักรวาลอาจจะประหม่า เรารู้และมันมีอยู่จริง" อาเบะตอบ

“เอาล่ะ เราเข้านอนได้แล้ว นี่มันสิบเอ็ดโมงแล้ว และระหว่างที่เราหลับอยู่ ลองคิดถึงเรื่องทั้งหมดนี้ด้วย" เกรซกล่าว

อาเบะเห็นเกรซกำลังชงกาแฟบนเตียงเมื่อเขาตื่นนอนประมาณตีสี่ครึ่ง

สวัสดีตอนเช้าเกรซที่รัก" เขากล่าว

“สวัสดีตอนเช้า อาเบะที่รัก" ขณะที่ยื่นแก้วกาแฟในมือ เกรซก็อวยพรให้เขา

เกรซนั่งบนเก้าอี้ หันหน้าไปทางอาเบะนั่งอยู่บนเตียง

“คุณนอนหลับสบายไหม" เขาถาม

“ฉันนอนหลับสบาย" เกรซตอบ

“คุณมีความฝันบ้างไหม?" เขาถาม.

“ใช่ ฉันฝันถึงคุณ" เรากำลังเดินทางด้วยกันในดินแดนอันห่างไกลซึ่งอาจอยู่ในราชสถาน" เกรซกล่าว

“แสดงว่าคุณมีความฝัน และคุณฝันว่าเราจะอยู่ด้วยกัน นั่นเยี่ยมมาก" อาเบะแสดงความคิดเห็น

“คุณและฉันอยู่ด้วยกัน ฉันชอบเดินทางไปกับคุณ

และฉันก็อธิษฐานว่าการเดินทางของเราจะดำเนินต่อไปตลอดไปและไม่มีวันสิ้นสุด" เกรซอธิบาย

อาเบะฟังเธอและมองไปที่เกรซ เขาชอบวิธีที่ริมฝีปากของเธอขยับ แก้มของเธอปรากฏขึ้น ในขณะที่พูด ฟันที่น่ารักของเธอก็เปล่งประกาย และดวงตาของเธอก็ราวกับดวงดาวบนท้องฟ้ายามค่ำคืนเหนือป้อม Aguada อาเบะอยากเดินทางไปกับเธอชั่วนิรันดร์ และเขารู้ว่าเขากำลังเดินทางร่วมกับเกรซ

“ฉันชอบที่จะเดินทางไปกับคุณเป็นเวลาหลายวัน เดือน และปี และการเดินทางของเราไม่มีวันสิ้นสุด การอยู่ร่วมกันคือความลับสำคัญของความรัก" อาเบะกล่าว

"นั่นช่างวิเศษสุด ๆ. ให้เราสร้างความเป็นจริงเพื่อสัมผัสประสบการณ์การเดินทางของเรา" เกรซกล่าว

“ว่าแต่ พวกเราอยู่บนรถไฟจากชัยปุระไปอุทัยปุระ หรือจากจ๊อดปูร์ไปอัจเมอร์หรือเปล่า"

“เราทั้งสองคนอยู่บนอูฐ และมันเดินอย่างสง่าผ่าเผย ระฆังของมันห้อยอยู่

และการสั่นของระฆังนั้นช่างน่าอัศจรรย์มาก ฉันชอบมันมาก" เกรซเล่า

“เกรซ คุณควรปลุกฉันให้ตื่น เพื่อที่ฉันจะได้เห็นอูฐและเราทั้งคู่ขี่มัน"

“อาเบะ คุณกำลังนั่งอยู่บนอูฐกับฉัน ฉันนั่งอยู่ข้างหน้า และเธอก็จับฉันไว้จากด้านหลัง เพื่อไม่ให้ฉันล้มลง หรือฉันไม่ควรจากไป ปล่อยเธอไว้ตามลำพัง"

“ฟังดูมหัศจรรย์มาก" และพูดว่าอาเบะหัวเราะ แล้วกาแฟก็หกใส่เสื้อเชิ้ตของเขา

ทันใดนั้นเกรซก็ลุกขึ้นและนำผ้าผืนหนึ่งมา

เธอโน้มตัวเข้าหาเขาและทำความสะอาดชุดนอนที่มีกาแฟตกลงบนผ้า

หน้าผากของเธออยู่ใกล้กับหน้าอกของเขา อาเบะสัมผัสได้ถึงความปลอบโยนของเธอ

ผมของเธอมีกลิ่นเฉพาะตัว และเขาคิดที่จะเอาจมูกของเขาไปแตะที่ผมของเธอ
อาเบะต้องการดมกลิ่นของเธอโดยให้จมูกของเขาอยู่ในเส้นผมของเธอ
เขามีความปรารถนาอย่างสุดซึ้งที่จะกอดเธอ สัมผัสเธอ
ให้เธอแนบชิดร่างกายของเขาเพื่อสัมผัสการเต้นของหัวใจของเธอ
และเพลิดเพลินไปกับกลิ่นหอมที่เธอเล็ดลอดออกมา

"เกรซ ฉันรักคุณ อยู่กับฉันตลอดไป" เขาพูดซ้ำแล้วซ้ำอีกในใจ
เขาต้องการให้เธออยู่กับเขาเสมอโดยขี่อูฐตัวนั้นผ่านราชสถานผ่านทะเลทรายอันกว้างใหญ่
ความรู้สึกของเขารุนแรงและน่าตื่นเต้นมาก

"อาเบะ ตอนนี้ไม่เป็นไรแล้ว" เธอเงยหน้าขึ้นพูด และเธอก็ยิ้ม เขาสังเกตเห็น

"ขอบคุณนะเกรซที่รัก" เขากล่าว

"ฉันชอบที่คุณเรียกฉันว่าเกรซที่รัก มีเสน่ห์ มีความผูกพันเป็นพิเศษ มีความหมายพิเศษ
ถ้าคุณไม่โทรหาฉันที่รักฉันก็เป็นที่รักของไม่มีใคร
ดังนั้นคำพูดของคุณจึงสร้างคนใหม่ในตัวฉันซึ่งเป็นที่รักของใครบางคน" เกรซกล่าว

อาเบะยิ้มขณะจิบกาแฟ

หลังจากดื่มกาแฟบนเตียงแล้ว พวกเขาก็นั่งบนเตียงเคียงข้างกัน
โดยให้หลังพิงกำแพงและเหยียดขาไปทางขอบเตียง อาเบะมองเห็นวงแหวนบนนิ้วเท้าชี้ทั้งสองข้างของเธอ
จากนั้นพวกเขาก็ร้องเพลงภาพยนตร์ภาษาฮินดีเก่าๆ สองสามเพลงด้วยกัน
เกรซอธิบายเบื้องหลังและชื่อภาพยนตร์ ผู้แต่งเนื้อร้อง แต่งเพลง ร้องเพลง และกำกับ
อาเบะประหลาดใจกับความรู้ของเธอเกี่ยวกับภาพยนตร์ภาษาฮินดี

อาเบะชอบร้องเพลงกับเกรซ เขาคิดถึงการเต้นรำกับเกรซในสวน ทุ่งหญ้า เนินเขา ริมฝั่งแม่น้ำ ชายทะเล
และแม้แต่ถนนเหมือนพระเอกกับคนที่เขารักในภาพยนตร์ภาษาฮินดี
มันจะเป็นประสบการณ์ที่น่าหลงใหลที่สุด

"เกรซ ฉันชอบการร้องเพลงของคุณ ฉันชอบที่คุณทำทุกอย่าง"

เมื่อได้ยินคำชมของอาเบะ เกรซก็หัวเราะ และเขาก็ร่วมหัวเราะร่วมกับเธอ

"ฉันชอบร้องเพลงและหัวเราะกับคุณ เดินและกินข้าวกับคุณ ทำงานและท่องเที่ยวกับคุณ ฉันรักอูฐของคุณ และนั่งอยู่ข้างหลังคุณบนหลังอูฐ" เมื่อมองไปที่เกรซ เขากล่าวเสริม

"นั่นเป็นเรื่องของกันและกัน อาเบะที่รัก" เกรซพูด แล้วเธอก็ยิ้ม และอาเบะก็ชอบรอยยิ้มของเธอ

อาเบะยืนอยู่ข้างเธอในครัวขณะกำลังทำอาหารเช้า เขาชอบที่เธอเตรียมไข่เจียว ทำโจ๊ก และปรุงผักทอด และหัวใจของเขาก็เต็มไปด้วยความรู้สึกลึกลับ

อาเบะเฝ้าดูด้วยความอยากรู้อยากเห็นและสนใจความเร็วที่เกรซขยับมือและเตรียมแซนด์วิช
พวกเขายืนอยู่ใกล้โต๊ะในครัวหยิบอาหารจากกระทะโดยตรงและเริ่มกิน
เขารู้สึกมีความสุขเป็นพิเศษที่ได้ทำเช่นนั้น
และเฝ้าดูเกรซกัดแซนด์วิชที่เต็มไปด้วยผักทอดและไข่เจียวของเธอ เขาชอบวิธีที่เธอเคี้ยว

"อาเบะ กินข้าวหน่อย" เกรซพูดพร้อมกับใช้นิ้วของเธออมแซนด์วิชชิ้นเล็กๆ ไว้ในปาก

"ฉันชอบมัน" หลังจากกัดคำแรกเขาก็พูด มากกว่าแซนด์วิช
การที่เธอวางมันลงในปากของเขาคือประสบการณ์ที่อาเบะชื่นชอบ และหัวใจของเขาก็เต็มไปด้วยความสุข

"เกรซ ฉันรักคุณ" เขาพูดในใจ เป็นลางสังหรณ์แห่งข่าวดี

หลังอาหารเช้า พวกเขาทำความสะอาดบ้าน ซักผ้าปูที่นอนและผ้าปูที่นอน เขาย้ายไปรอบๆ บ้านและทำงานทุกอย่างกับเกรซ
เขารู้สึกว่าชีวิตของเขากับเกรซเป็นบทกวีที่น่ารักซึ่งเขียนโดยกวีนักมายากล

ข้ามมันโดวี

อาเบะและเกรซตัดสินใจว่ายน้ำในแม่น้ำมันโดวีเย็นวันนั้น และประมาณสี่โมงพวกเขาก็มาถึงริมฝั่งแม่น้ำ มีนักท่องเที่ยวจำนวนมาก บ้างก็ว่ายน้ำ ตกปลา และเล่นทราย

เกรซและอาเบะเดินทวนน้ำไปยังจุดที่มีนักว่ายน้ำเพียงไม่กี่คน อาเบะสวมกางเกงขาสั้นที่เขายืมมาจากเกรซ แต่มันรัดรูปสำหรับเขา เกรซสวมกางเกงขาสั้นสีสันสดใสและเสื้อยืดสีดำ

น้ำใสสะอาดและว่ายเคียงข้างกันไปยังฝั่งตรงข้าม

ไม่มีกระแสน้ำแรงเนื่องจากอยู่ไม่ไกลจากปากแม่น้ำซึ่งเป็นจุดที่มันโดวีมาบรรจบกับทะเลอาหรับ ว่ายน้ำค่อนข้างลำบาก การเคลื่อนไหวของเกรซนั้นสง่างามและสง่างาม และอาเบะก็ลอยอยู่ข้างๆ เธอ เขาระวังเกรซรู้สึกสบายใจ

อาเบะมีประสบการณ์มากในการว่ายน้ำในแม่น้ำ Barapuzha ซึ่งเป็นแม่น้ำในหมู่บ้านบรรพบุรุษของเขาในเมือง Ayyankunnu รัฐ Malabar เขามองเห็นคนหนุ่มสาวจำนวนมากว่ายน้ำห่างจากพวกเขาเล็กน้อยและเล่นลูกบอลน้ำที่อีกฟากหนึ่งของแม่น้ำ

"อาเบะ".

"ครับ คุณเกรซ"

"ฉันเรียนว่ายน้ำในสระน้ำ แต่นี่เป็นครั้งแรกที่ฉันว่ายน้ำในแม่น้ำ อย่างไรก็ตามก็ดูน่ายินดี น้ำยังเย็นสบายแต่ก็มีชีวิตชีวา" เกรซกล่าว

"การว่ายน้ำในแม่น้ำมีเสน่ห์เป็นพิเศษ คุณรู้สึกว่าคุณกำลังเคลื่อนไหวไปตามกระแส คุณคงไม่รู้สึกแบบนั้นเมื่ออยู่ในสระน้ำ" อาเบะแสดงความคิดเห็น

"นั่นเป็นเรื่องจริง บ่อน้ำคือแหล่งน้ำเทียม แม่น้ำเป็นเรื่องธรรมชาติและมีชีวิตในนั้น คุณรู้สึกสดชื่นเมื่ออยู่ในแม่น้ำ และฉันก็รู้สึกเหมือนกันที่นี่ แม่น้ำ Mandovi นั้นมหัศจรรย์มาก ฉันควรจะตระหนักได้เร็วกว่านี้ ต้องใช้เวลาในการเข้าใจความหมายที่แท้จริงของหลายสิ่งหลายอย่างในชีวิต

หรือเราอาจให้ความหมายกับบางสิ่งที่ค่อนข้างช้าเท่านั้น มันต้องใช้ประสบการณ์" เมื่อมองไปที่อาเบะ เธออธิบาย

"การสังเกตของคุณแม่นยำ" อาเบะพูดขณะเดินไปอีกฟากหนึ่งของแม่น้ำพร้อมกับเกรซ

พวกเขานอนหงายบนผืนทราย มองดูท้องฟ้าที่แจ่มใส เหยียดมือและขา และพักผ่อนสักพักหนึ่ง ความสันโดษนั้นไพเราะมาก และ Petrichor ก็แทรกซึมไปบนผืนทรายหลังจากเปียกโชกจากร่างที่เปียกของพวกมันก็มีเสน่ห์

"เกรซ ฉันขอถามอะไรหน่อยได้ไหม" อาเบะบอกเธอ

"ค่ะ อาเบะ ยินดีอย่างยิ่ง"

"คุณพัฒนาความสัมพันธ์กับผู้อื่นได้อย่างไร?"

"อย่าลงทุนในคน ๆ เดียว เว้นแต่คุณจะคิดอย่างแรงกล้าว่าคน ๆ หนึ่งแยกจากกันไม่ได้" เกรซแสดงความคิดเห็น

"แล้วทำไมคุณถึงลงทุนกับฉันมากขนาดนี้" อาเบะเป็นคนตรงไปตรงมา

"หากคุณสังเกตว่าฉันลงทุนในคุณคนเดียว ลางสังหรณ์ของคุณถูกต้อง มันไม่จำเป็นต้องมีการทดสอบใดๆเลย"

อาเบะเงียบไปครู่หนึ่ง เขามองไปที่เกรซ และดูเหมือนว่าเธอกำลังนับก้อนเมฆที่โดดเดี่ยวบนท้องฟ้าสีครามซึ่งอยู่เพียงชั่วคราว

"เกรซ คุณทำยังไงให้ใจเย็นอยู่เสมอ"

"อย่าเครียดกับคนที่เห็นแก่ตัว พวกเขาไม่สมควรที่จะเป็นปัญหาในชีวิตของคุณ อย่าสังเกตพวกมัน พวกมันจึงไม่มีอยู่เพื่อคุณ" เกรซกล่าว

อาเบะเงียบอีกครั้ง

"อาเบะ อะไรคือบทเรียนที่ดีที่สุดที่คุณได้เรียนรู้ในชีวิต" เกรซถาม

"เรียนรู้ที่จะใช้ชีวิตโดยปราศจากความกังวลด้วยการสร้างจุดมุ่งหมายในชีวิตและไม่คาดหวังอะไรจากผู้อื่น ยืนด้วยเท้าของตัวเอง

"นั่นเป็นแนวคิดที่สมบูรณ์ ฉันเชื่อว่าเราสร้างความหมายให้กับสิ่งต่าง ๆ
และผู้คนเมื่อเรายืนหยัดด้วยเท้าของเราเอง" เกรซโต้ตอบ

"เราอยู่ในโลกที่ไม่สมบูรณ์แบบ" อาเบะกล่าวเสริม

"แน่นอนว่าไม่มีอะไรสมบูรณ์แบบ รวมทั้งคุณและฉันด้วย ถ้าฉันสมบูรณ์แบบ
ฉันไม่สามารถรักคุณได้เพราะฉันไม่ต้องการคุณ และความไม่สมบูรณ์ของฉันคือสาเหตุที่ฉันค้นหาคุณ
ค้นพบคุณ และวางคุณไว้ในตัวฉัน หากคุณสมบูรณ์แบบ คุณไม่จำเป็นต้องมีความรัก และเหนือสิ่งอื่นใด
คุณไม่มีอยู่จริง
ความไม่สมบูรณ์ของเราเป็นความลับของการดำรงอยู่และความสัมพันธ์อันแน่นแฟ้นของเรา"
เมื่อมองไปที่อาเบะ เกรซกล่าว

"ฉันเห็นด้วยกับคุณเกรซ"

"ให้ฉันไปเอาลูกบอลโยนน้ำ" เกรซพูดขณะเดินไปที่แผงขายของ และภายในไม่กี่นาที
เธอก็กลับมาพร้อมกับลูกบอลสีขาวขนาดเท่าบาสเก็ตบอล
พวกเขาเริ่มขว้างลูกบอลให้กันเพื่อให้ผู้เล่นอีกคนจับได้และโยนกลับ
อาเบะประหลาดใจกับความกระตือรือร้นอันไร้ขอบเขตของเกรซ เธอตะโกน ตบมือเหมือนเด็กๆ
และว่ายไปทางลูกบอลอย่างสนุกสนาน มันเป็นประสบการณ์แห่งความสุขที่สมบูรณ์แบบที่ได้เล่นกับเกรซ
พวกเขาเล่นกันจนพระอาทิตย์ตกดิน โดยที่ทะเลอาหรับโอบล้อมแม่น้ำมันโดวี
จากนั้นพวกเขาก็เดินกลับบ้าน

หลังอาหารค่ำ เกรซและอาเบะร้องเพลงภาพยนตร์ภาษาฮินดีสองสามเพลง

สัปดาห์ต่อมา ทั้งคู่ทำงานในตลาดผัก เนื่องจากมีงานเพียงพอที่นั่น
เกรซและอาเบะสามารถสร้างรายได้เฉลี่ยวันละสามร้อยรูปี ในวันที่ Abe อยู่กับ Grace ได้ครบ 1 เดือน
พวกเขาก็ตัดสินใจไปเที่ยวที่ Salim Ali Bird Sanctuary เพื่อเฉลิมฉลองการอยู่ร่วมกัน หลังอาหารเช้า
พวกเขาเก็บขวดน้ำดื่มและกระดานหมากรุกไว้ในกระเป๋าเป้สะพายหลัง

เกรซและอาเบะนั่งรถบัสจากป้อมอากัวดาไปยังเมืองเล็กๆ ที่สวยงามอย่างปานาจิ เมืองหลวงของรัฐกัว
พวกเขาเดินไปรอบๆ เขาวงกตและเยี่ยมชมพิพิธภัณฑ์ โบสถ์ วัด
และวิลล่าเก่าแก่ของชาวโปรตุเกสจนถึงเที่ยงวัน
เกรซแสดงความสุขที่ได้เดินไปกับอาเบะและเยี่ยมชมสถานที่น่าดึงดูดหลายแห่งที่กระจัดกระจายอยู่ในเมือง

โดยเฉพาะริมฝั่งมันโดวี อาเบะรู้สึกราวกับว่าเขากำลังประสบกับช่วงเวลาที่มีความสุขที่สุดในชีวิต สำหรับเขา Panaji ไม่ใช่อะไรเลย แต่เกรซคือทุกสิ่งทุกอย่าง

พวกเขารับประทานอาหารกลางวันในร้านอาหารที่หันหน้าไปทางแม่น้ำซึ่งมีสวนสวย และเขาสังเกตเห็นโต๊ะที่จัดวางไว้ในสวนอย่างสวยงาม นักท่องเที่ยวอยู่ที่นั่น แต่เกรซและอาเบะไม่สนใจใครเลย เมื่อนั่งโต๊ะสองตัวตรงมุมร้านอาหาร พวกเขาก็เพลิดเพลินกับกุ้ง ไก่ย่าง ปูเลา และ เบบินก้า ในขณะที่รับประทานอาหาร พวกเขาก็พูดคุยกันมากมาย และทั้งคู่ก็สนุกกับการอยู่ใกล้กันและมองตาที่แสดงออกของกันและกัน

หลังอาหารกลางวัน พวกเขาล่องเรือเฟอร์รี่ไปยังเขตรักษาพันธุ์นก แม่น้ำ Mandovi ดูน่าอัศจรรย์ และเรือลำเล็กก็แล่นไปอย่างช้าๆ เกรซและอาเบะยืนจับราวจับและมองดูป่าชายเลนทั้งสองฝั่งแม่น้ำ เกรซยืนอยู่ใกล้อาเบะมากจนเขาสัมผัสได้ถึงการหายใจของเธอ อาเบะคิดว่าจมูกของเธอคงจะสัมผัสแก้มของเขาเมื่อเรือเฟอร์รี่แล่นอยู่เหนือกระแสน้ำเป็นครั้งคราว เธอมีคิ้วเรียวยาวเรียว ดวงตาสีเข้ม แก้มสีแดงเข้ม และริมฝีปากที่เข้ารูปและน่ารัก เขาต้องการกอดเธอและจับเธอแนบหน้าอกเพื่อสัมผัสถึงการเต้นของหัวใจ เขาต่อต้านแรงกระตุ้นของเขา ในขณะที่เขาสัญญากับเธอว่าจะไม่แตะต้องเธอโดยไม่ได้รับความยินยอมจากเธอ

"เกรซ" เขาเรียกทันที

"ครับ คุณอาเบะ"

"คุณคิดอะไรอยู่" เขาถาม

"ฉันกำลังคิดถึงคุณ" เธอพูดพร้อมยิ้มให้เขา

อาเบะก็หัวเราะ

"วันนี้ฉันทำครบหนึ่งเดือนกับคุณแล้ว ภายในเดือนนี้ คุณได้เปลี่ยนการรับรู้ทั้งหมดในชีวิตของฉัน ฉันสามารถเขียนแผนงานต่างๆ ที่ฉันวาดอย่างพิถีพิถันอีกครั้งได้ คุณนำมาซึ่งความสุขมากมาย ความรู้สึกเป็นหนึ่งเดียวกัน และการอยู่ร่วมกัน" เขาอธิบาย

"เป็นเช่นนั้นเหรอ?" เธอพูด และอาเบะก็ตื่นเต้นมากที่ได้ยินคำตอบของเธอเหมือนกับคำถาม

"แน่นอนว่าคุณเป็นมนุษย์ที่แท้จริง เป็นคนที่ฉันชอบร่วมลงทุนด้วย" เธอมองดูเขาแล้วพูด

"ลงทุนอะไร" เขาถาม.

“รอดูก่อน" เธอตอบ

อาเบะสนุกกับการยืนใกล้เกรซ จริงๆ แล้วเธอสูงพอๆ กับเขาเลยอาจจะเตี้ยกว่าเล็กน้อย เธอมีดวงตาที่ขุ่นเคือง ร่างกายที่แข็งแรง มีจิตใจที่สมบูรณ์ และมีสติปัญญาที่เฉียบแหลม เกรซสวยและน่าหลงใหลเสมอเมื่อสวมกางเกงยีนส์ เสื้อยืด และหมวกแก๊ปสีน้ำตาล แต่เมื่อไม่มีหมวก เธอก็ดูมีเสน่ห์และมีชีวิตชีวาเหลือเกิน ขณะยืน แก้มของเธอถูกรามของเขาโดยไม่รู้ตัว เขาจินตนาการ เกรซ ฉันรักเธอ จู่ๆ อาเบะก็พูดในใจ

การนั่งเรือเฟอร์รี่ไม่ควรสิ้นสุด มันจะต้องดำเนินต่อไปตลอดกาลและตลอดไป เขาหวังว่ามันจะผ่านไปทั่วโลกผ่านแม่น้ำ ทะเลสาบ และทะเล มันจะเป็นประสบการณ์ที่ดีที่สุด มีชีวิตชีวา น่าตื่นเต้น แปลกใหม่ และเต็มอิ่มที่สุดเท่าที่เขาเคยได้รับมา

“อาเบะ ดูสิ เรามาถึงเขตรักษาพันธุ์นกแล้ว" เกรซพูดด้วยน้ำเสียงอ่อนโยน ใกล้หูของเขามาก ราวกับว่าเธอกำลังจะกัดติ่งหูของเขาด้วยความรัก

ทันใดนั้นความโศกเศร้าก็ปกคลุมอาเบะราวกับว่าเขากำลังจะแยกจากเกรซ เขาจะไม่มีวันทิ้งเธอไป อาเบะจึงตัดสินใจ ความผูกพันของเขากับเธอนั้นรุนแรงแยกไม่ออกหักล้างไม่ได้และแยกไม่ออก แม้แต่วินาทีเดียวที่ไม่มีเกรซ อาเบะก็นึกภาพไม่ออกว่าเธอกลายเป็นส่วนสำคัญในชีวิตของเขาแล้ว เขารู้สึกว่าเธอเป็นพลังแห่งชีวิตของเธอ หากไม่มีเธอ เขาคงไม่มีชีวิตที่เด็ดเดี่ยว

“อาเบะ เราลงจากเรือเฟอร์รี่กันเถอะ เราอยู่บนท่าเรือแล้ว" เกรซกล่าว

มีป่าชายเลนกว้างขวางในคาบสมุทรยื่นออกไปทางแม่น้ำมันโดวี พวกเขาไม่อยากอยู่ร่วมกับนักท่องเที่ยวคนอื่นๆ จึงใช้เส้นทางแคบๆ ไปสู่ส่วนในสุดของป่า ซึ่งดูงดงามและงดงามเป็นพิเศษ อาเบะพบว่าการเดินเคียงข้างเกรซเป็นเรื่องยาก เขาจึงขอให้เธอเดินเคียงข้างเกรซ ทั่วทั้งป่าส่งเสียงร้องของจิ้งหรีด กระรอกร้องเสียงกรี๊ด เสียงลิงพูดพล่อยๆ และเสียงร้องของนกนานาชนิด

“ดีใจที่ได้อยู่ในป่าฝนแห่งนี้" เกรซพูดหลังจากเดินไปประมาณครึ่งชั่วโมง

“ฉันชอบความเขียวขจี มันน่าหลงใหล" อาเบะตอบ

พวกมันสามารถค้นหานกแปลกตาที่มีหางยาว ขนนกสีสดใส จงอยปากอันน่าทึ่ง และหวีสีแดง สีน้ำตาล หรือสีเข้ม ในสระน้ำใกล้เคียง นกน้ำหลายร้อยตัว เกรซและอาเบะใช้เวลาดูพวกมันเป็นจำนวนมาก และมองเห็นนกยูงสองสามตัวอยู่ใต้เงาต้นไม้

แล้วพวกเขาก็นั่งบนหินแบนใกล้สระน้ำ

"อาเบะให้เราเล่นเกมหมากรุกท่ามกลางนกที่น่ารักเหล่านี้" เกรซกล่าว

อาเบะเล่นกับคนขาว มันเป็นเกมที่น่าตื่นเต้นซึ่งกินเวลานานกว่าหนึ่งชั่วโมง พวกเขาไม่ได้พูดคุยและมุ่งความสนใจไปที่กระดานหมากรุกโดยสิ้นเชิง ในท้ายที่สุดอาเบะรุกฆาตเกรซด้วยเรือของเขา โดยมีราชินีของเขาสนับสนุน มันเป็นการโจมตีที่น่าเกรงขาม และเกรซก็ต้องประหลาดใจกับการเคลื่อนไหวครั้งสุดท้ายของอาเบะ

"ขอแสดงความยินดีที่รักอาเบะ มันเป็นเกมที่ยอดเยี่ยม ฉันสนุกกับมันอย่างเต็มที่" เธอกล่าว

"ขอบคุณนะเกรซที่รัก คุณเป็นคนเฉียบแหลมและฉลาด"

"อาเบะ มันเป็นวันของคุณ ฉันขอร้องเพลงภาพยนตร์ภาษาฮินดีเพื่อเป็นเกียรติแก่คุณ" เกรซกล่าว

"ค่ะ เกรซที่รัก"

เกรซร้องเพลงจากภาพยนตร์เรื่อง The Guide อาเบะมองดูเกรซร้องเพลงแล้วสัมผัสได้ถึงความรู้สึก คำพูด เนื้อเพลง และดนตรีของเกรซที่เข้าไปในใจของเขา

"เกรซ คุณร้องเพลงได้ไพเราะมาก" อาเบะแสดงความยินดีกับเกรซ

"มันเพื่อคุณอาเบะที่รัก มันเป็นหนึ่งในเพลงที่ฉันชอบมากที่สุด ฉันมักจะร้องเพลงนี้ทุกที่ก่อนที่คุณจะมาบ้านของเรา ตอนนี้ไม่จำเป็นต้องร้องเพลงแล้วเพราะคุณอยู่ที่นี่"

เมื่อได้ยินเช่นนั้น อาเบะก็หัวเราะเสียงดัง แต่หัวใจของเขาเต้นแรง เขารู้สึกยินดีเป็นอย่างยิ่งที่ได้ยินเกรซร้องเพลงนี้มาเป็นเวลานานเพื่อตามหาคนรักที่เธอไม่รู้จัก และตอนนี้เธอหยุดร้องเพลงเพราะเธอได้พบเขาแล้ว

"ยังไงก็ตาม Dev Anand และ Waheeda Rahman มีบทบาทนำใน *Guide* กำกับโดยวิเจย์ อานันท์ และอิงจากนวนิยาย *The Guide* ของ *RK Narayan* Shailendra Singh เขียนเนื้อเพลงของ *Gata Rahe Mera Man* ดนตรีโดย SD Burman ร้องโดย Lata Mangeshkar และ Kishore Kumar" Grace กล่าวถึงความเป็นมาของเพลงนี้

พวกเขาล่องเรือเฟอร์รี่ไปยังป้อม Aguada อีกครั้งเพื่อเดินทางกลับ
อาเบะมองดูนายท้ายเรือเฟอร์รีด้วยความตกตะลึงผ่าน Mandovi
ไปทางพระอาทิตย์ตกดินราวกับว่าเขากำลังพยายามเด็ดผลเชอร์รี่สีแดงจากขอบฟ้า

“ดวงอาทิตย์ ท้องฟ้า แม่น้ำ Mandovi และแม้กระทั่งเรือเฟอร์รี่
แต่ละดวงต่างก็มีความเป็นของตัวเองและมีความหมายเมื่อคุณสังเกตมัน เมื่อคุณรู้จักมัน"
เมื่อมองไปที่อาเบะ เกรซให้ความเห็น

“เมื่อฉันได้รู้จักคุณ คุณอยู่เพื่อฉัน และฉันอยู่เพื่อคุณ" อาเบะกล่าว

"จริง. ฉันอยู่เพื่อคุณเมื่อคุณรู้จักฉันเท่านั้น นั่นเป็นความลับที่ยิ่งใหญ่ที่สุดในชีวิตของเรา
และควรจะมีคนที่รู้จักฉันและฉันรู้จัก" เกรซกล่าวเสริม

“เมื่อคุณรู้จักใครสักคน คนๆ นั้นจะกลายเป็นคุณ" อาเบะกล่าว

“คุณพูดถูก การรู้อยู่เสมอ และเมื่อคุณกลายเป็นอะไรบางอย่าง คุณก็ไม่อยากแยกจากกัน
คุณไม่สามารถแยกตัวเองออกจากคนที่รู้จักคุณได้" เกรซกล่าว

“ดังนั้น คุณกำลังบอกว่ามีความแตกต่างระหว่างการสังเกตและการเป็น เพราะการกลายเป็นนั้นลึกซึ้งยิ่งขึ้น
สูงขึ้น และแยกจากกันไม่ได้?" อาเบะแนะนำ..

“ใช่ มีความผูกพัน ความร่วมแรงร่วมใจทางอารมณ์ ความผูกพันในการเกิด ซึ่งขาดการสังเกต" เกรซกล่าว

“คุณหมายถึงว่าเราสองคนกำลังจะกลายมาเป็นอย่างนั้นเหรอ?" อาเบะถาม

"แน่นอน. สำหรับเราแต่ละคน" เกรซตอบยิ้มๆ

อาเบะมองเห็นภาพสะท้อนพระอาทิตย์ตกบนแก้มของเธอ และรอยยิ้มของเธอก็รุ่งโรจน์ราวกับดวงอาทิตย์

มันเป็นการเปิดเผยต่ออาเบะ เกรซมักจะเกี่ยวข้องกับกฎสากลกับความสัมพันธ์ของมนุษย์เสมอ
เธอเห็นค่าความผูกพันส่วนตัวซึ่งทำให้เธอมีความสุขและความพึงพอใจที่ยั่งยืน สำหรับอาเบะ
เกรซมีเอกลักษณ์เฉพาะตัว

ระหว่างทางกลับบ้าน อาเบะซื้อกระดาษงานฝีมือขนาดใหญ่จำนวนครึ่งโหลที่มีเฉดสีต่างๆ หลอดสีน้ำ
ดินสอสี และแปรง

“คุณวาดภาพอาเบะหรือเปล่า" เกรซถาม

"ฉันชอบวาดภาพ โดยเฉพาะภาพวาดบุคคล" เขาตอบ

"ฉันชอบที่จะเห็นคุณวาดภาพ" เกรซกล่าว

เมื่อกลับจากที่ทำงาน อาเบะทำงานวาดภาพเหมือนของเกรซเป็นเวลาหกสัปดาห์ หลังอาหารเย็นเขาจะปูกระดาษงานฝีมือแผ่นหนึ่งบนเตียงในช่วงเย็นและวาดภาพ อย่างน้อยหนึ่งชั่วโมงทุกวัน เกรซนั่งใกล้เขาโดยมีหมวกชาวประมงกรีกและมีกระบังหน้าเป็นต้นแบบในภาพลักษณ์ของเขา ศิลปะก็อยู่ในรูปแบบอิมเพรสชั่นนิสต์ ในภาพบุคคล ใบหน้าของเกรซแสดงความมั่นใจ ความหวัง และเล็ดลอดอารมณ์อันบริสุทธิ์ออกมา เมื่อภาพนี้เสร็จสิ้น อาเบะตั้งชื่อภาพนั้นว่า *A Girl with a Brown Cap* และใต้ชื่อภาพ เขาเขียนด้วยตัวอักษรตัวเล็กว่า *To dear Grace with Love* และลงนามกับ *Abe*

เมื่อวาดภาพเสร็จแล้ว อาเบะก็นำเสนอภาพเหมือนนั้นแก่เกรซในวันเดียวกันนั้น เธอมองผืนผ้าใบอยู่นานและจูบลายเซ็นของอาเบะ

"อาเบะ คุณวาดภาพได้น่าทึ่งมาก มันมีค่ามาก ฉันจะเก็บมันไว้กับฉันตลอดไป ฉันชอบมัน" เกรซกล่าว

"ฉันดีใจที่คุณชอบมัน" อาเบะแสดงความคิดเห็น

ในอีกสิบห้าวันข้างหน้า Abe และ Grace ทำงานในห้องเย็นของ D' Souza และหลังจากนั้นเป็นเวลาหนึ่งเดือนในร้านอาหารที่ล้างช้อนส้อมและจาน พวกเขาเดินทางและทำงานร่วมกันอยู่เสมอราวกับว่าพวกเขาเป็นเพื่อนที่แยกจากกันไม่ได้และพูดคุยทุกอย่างภายใต้ดวงอาทิตย์ วันและคืนของพวกเขาโอบล้อมพวกเขาไว้ และพวกเขาตั้งตารอที่จะแบ่งปันมากขึ้น พวกเขารู้จักกันมากขึ้นเรื่อยๆ แต่มันก็ยังคงเป็นปริศนาในบางแง่มุมของการดำรงอยู่ของพวกเขา ไม่มีการแบ่งปันอดีตและแผนการสำหรับอนาคตของพวกเขา

ทั้งคู่ไม่เคยคิดว่านั่นจะเป็นประเด็นให้พูดคุยกัน ประวัติศาสตร์และอนาคตไม่เคยมีอยู่ ราวกับว่ามีเพียงปัจจุบันเท่านั้น เป็นชีวิตที่ปราศจากความกังวล ความกังวล และความฝันใดๆ

อาเบะยังคงวาดภาพบุคคลของเขาต่อไป โดยมีเกรซเป็นเป้าหมายของเขา ภาพวาดถัดไป เขาตั้งชื่อว่า *The Chess Players of Aguada* มันเป็นศิลปะเหนือจริงที่มีความแม่นยำ มีเบี้ยตัวใหญ่กำลังกินราชินีอยู่ แม้ว่าภาพวาดจะดูไร้เหตุผล แต่มันก็สร้างความรู้สึกที่น่าตกใจ ฉับพลัน และว่างเปล่า ร่างมนุษย์สองคนที่มีหัวโต ดวงตาที่ยื่นออกมา และลำตัวเล็ก ๆ ปรากฏขึ้นที่มุมของผืนผ้าใบ มันดูราวกับว่าพวกเขาสร้างความเป็นจริงของเกมหมากรุกขึ้นมาโดยไม่รู้ตัว แต่พวกเขาไม่สามารถควบคุมมันได้และไม่สามารถกำกับเหตุการณ์ได้

โรงรับจำนำผู้ยิ่งใหญ่นั้นทรงพลังมากและราชินีก็เป็นผลผลิตของโอกาส
ภาพวาดจึงพรรณนาถึงความเป็นจริงอันน่าสะพรึงกลัวของโลกที่มนุษย์อาศัยอยู่

เขาเซ็นชื่อในภาพว่า *อาเบะ* และภายใต้ลายเซ็นด้วยลายมือเล็กๆ อาเบะเขียนว่า: *To dear Grace with Love*
อาเบะนำเสนอให้เกรซทันทีที่เขาทำงานเสร็จ เกรซดีใจที่ได้ภาพนี้

"อาเบะ มันเป็นภาพวาดที่ยอดเยี่ยมมาก คุณจะมีชื่อเสียง เป็นไอคอนระดับนานาชาติ" เกรซทำนาย

เมื่อได้ยินเกรซทำนาย อาเบะก็หัวเราะ

"ขอบคุณนะอาเบะ ฉันจะเก็บมันไว้กับฉันตลอดไป" เธอกล่าวเสริม

"ภาพวาดสร้างความประหลาดใจให้กับมนุษย์และการสร้างสรรค์ของพวกเขา
หมากรุกเป็นสิ่งที่มนุษย์สร้างขึ้น และรุกฆาตก็แสดงความประหลาดใจ
หมากรุกในที่นี้เป็นตัวแทนเชิงสัญลักษณ์ของสถานการณ์ของมนุษย์
โดยที่มนุษย์กลายเป็นเบี้ยในการสร้างสรรค์ของพวกเขา" อาเบะวิเคราะห์

อาเบะและเกรซประจำอยู่ในองค์กรชุมชน โดยทำความสะอาดสลัมร่วมกับเพื่อนบ้าน
ชาวบ้านชื่นชอบบริษัทของตนในการทำงานและการเฉลิมฉลอง อาเบะและเกรซเข้าร่วมงานแต่งงาน
พิธีตั้งชื่อทารกแรกเกิด และการเฉลิมฉลองอื่นๆ ในครอบครัวและชุมชน
การปรากฏตัวของพวกเขาถือเป็นเกียรติสำหรับทุกคน โดยเฉพาะอย่างยิ่งในวันดีปาวลีและรอมฎอน
เนื่องจากงานปาร์ตี้เป็นส่วนสำคัญของผู้คน
เด็กและเยาวชนเชิญพวกเขาเล่นคริกเก็ตและฟุตบอลในพื้นที่เปิดโล่งติดกับป้อม Aguada
ตรงข้ามสลัมของพวกเขา เกรซและอาเบะจะอยู่ที่นั่นเสมอหากงานจัดขึ้นในวันหยุดหรือวันทำงาน

พวกเขาอยู่ด้วยกันและพูดคุยกันไม่รู้จบ แต่เกรซและอาเบะไม่เคยคุยกันเรื่องเพศ
ราวกับว่านั่นไม่ใช่ส่วนหนึ่งของชีวิตของพวกเขา เซ็กส์เป็นเรื่องแปลกสำหรับพวกเขา
แต่อาเบะมักสงสัยว่าทำไมเธอถึงเงียบเกี่ยวกับการคุยเรื่องเพศและความสำคัญของเรื่องเพศในชีวิตประจำวัน
เขาต้องการบอกเกรซหลายครั้งว่าเขารักเธออย่างสุดหัวใจ มีความสุขกับเพื่อนฝูง เคารพเสรีภาพของเธอ
เห็นคุณค่าของความเท่าเทียมของเธอ และทะนุถนอมศักดิ์ศรีของเธอในฐานะผู้หญิง
แต่เขากลัวที่จะบอกเธอว่าเขารักเธอและชอบที่จะอยู่กับเธอ เขาชอบที่จะกอดเธอ จูบเธอ
และมีเพศสัมพันธ์กับเธอ อาเบะมักรู้สึกว่าพฤติกรรมของเกรซมีความหมายที่ละเอียดอ่อน
คำพูดของเธอเต็มไปด้วยสัญลักษณ์ แต่เขาล้มเหลวในการถอดรหัสคำจำกัดความที่แท้จริง

อาเบะรู้ว่าเกรซเป็นคนมีความเห็นอกเห็นใจ ในขณะเดียวกันเธอก็รักอิสรภาพ ความเสมอภาค และศักดิ์ศรีของเธอ เกรซดูแลอาเบะซึ่งเป็นศูนย์กลางของกิจกรรมในแต่ละวันของเธอ

พวกเขาเล่นหมากรุกและสนุกกับการปกป้องกษัตริย์และโจมตีเบี้ย อัศวิน บิชอป เรือกลไฟ และราชินี ความสุขของเกมหมากรุกสร้างความตื่นเต้นอย่างมาก และพวกเขาก็แบ่งปันมัน อาเบะเรียนรู้การเคลื่อนไหวและสไตล์มากมายจากเกรซเนื่องจากเธอเป็นผู้เล่นที่ดีกว่า อย่างไรก็ตาม เกรซปฏิเสธที่จะยอมรับข้อสันนิษฐานของอาเบะที่ว่าเธอรู้ดีว่าแพ้หลายเกมในช่วงแรกเพื่อให้จังหวะเชิงบวกแก่เขา

เกรซชอบร้องเพลงภาพยนตร์ภาษาฮินดีเพื่อเป็นเกียรติแก่อาเบะ และเธอชอบนั่งบนเตียง โดยพยุงหลังของเธอชิดผนัง และเหยียดขาของเธอบนขอบเตียง อาเบะนั่งอยู่ตรงหน้าเธอ หันหน้าเข้าหาเธอ เขามองเห็นเท้าของเธอและนิ้วเท้าชี้พร้อมกับแหวนอยู่เสมอ
ซึ่งเกรซจะถอดออกเมื่อเธอแต่งงานกับคนที่เธอรัก
เกรซรู้จักเพลงหลายร้อยเพลงและภูมิหลังที่เกี่ยวข้องกับเพลงที่เธอร้อง
อาเบะฟังเธอด้วยความทึ่งและประหลาดใจด้วยความรักและความชื่นชม

ในวันที่อาเบะอยู่กับเกรซครบหกเดือน เธอพาเขาไปดูหนังเรื่อง Kuch Kuch Hota Hai ซึ่ง นำแสดงโดยชาห์รุข ข่าน และขจร

"นี่เป็นครั้งที่สองแล้ว ฉันกำลังดูหนังเรื่องนี้อยู่" ฉันชอบมันมากฉันเลยคิดจะชวนคุณไปดูมัน เรารักที่จะมอบสิ่งที่ดีที่สุดในชีวิตให้กับคนที่เรารักมากที่สุด
นั่นเป็นเหตุผลที่คุณมอบภาพวาดของคุณให้ฉัน ซึ่งล้ำค่าและมีเอกลักษณ์มาก"
เกรซกล่าวเมื่อพวกเขาอยู่ในโรงละคร พวกเขาอยู่ในที่นั่งติดกัน และอาเบะก็รักการเป็นเพื่อนของเธอ
เขาต้องการจับมือเธอ สัมผัสนิ้วของเธอ และจูบที่ฝ่ามือของเธอ
เขามักจะพยายามสัมผัสเธออย่างอ่อนโยนและบอกเกรซว่าเธอเป็นดาราในภาพยนตร์ภาษาฮินดีของเขา
ธีมของภาพวาดของเขา ราชินีแห่งเกมหมากรุกของเขา เพื่อนร่วมเดินทางขี่อูฐของเขา
และเป็นหุ้นส่วนในการสำรวจของเขา เขาต้องการว่ายน้ำกับเธอในแม่น้ำ Mandovi
และเดินทางผ่านทะเลทรายและป่าไม้

เมื่อภาพยนตร์เริ่มต้น เกรซมองไปที่อาเบะเพื่อดูว่าเขาชอบแต่ละฉาก รู้สึกเป็นหนึ่งเดียวกับตัวละคร และสนุกกับเรื่องราวหรือไม่

หลังจากดูภาพยนตร์เสร็จ พวกเขาก็เดินไปที่ร้านอาหารริมชายหาด อาเบะมองดูเกรซแล้วเธอก็ยิ้ม

“อาเบะ ฉันหวังว่าคุณจะสนุกกับหนังเรื่องนี้" เกรซถาม

“ฉันชอบหนังเรื่องนี้เพราะผู้กำกับทำหน้าที่ได้อย่างยอดเยี่ยม การถ่ายภาพก็โดดเด่น เนื้อเรื่องก็น่าดึงดูด นักแสดงก็ทำให้หลงใหล ทุกแง่มุมของหนังเรื่องนี้น่าทึ่ง และเหนือสิ่งอื่นใด มันให้ความหวัง" อาเบะตอบ

“ฉันดีใจที่คุณชอบมัน" เกรซแสดงความคิดเห็น

“แน่นอน" เขากล่าว

“ฉันชอบมันเพราะมันแสดงถึงความอ่อนไหวอย่างลึกซึ้งของตัวละครผู้หญิง เราจำเป็นต้องมีสัมผัสที่หกเพื่อที่จะเข้าใจผู้หญิงและเห็นคุณค่าของความรักของเธอ" เกรซประเมินภาพยนตร์เรื่องนี้

“คุณกำลังสัมผัสแก่นแท้ของหนังเรื่องนี้" อาเบะแสดงความคิดเห็น

“โครงเรื่องมีความสัมพันธ์อย่างใกล้ชิดกับความเข้าใจของผู้หญิงเกี่ยวกับผู้คนรอบตัวพวกเขา โลกทัศน์ ปัญหา ความปรารถนา ค่านิยม และจุดสนใจในชีวิต" เกรซกล่าวขณะเดินเข้าไปในร้านอาหาร

“ฉันสัมผัสได้" อาเบะกล่าว

"ก่อนเสียชีวิต ภรรยาที่รักคนหนึ่งได้เขียนจดหมายถึงลูกสาวของเธอ ขอให้เธอเล่นเป็นแม่สื่อให้พ่อของเธอและเพื่อนในมหาวิทยาลัยของเขา ผู้หญิงคนนี้เข้าใจความรู้สึกและความต้องการทางจิตใจของสามี หลังจากที่เธอเสียชีวิต เธอตระหนักดีว่าสามีของเธอไม่ควรใช้ชีวิตแบบพ่อม่าย แต่จงใช้ชีวิตอย่างเต็มอิ่ม สัมผัสสัมผัสอันอ่อนโยนของผู้หญิง เธอยังตระหนักว่าสามีของเธอควรแต่งงานหลังจากเธอเสียชีวิต และแนะนำลูกสาวว่าเพื่อนเก่าในมหาวิทยาลัยของพ่อของเธอจะเป็นคู่ชีวิตที่ดีที่สุดของเขา" เกรซบรรยายและวิเคราะห์โครงเรื่อง

“มันเป็นธีมที่ดี บางอย่างที่แปลกใหม่ บางอย่างที่มีชีวิตชีวา ใกล้จิตวิทยาของผู้หญิงมาก" อาเบะตอบ

“นอกเหนือจากนั้น หนังยังเต็มไปด้วยสัญลักษณ์และสัญลักษณ์ต่างๆ เราจำเป็นต้องมีความรู้สึกพิเศษเพื่อที่จะเข้าใจและสัมผัสถึงคุณค่าของพวกเขา" เกรซอธิบายขณะรับประทานอาหาร

“มันเปิดโอกาสให้ผู้ชมได้คิดและไตร่ตรอง” อาเบะกล่าว

“มันเหมือนกับในชีวิตจริง

คุณต้องเข้าใจความหมายเบื้องหลังคำพูดและความตั้งใจของผู้หญิงที่กำลังมีความรัก”

เมื่อมองเอ็บเกรซแนะนำ

อาเบะมองดูเกรซ และเห็นรอยยิ้มที่มุมริมฝีปากของเธอ

ขณะเดินไปที่กระท่อม เกรซฮัมเพลงจากภาพยนตร์

หัวใจของเธอเต็มไปด้วยความสุขราวกับว่าเธอรักการมีอยู่ของเธอและการมีอยู่ของอาเบะ

เธออยู่ใกล้เขาใกล้มาก

เกรซและอาเบะทำงานร่วมกับผู้รับเหมาก่อสร้างถนนในสัปดาห์ถัดมา

ค่าจ้างของพวกเขากำหนดไว้ที่สี่สิบรูปีต่อชั่วโมง

และพวกเขาจำเป็นต้องทำงานตั้งแต่แปดโมงเช้าถึงห้าโมงเย็น โดยมีเวลาพักหนึ่งชั่วโมงในช่วงบ่าย

ต้องทำงานอย่างน้อยแปดชั่วโมง มีคนงานประมาณร้อยคนทำงานร่วมกับผู้รับเหมาที่นั่น ในตอนเย็น

เมื่องานเสร็จสิ้น

ผู้รับเหมาแจ้งให้เกรซและอาเบะทราบว่าเขาจะจ่ายเฉพาะปลายสัปดาห์หลังจากทำงานห้าวันเท่านั้น

เกรซบอกเขาว่าเขาไม่ได้เปิดเผยก่อนที่จะรับสมัครพวกเขาว่าเขาจะจ่ายเงินหลังจากห้าวันเท่านั้น

แต่หลังจากหยุดชั่วคราวเธอก็บอกว่าพวกเขาพร้อมทำงานทั้งสัปดาห์แล้ว

และพวกเขาก็ทำงานร่วมกับเขาต่อไปอีกสี่วัน

ผู้รับเหมาจ่ายเงินให้พวกเขาเพียงหนึ่งพันห้าร้อยรูปีเมื่อสิ้นสัปดาห์

เกรซและอาเบะบอกผู้รับเหมาว่าตามข้อตกลง

เขาควรจ่ายเงินให้พวกเขาวันละสามร้อยยี่สิบรูปีเป็นเวลาแปดชั่วโมง

ดังนั้นเป็นเวลาห้าวันพวกเขาจึงต้องได้เงินคนละหนึ่งพันหกร้อยรูปี แต่ผู้รับเหมาปฏิเสธที่จะจ่ายเงิน

โดยบอกพวกเขาว่าได้รับค่าคอมมิชชัน 20 รูปีต่อวันในการจัดหางานให้พวกเขา

เกรซและอาเบะประท้วงและปฏิเสธที่จะลงนามในทะเบียน

โดยแสดงให้เห็นว่าผู้รับเหมาจ่ายเงินวันละสามร้อยยี่สิบรูปี

พวกเขาบอกเขาว่าพวกเขาจะพิจารณาเรื่องนี้ถ้าเขาแจ้งให้ทราบเกี่ยวกับค่าคอมมิชชันก่อนที่จะรับพวกเขาเข้าทำงาน

ผู้รับเหมาตอบว่าไม่จำเป็นต้องบอกทุกอย่างตั้งแต่แรก เมื่อได้ยินเหตุผลของผู้รับเหมา เกรซและอาเบะจึงไปที่สถานีตำรวจใกล้เคียงและเล่าเรื่องราวให้สารวัตรตำรวจฟัง แล้วพวกเขาก็ไปพบผู้รับเหมา เมื่อเห็นสารวัตรเดินมาหาเขา ผู้รับเหมาก็หนีออกจากห้องทำงาน เหลือเงินไว้บนโต๊ะคนละหนึ่งพันหกร้อยรูปี ขณะเก็บเงิน อาเบะและเกรซขอบคุณผู้ตรวจสอบ เจ้าหน้าที่ตำรวจบอกกับอาเบะและเกรซว่ามีตัวละครลึกลับอยู่ทุกหนทุกแห่งและจำเป็นต้องต่อสู้กับคนประเภทนี้ ในการตอบกลับ เกรซกล่าวว่าในสังคมก็มีสารวัตรตำรวจที่ซื่อสัตย์เช่นกัน

ตลอดทั้งเดือนถัดไป อาเบะและเกรซทำงานในปานาจิ เมืองหลวงของรัฐกัว โดยกวาดและทำความสะอาดถนนเนื่องจากมีการประชุมสามัญประจำปีของพรรครัฐบาลในเมืองนี้ คนทำงานในพรรคหลายร้อยคนจากส่วนต่างๆ ของประเทศรวมตัวกันเพื่อทำกิจกรรมต่างๆ เช่น การประเมินนโยบายและผลการปฏิบัติงานของพรรค การสัมมนา และการรวมตัวเป็นเวลานานกว่าสองสัปดาห์ ถนน ร้านอาหาร บาร์ สถานที่สาธารณะ วัด และซ่องโสเภณีเต็มไปด้วยคนงานในงานปาร์ตี้ในช่วงเย็น

หลังเลิกงานประมาณตีห้าครึ่ง เมื่อเกรซและอาเบะอยู่ที่ป้ายรถเมล์ รอรถบัส มีชายร่างใหญ่สองคนที่เป็นนักการเมืองเดินเข้ามาหาพวกเขา พวกเขายืนใกล้เกรซและแสดงความคิดเห็นที่ไม่เหมาะสมเกี่ยวกับกางเกงยีนส์ เสื้อยืด และหมวกแก๊ปของเธอ เกรซและอาเบะถอยห่างจากพวกเขาและยืนอยู่ตรงมุมสถานีขนส่ง คนอื่นๆ ในโรงรอคอยเฝ้าดูพวกเขาและนักการเมือง

"ไม่ต้องกังวล; ฉันจะจัดการพวกเขาหากพวกเขามาก่อกวนฉันอีกครั้ง คุณไม่ทำอะไรเลย หยุดนิ่ง" เกรซพูดและทำให้อาเบะมั่นใจ

หลังจากนั้นไม่นาน ชายทั้งสองก็ไปหาเกรซและยืนเคียงข้างเธอ พยายามใช้ไหล่ของเธอสะกิดเธอ

“สวัสดี Chhokkari" หนึ่งในนั้นพูดขณะพยายามถอดหมวกของ Grace มืออีกข้างของเขาเลื่อนไปที่หน้าอกของเธอ อาเบะกำลังดูท่าทางของชายคนนั้นด้วยความรังเกียจ

ทันทีที่มือของเขาเคลื่อนไปเหนือหน้าอกของเธอ เกรซก็เตะขาซ้ายของนักการเมืองคนนั้นไปที่หว่างขาของนักการเมือง ภายในครู่หนึ่ง เธอก็ดึงเขาด้วยมือขวา ดังนั้นเขาจึงล้มลงกับพื้น และกระแทกใบหน้าของเขาลงบนพื้นเสียงดังกึกก้อง ทุกอย่างเกิดขึ้นภายในเสี้ยววินาที

“ไอ้สารเลว" อีกฝ่ายตะโกน พยายามตบเกรซ และเพียงชั่วพริบตาเดียว เขาก็ล้มลงกับพื้นเสียงดังหนักๆ เหมือนกัน และเอาหน้ากระแทกพื้น

คนที่ยืนอยู่ที่นั่นมองดูฉากทั้งหมดด้วยความไม่เชื่ออย่างยิ่ง ทันใดนั้นก็มีรถบัสคันหนึ่ง เกรซกับอาเบะก็หายตัวไปในนั้น

“นักการเมืองเหล่านี้ต้องการบทเรียนเกี่ยวกับวิธีการปฏิบัติตนกับผู้หญิง" เกรซพูดกับอาเบะด้วยรอยยิ้ม

อาเบะมองดูเธอด้วยความตกตะลึงและชื่นชม

“คุณจัดการมันยังไง" อาเบะถาม

“มันเป็นเรื่องง่าย รักษาความเย็นของคุณในสถานการณ์เช่นนี้ สังเกตผู้ที่ประพฤติไม่ดีกับคุณอย่างละเอียด จากนั้นรู้สึกเข้มแข็งและคิดว่าคุณสามารถจัดการสถานการณ์ได้ เมื่อมีคนโจมตีคุณ ให้ใช้ขาและมือของคุณให้สูงสุดด้วยความเร็วดุจสายฟ้าและความดุร้ายเพื่อปกป้องตัวเอง ฉันได้รับการฝึกการป้องกันตัวจากผู้หญิงคนหนึ่ง ฉันใช้มันน้อยมากเฉพาะเมื่อมีคนคุกคามศักดิ์ศรีของฉันเท่านั้น" เกรซพูดยิ้มๆ

หลังอาหารเย็น พวกเขาร้องเพลงภาพยนตร์ภาษาฮินดีหลายเพลงก่อนนอน

แต่อาเบะนอนไม่หลับ ประมาณสิบเอ็ดโมง เขาโทรหาเกรซ และเขาสังเกตเห็นว่าเธอไม่ได้นอนเช่นกัน

“เรามาร้องเพลงอีกสักสองสามเพลงกันเถอะ" อาเบะเสนอ

“แน่นอน" เธอกล่าว

จากนั้นนอนบนเตียง เอาหัวพิงหมอน มองหน้ากันร้องเพลงด้วยกัน และอาเบะก็เข้าสู่การนอนหลับสนิทหลังจากร้องเพลงไปสองสามเพลง

วันรุ่งขึ้นอาเบะชงกาแฟบนเตียง จากนั้นเกรซและอาเบะก็นั่งเคียงข้างกันและดื่มกาแฟอย่างเอร็ดอร่อย

“อาเบะ ฉันกำลังคิดที่จะทัวร์อย่างน้อยบางส่วนของกัว มันจะน่าสนใจ" เกรซแนะนำ

"เป็นความคิดที่ดีมาก. ฉันชอบเดินทางไปกับคุณ" อาเบะตอบ

“งั้นเราไปวันเสาร์นี้กันเถอะ" มีรถทัวร์. เราสามารถจองตั๋วได้สองใบ" เกรซกล่าว

“แน่นอน" อาเบะตอบเพื่อยืนยัน

"แต่คุณจะเป็นแขกผู้มีเกียรติของฉัน" เกรซกล่าว

"ฉันจะทำอย่างไรกับเงินที่หาได้ในแต่ละวัน" อาเบะเอ่ยถาม

"เก็บไว้กับคุณ คุณต้องการมันเร็วๆ นี้" เกรซกล่าว

"ทำไม? ทำไมคุณถึงพูดคำนี้เร็ว ๆ นี้" อาเบะถาม

"มนุษย์ตัดสินใจเกี่ยวกับชีวิตและกิจกรรมของตนตามสถานการณ์ที่มีอยู่" เกรซกล่าวยิ้ม

"คำตอบของเกรซทำให้อาเบะกังวล แต่ภายในวันเดียวเขาก็ลืมมันไป
เกรซจองตั๋วสองใบบนรถบัสนักท่องเที่ยวสำหรับวันเสาร์

ในวันเสาร์ หลังจากอาหารเช้า พวกเขาก็พร้อม รถบัสเริ่มต้นจากป้อม Aguada ส่วน Grace และ Abe
ได้ที่นั่งติดกันหันหน้าไปทางแม่น้ำ Mandovi
อาเบะมองเห็นใบหน้าของเกรซท่ามกลางผืนน้ำสีฟ้าของแม่น้ำ

"อาเบะ ฉันคิดเกี่ยวกับทัวร์ครั้งนี้มานานแล้ว เพราะการเดินทางกับคุณมีความสุขเสมอ" เกรซกล่าว

"ฉันก็เหมือนกัน สนุกกับการเดินทางไปกับคุณเกรซ"

อาเบะสัมผัสได้ถึงการหายใจอันแผ่วเบาของเธอและความมีชีวิตชีวาในดวงตาของเธอ เธอมีความรัก
คู่รักก้าวข้ามอุปสรรคทั้งหมดและแสวงหาความสมหวังในการอยู่ร่วมกัน
อาเบะดีใจที่ได้มองใบหน้าที่มีเสน่ห์ของเกรซ แต่ในขณะเดียวกัน เขาก็รู้สึกได้ถึงความเหงา
ความเศร้าที่อธิบายไม่ได้ในรูปลักษณ์ของเธอ แล้วอาเบะก็สงสัยว่าทำไมเกรซถึงรู้สึกเสียใจ

"อาเบะ ฉันดีใจกับคุณมาก" จู่ๆ เกรซก็พูดขึ้น

"ฉันรู้ว่าคุณมีความสุขกับฉันเกรซ"

"ความสุขของฉันเพราะฉันได้เดินทางไปกับคุณ และฉันต้องการให้การเดินทางครั้งนี้ไม่มีที่สิ้นสุด"
เมื่อมองไปที่อาเบะ เธอกล่าว

ในไม่ช้า อาเบะก็ตระหนักว่าการทัวร์ของพวกเขาไม่ใช่การเที่ยวชมสถานที่และอนุสาวรีย์
แต่เป็นโอกาสที่จะได้เที่ยวชมหัวใจของกันและกัน สัมผัสประสบการณ์การมีอยู่ของกันและกัน
และอยู่ด้วยกันไปจนชั่วนิรันดร์

เขาอยากจะจับมือเกรซแล้วบอกเธอว่า เกรซ ฉันก็รักคุณ ฉันห่วงใยคุณ ฉันชอบที่จะอยู่กับคุณตลอดไป แต่เขาไม่มีความกล้าที่จะเปิดใจให้เธอ

เนื่องจากอาเบะกลัวว่าเกรซจะคิดว่าเขาเป็นคนไม่มีความรู้สึกที่ไม่เคารพศักดิ์ศรีของเธอ ดังนั้นเขาจึงเก็บความปรารถนาไว้ในตัวเขา เธอสามารถปฏิเสธคำพูดแสดงความรักของเขาได้ เขาคิดความกลัวของเขามักจะดึงเขากลับมาและบังคับให้เขาระงับการแสดงความรักต่อเธออย่างชัดเจน และเขาก็ตระหนักถึงสถานการณ์ที่เขาไม่เอื้ออำนวยที่จะบอกมัน เขามีความขัดแย้งอยู่ตลอดเวลา และหัวใจและศีรษะของเขาเดินทางไปในทิศทางตรงกันข้าม

การปีนข้ามความสงสัยและความไม่มั่นคงเพื่อเอาชนะสิ่งเหล่านั้นเป็นสิ่งจำเป็น แต่เขาเข้าใจว่าเป็นการยากที่จะแสดงความรู้สึกที่แท้จริงต่อเธอ

บทเพลงแห่งการแยกจากกัน

มีความเงียบอยู่บ้างระหว่างพวกเขา ความรักของเกรซคือจินตนาการของเขา อาเบะคิด
เกรซเป็นบุคคลที่มีวุฒิภาวะมาก แม้จะอ่อนไหว
แต่เธอก็เป็นกลางและสามารถวิเคราะห์ลักษณะพื้นฐานของสถานการณ์และเหตุการณ์ต่างๆ ได้
อาเบะตัดสินใจว่าการแสดงจินตนาการและความปรารถนาของเขาให้กับเธอนั้นไม่เหมาะสมและไม่สมเหตุสมผล เขารู้สึกไม่สบายใจเมื่อนึกถึงเหตุการณ์สุดท้ายของความสัมพันธ์และคิดที่จะไปจากเธอ
ความบังเอิญที่ได้พบเธอที่สถานีขนส่งเมือง Calangute ได้เปลี่ยนชีวิตของเขาไปตลอดกาล
แต่เช้าวันหนึ่งที่มีเมฆมาก เขาต้องหายตัวไปโดยไม่ได้บอกเธอไปยังสถานที่ห่างไกลสักแห่ง
อาจเป็นเทือกเขาหิมาลัย เพื่อไปบวช เธอจะลุกขึ้นมาเตรียมกาแฟบนเตียงแล้วพบว่าเขาหายไป
เธอจะโทรหาเขาซ้ำแล้วซ้ำอีก เธอจะค้นหาเขาใต้เปล ห้องน้ำ นอกบ้าน ชุมชน และป้อมอกวาดา
ด้วยความรู้สึกวิตกกังวล
เธอจึงออกตามหาเขาบนชายหาดซินเกริมและเหนือคลื่นทะเลอาหรับด้วยความเจ็บปวดและความโศกเศร้าอย่างมาก เกรซผู้น่าสงสาร ไม่ เขาจะไม่ทำให้เธอต้องลำบากใจอย่างสุดซึ้ง เขาจะไม่ทิ้งเธอไป
เขาจะแจ้งให้เธอทราบแม้ว่าเขาจะทิ้งเธอไปแล้วโดยบอกว่าเขาจะไปยังดินแดนที่ไม่รู้จักเพราะเธอไม่ได้รักเขา

ไม่ เขาจะไม่บอกเธอว่าเธอไม่รักเขา
มันอาจทำร้ายความรู้สึกของเธอและจะนำความเจ็บปวดมาสู่หัวใจที่น่ารักของเธอ
ดังนั้นเขาจะบอกว่าเขาจะจากไปและไม่ชอบอยู่กับเธอ ไม่ เขาไม่เคยบอกเธอว่าเขาไม่อยากอยู่กับเธอ
เพราะเธอจะร้องไห้เมื่อได้ยินเขาพูดสิ่งที่เจ็บปวดเช่นนี้ ดังนั้น บอกเธอว่าเขากำลังจะไปที่เทือกเขาหิมาลัย
ที่ซึ่งเขาจะละทิ้งโลกและนั่งสมาธิเป็นเวลาหลายปีในถ้ำ พุ่มไม้และพืชพรรณจะเติบโตรอบตัวเขา
นกจะเกาะอยู่บนกิ่งก้านของมัน และสัตว์ต่างๆ จะมาอยู่กับเขาไปจนชั่วนิรันดร์
และเขาก็จะเป็นพระพุทธเจ้า

แต่เขาไม่ควรทำให้ใจเธอเจ็บปวด เกรซจะร้องไห้ตลอดไปและเดินไปที่นี่และที่นั่นถ้าเขาจากเธอไป
เธอคงไม่มีใครเล่นหมากรุกด้วยและไม่มีใครร้องเพลงภาษาฮินดีเก่าๆ
อาเบะรู้สึกแย่มากที่ไม่มีใครสามารถแบ่งปันกาแฟบนเตียงด้วยได้

อาเบะมีความคิดที่ดุร้ายและเจ็บปวดขณะที่เขามองไปที่เกรซ
แต่ก็ประหลาดใจเมื่อเห็นดวงตาของเธอเป็นประกาย ทันใดนั้นเมื่อมองไปที่อาเบะ เธอก็ยิ้ม
รอยยิ้มที่สวยงามของเธอ

"อาเบะ คุณสนุกกับการออกไปเที่ยวหรือเปล่า" เธอถาม

"แน่นอนว่านี่เป็นการเดินทางที่น่าหลงใหล และคุณอยู่กับฉันซึ่งเป็นแรงบันดาลใจให้ฉัน"

อาเบะมองเห็นเรือเฟอร์รีแล่นในแม่น้ำมันโดวี เต็มไปด้วยกะลาสีเรือ

"ดูสิ ทุกคนกำลังเดินทาง แต่ละคนมีจุดหมายปลายทาง ผู้คนมีคนที่รักมากอยู่กับพวกเขาหรือรอพวกเขาอยู่
ผู้คนมักจะชอบเดินทางกับคนที่พวกเขารักและหวงแหนชีวิต" เกรซมองอาเบะ

"คุณมักจะพูดถึงความสัมพันธ์ที่ใกล้ชิดในชีวิต ดีใจที่ได้ฟังคุณเกรซที่รัก"

"ชีวิตเป็นเรื่องของความสัมพันธ์ มันเกี่ยวกับความใกล้ชิดกับคนที่คุณต้องการแบ่งปันชีวิตด้วย
ชีวิตเป็นเรื่องของความผูกพันอันลึกซึ้งและการอยู่ร่วมกัน" เกรซเน้นย้ำคำนี้ร่วมกัน

"คุณไม่สามารถเป็นฤาษีได้ คุณไม่สามารถมีชีวิตที่โดดเดี่ยวได้ หากคุณไม่ต้องการแบ่งปันชีวิตของคุณ
ชีวิตก็ไม่มีความหมาย"

"ฉันเห็นด้วยกับคุณอาเบะ คุณเป็นคนที่มีความคิดที่หลากหลายและแนวความคิดที่มีชีวิตชีวา
คุณคิดอย่างจริงใจและพูดออกมาแม้ว่าคุณจะเก็บตัวอยู่เล็กน้อยก็ตาม" เกรซมองดูอาเบะแล้วพูดแล้วยิ้ม

"คุณพูดตรงไปตรงมาเกรซที่รัก ฉันรู้ว่าฉันไม่ใช่คนเปิดเผย ฉันรู้ว่าบางครั้งฉันไม่เปิดใจ
แต่ฉันรู้ว่าฉันสามารถตกหลุมรักผู้หญิงที่ฉันชื่นชมและชื่นชอบได้ คนเช่นคุณ
ฉันรู้ว่าฉันสามารถใช้ชีวิตอย่างมีศักดิ์ศรีร่วมกับเธอ โดยเคารพในอิสรภาพและความเท่าเทียมของเธอ"
อาเบะเป็นคนเด็ดขาด

เกรซมองเขาด้วยความประหลาดใจ เป็นครั้งแรกที่อาเบะพูดถึงความรู้สึก ค่านิยมของหัวใจ
และบุคคลที่จะเป็นคู่ชีวิตของเขา คำพูดของเขาแม่นยำและเต็มไปด้วยความหมาย

ทันใดนั้นพวกเขาก็มาถึงมหาวิหารบอมเชซุส มันเป็นโครงสร้างที่สูงตระหง่าน
และนักท่องเที่ยวหลายร้อยคนต่างเฝ้าดูงานที่ซับซ้อนในอาคารอย่างละเอียดถี่ถ้วน อาเบะและเกรซเดินช้าๆ
เข้าไปข้างใน ทางด้านซ้ายมือของแท่นบูชา มองเห็นอัฐิของนักบุญฟรังซิสเซเวียร์

"ซาเวียร์มีความมุ่งมั่นอย่างยิ่งที่จะเผยแพร่ศาสนาคริสต์ในอินเดียและจีน" เกรซกล่าว

"โดยได้รับแรงบันดาลใจจากข้อความของพระคริสต์ จงไปเทศนา
ซาเวียร์เริ่มต้นการเดินทางอันยาวนานของเขา" อาเบะกล่าวเสริม

"ความมุ่งมั่นเปลี่ยนแปลงทุกสิ่ง มันให้ความหมายและจุดประสงค์แก่ชีวิต หากไม่มีมัน
เราก็จะตระเวนไปทั่วโลกเพื่อค้นหาอะไรสักอย่าง" เกรซแสดงความคิดเห็น

อาเบะมองไปที่เกรซ เธอกำลังดูโลงศพที่เก็บร่างของฟรานซิสเซเวียร์ไว้

"สิ่งเหล่านี้เป็นข้อเท็จจริงทางประวัติศาสตร์ แต่ถ้าซาเวียร์มีชีวิตอยู่ในสมัยของเรา
การเทศนาของเขาก็คงไร้ประโยชน์ ผู้คนคงคิดว่าเขาเป็นคนคลั่งไคล้ สมัยนี้ผู้คนไม่มีเวลาฟังเทศน์เช่นนั้น
นอกจากนี้ศาสนาก็สูญเสียความหมายไป ศาสนาส่วนใหญ่ดิ้นรนเพื่อความอยู่รอด โดยเฉพาะศาสนาคริสต์"
อาเบะกล่าว

"ไม่เพียงแต่ศาสนาคริสต์เท่านั้น แต่ทุกศาสนาที่มีศรัทธาในพระเจ้ากลายเป็นความพยายามที่ไร้จุดหมาย
คนฉลาดทุกคนพบว่าพระเจ้าไม่จำเป็นสำหรับชีวิตที่มีความสุขและพึงพอใจ หากไม่มีศาสนาและพระเจ้า
ชีวิตจะมีความหมายและสงบสุขมากขึ้น" เกรซให้ความเห็น

"คุณแยกมนุษย์ออกจากพระเจ้าได้อย่างไร" อาเบะถาม

"มนุษย์มีจริงเมื่อเปรียบเทียบกับพระเจ้า" เกรซตอบ

"ฉันเห็นด้วยกับคุณเกรซ" มนุษย์สามารถสร้างจุดมุ่งหมายในชีวิตได้ แต่พระเจ้าไม่มีจุดมุ่งหมายนั้น
กาลครั้งหนึ่งการนมัสการพระเจ้าเป็นจุดประสงค์หลักในชีวิต
บัดนี้เห็นได้ชัดว่าการนมัสการเป็นการปฏิเสธชีวิตและการหลบหนี
ดังนั้นเราจึงทิ้งพระเจ้าลงในถังขยะแห่งประวัติศาสตร์" อาเบะวิเคราะห์แล้ว

"คุณค่าสูงสุดคือความไว้วางใจบวกกับความรัก คุณพัฒนาความไว้วางใจในบุคคล
มีศักดิ์ศรีในความรักและความไว้วางใจ คุณเชื่อใจคนที่คุณห่วงใย คุณเคารพ คุณรัก
มันทำให้คุณมีความมั่นใจอย่างมาก" เกรซอธิบาย

"คุณเชื่อฉันไหม?" ทันใดนั้นเมื่อมองตาเธอ อาเบะถาม

"แน่นอน ฉันเชิญคุณมาที่บ้านของฉัน นอนบนเตียงกับฉัน" ไม่มีใครในโลกนี้จะกระทำการดังกล่าว สิ่งที่ฉันได้ทำกับคุณคือตัวอย่างสูงสุดของความไว้วางใจ ฉันไม่ใช่คนโง่เขลา และไม่มีเจตนาที่จะแยกส่วนคุณ" เกรซกล่าว

"เกรซ เกรซที่รัก" อาเบะเรียก

"เธอคงคิดว่าฉันไร้เดียงสา" เกรซพูดพร้อมมองตาอาเบะ

"ไม่เลย."

"ฉันก็ไม่เคยคิดที่จะนอกใจคุณเหมือนกัน" เกรซกล่าว

"ฉันรู้แล้ว และคุณจะไม่มีวันทำแบบนั้น"

"พฤติกรรมที่ยอมรับไม่ได้นั้นไม่มีความหมาย ฉันคิดว่า การหลอกลวง การหลอกลวง การหลอกลวง และการฉ้อโกงเป็นเรื่องปกติ อย่างไรก็ตาม
สิ่งเหล่านี้ล้วนสร้างความโศกเศร้าและความทุกข์อันไม่พึงประสงค์" เมื่อมองไปที่อาเบะ เกรซกล่าว คำพูดของเธอไม่มีความซ้ำซากและความซ้ำซากจำเจ และอาเบะก็รู้ดี

"ศรัทธาของฉันในตัวคุณนั้นเด็ดขาด เกรซที่รัก"

"คุณกำลังบอกฉันว่าคุณเชื่อใจฉัน อาเบะ" เกรซออกแถลงการณ์

"ฉันรักคุณ" ปฏิกิริยาฉับพลันของเขา และคำพูดของเขาก็ระเบิดออกมาด้วยความมั่นใจที่หาได้ยาก

เกรซมองเขาสักครู่แล้วพูดข้างหูโดยไม่แตะต้องเขา: ฉันก็เหมือนกัน"

"มันเป็นเพลงที่ติดหูของฉัน" อาเบะตอบ

'มาเถอะ ให้เราไปที่อนุสาวรีย์ถัดไปกัน' เดินไปข้างหน้า เกรซพูด

พวกเขาไปเยี่ยมชม *Se Catedral de Santa Catarina* มันเป็นอาคารที่สง่างาม

"ดูสิ มีกี่คนที่ต้องทำงานหนักเพื่อก่อสร้างอาคารหลังนี้" อาเบะกล่าว

"แต่พวกเขาทั้งหมดอาจได้รับค่าจ้างยังชีพอยู่ การสร้างงานเป็นสัญญาณของการพัฒนา และช่วยให้ครอบครัวหลายพันครอบครัวหลุดพ้นจากความหิวโหย ความยากจน การไม่รู้หนังสือ และสุขภาพที่ไม่ดี" เกรซกล่าว

"แต่ไม่ควรมีการแสวงหาผลประโยชน์ใดๆ" อาเบะมองดูเกรซ

"ค่าจ้างจะต้องเป็นไปตามต้นทุนความต้องการรายวัน เช่น ความต้องการหลักและรอง และระดับมาตรฐานการครองชีพของผู้คน" เกรซกำลังวิเคราะห์

"โครงสร้างเหล่านี้เป็นสิ่งจำเป็นในสมัยนั้น เนื่องจากสามารถจัดหางานให้กับผู้คนได้" อาเบะให้ความเห็น

"คุณพูดถูก แต่ทุกวันนี้เราไม่จำเป็นต้องมีโบสถ์ มัสยิด หรือวัดอีกต่อไป เราต้องการโรงเรียน วิทยาลัย มหาวิทยาลัย โรงพยาบาล ศูนย์ดูแลสุขภาพเบื้องต้น ธนาคาร ศูนย์คอมพิวเตอร์ ห้องปฏิบัติการ และอุตสาหกรรม เราจำเป็นต้องเปลี่ยนแปลงตามเวลา" เกรซชี้แจง

"คุณได้แนวคิดที่กระจ่างแจ้งเช่นนี้ได้อย่างไร" อาเบะถามเกรซ

"ฉันเคยคิดวิเคราะห์ทุกสิ่งรอบตัวฉัน ในแต่ละวันมอบโอกาสในการเรียนรู้ใหม่ๆ ให้ฉัน และฉันเรียนรู้ผ่านการสังเกตและลงมือทำ" เกรซกล่าว

พวกเขาอยู่ที่ลานของโบสถ์เซนต์ฟรานซิสแห่งอัสซีซีแล้ว

"ฉันชื่นชมฟรานซิสแห่งอัสซีซีมาก เขาเป็นนักอนุรักษ์สิ่งแวดล้อมที่เก่งมาก" เกรซกล่าว

"เขาเป็นมิตรกับนก สัตว์ พืช และต้นไม้" อาเบะออกแถลงการณ์

"ฟรานซิสเป็นผู้ชายที่มีความเห็นอกเห็นใจอย่างมาก เราต้องการคนที่ปฏิบัติต่อผู้อื่นในลักษณะเดียวกับที่พวกเขาปฏิบัติต่อตนเอง มนุษย์ต้องการความต้องการขั้นพื้นฐานและรอง ความรักและความเอาใจใส่ การปกป้อง และการปฏิบัติที่มีเกียรติ สัตว์ นก พืช ต้นไม้ แม่น้ำ ภูเขา ป่าไม้ หุบเขา และทุ่งหญ้าสะวันนา เป็นส่วนสำคัญของชีวิตมนุษย์" เกรซอธิบายอย่างละเอียด

"คุณคิดแตกต่างออกไป คุณมีวิสัยทัศน์ภายใน" อาเบะกล่าว

"คุณไม่ได้อยู่ด้วยขนมปังเพียงอย่างเดียว ฉันเชื่อในหลักการนั้น" เกรซกล่าว

เกรซและอาเบะนั่งอยู่ในสวน มีผึ้ง นกกระจอก นกไมนา และกระรอกอยู่ที่นั่น เกรซร้องเพลงภาพยนตร์ภาษาฮินดีเกี่ยวกับสัตว์และนก ไม้เลื้อยและต้นไม้ แม่น้ำและภูเขา และสถานที่ของมนุษย์ในธรรมชาติ

"คุณเรียนรู้เพลงจากภาพยนตร์ภาษาฮินดีจำนวนมากได้อย่างไร" อาเบะตั้งคำถาม

“ตั้งแต่เด็กๆ ฉันหลงใหลเพลงภาษาฮินดีมาก ฉันสามารถเรียนรู้เพลงด้วยใจภายในห้านาที มันเป็นของขวัญจากธรรมชาติ และฉันก็พัฒนามันขึ้นมา" เกรซกล่าว

“คุณคงรู้จักเพลงได้กี่เพลง" อาเบะถาม

“อาจจะหนึ่งร้อย.. แต่ละเพลงให้ประสบการณ์ที่แตกต่างกัน ส่วนใหญ่เป็นความโรแมนติกและการพลัดพรากจากกัน แต่พวกเขายกระดับคุณไปสู่โลกแห่งความรัก ความคิดถึง ความโศกเศร้าเล็กน้อย ความสุข และความเบิกบานใจ ฉันเชื่อว่าไม่มีภาษาอื่นใดที่มีเพลงที่หลากหลายเช่นนี้ซึ่งสามารถขโมยหัวใจของคุณได้" เกรซตอบ

ก่อนที่จะขึ้นรถบัสไปเยี่ยมชมฟาร์มเครื่องเทศในกัวตอนกลาง เกรซและอาเบะได้ไปเยี่ยมชมโบสถ์พระแม่แห่งภูเขาและ *Capela de Santa Caterina* รถบัสแล่นผ่านสภาพแวดล้อมแบบบ้านนอก พืชพรรณหนาทึบ และฟาร์มเล็กๆ ผ่านเนินเขาลูกคลื่น ทิวทัศน์นั้นงดงามมาก

“มนุษย์ต้องปกป้องสิ่งแวดล้อม" เกรซพูดขณะมองไปที่เนินเขา

“ทิวทัศน์มุมกว้างของฟาร์มและป่าไม้จากรถบัสนั้นสะดุดตามาก" อาเบะให้ความเห็น

“แต่มีเหมืองหินและเหมืองบางแห่งในกัว ซึ่งอาจค่อยๆ ทำลายสมดุลของสิ่งแวดล้อม" เกรซกล่าว

อาเบะมองเกรซด้วยความประหลาดใจ เขาคิดว่าแนวคิดของเกรซในแต่ละประเด็นที่เกี่ยวข้องกับสังคมมนุษย์ สิ่งแวดล้อม และการดำรงอยู่นั้นแตกต่างอย่างมากจากที่อื่น

“คุณพูดภาษาอื่นเกรซ" อาเบะบอกเธอ

“ฉันมีรูปแบบการคิดที่แตกต่างออกไป" เธอตอบ

"ทำไม?" อาเบะก็อยากรู้

“ฉันแตกต่างในหลายๆ สิ่ง ฉันมีมาตรฐานที่แตกต่างกัน: การไว้วางใจผู้คน การทำงานร่วมกับผู้คน การแสดงความรักของฉัน และแม้แต่การประเมินผู้คน" คำพูดของเธอเต็มไปด้วยความเป็นกลางและความมั่นใจ

“คุณแตกต่างเกรซ นั่นคือข้อสังเกตของฉัน" อาเบะโต้ตอบ

“นั่นเป็นเพราะคุณรู้จักฉัน และนั่นคือเหตุผลที่ฉันเชื่อใจคุณ ทำงานร่วมกับคุณ ท่องเที่ยวกับคุณ และอาศัยอยู่กับคุณ" เกรซกล่าว

“คุณชอบที่จะสานต่อความสัมพันธ์นี้ไหม" อาเบะถาม

"ทำไมจะไม่ล่ะ? ฉันพบว่ามันดีและทำให้ฉันมีความสุข ฉันคิดว่าคุณก็พบว่ามันคุ้มค่าที่จะไปต่อ" เกรซแสดงความคิดเห็น

ฟาร์มเครื่องเทศครอบคลุมพื้นที่สองร้อยเอเคอร์ มีเครื่องเทศและไม้ผลที่แตกต่างกัน เช่น มะพร้าว ขนุน มะม่วง หมาก และกล้วย ลำธารเล็กๆ ที่คดเคี้ยวรอบๆ เนินเขาสามารถดับความกระหายชั่วนิรันดร์ของทุกสิ่งมีชีวิตในฟาร์ม ทำให้เกิดความเขียวขจีและความมีชีวิตชีวาอย่างน่าประหลาดใจ กระท่อมและซุ้มเล็กๆ ริมฝั่งที่สร้างด้วยไม้ไผ่และเชือกมะพร้าว มุงด้วยฟางหรือใบมะพร้าวแห้งประสานกัน ดูเก่าแก่แต่ก็น่าดึงดูดใจ ฟาร์มมีทางเดินภายในมากมาย นักท่องเที่ยวสามารถเดินเล่นชมธรรมชาติอันงดงามได้ มันเป็นภาพอันงดงามสำหรับผู้มาเยือนจริงๆ ไกด์พาพวกเขาไปรอบๆ และมีสะพานโค้งเล็กๆ ข้ามลำธารหลายสายภายในฟาร์ม เกรซและอาเบะใช้เวลาประมาณสามชั่วโมงในการซิกแซกจนเสร็จ และพวกเขาก็สนุกไปกับมัน อาหารกลางวันอันโอชะพร้อมอาหารหลากหลายที่ปรุงจากผลผลิตทางฟาร์มกำลังรอพวกเขาอยู่

สถานที่สุดท้ายที่พวกเขาไปเยี่ยมชมคือวัด Mangeshi อันยิ่งใหญ่ที่อยู่ภายในเนินเขา มีแท่นบูชาของพระพิฆเนศและปาราวตีติดอยู่ในบริเวณวัด และมีผู้นับถือศรัทธาหลายร้อยคนร่วมสักการะภายในวัดและศาลเจ้า

การเดินทางขากลับเป็นไปด้วยดี เกรซร้องเพลงภาพยนตร์ภาษาฮินดีหลายเพลงให้กับอาเบะ และอาเบะร่วมกับเกรซในการร้องเพลง เพลงส่วนใหญ่เกี่ยวกับการพลัดพรากจากประสบการณ์แห่งความรัก และอาเบะสงสัยว่าทำไมเกรซจึงร้องเพลงในการจากลา

“ทำไมช่วงนี้คุณถึงชอบเพลงในธีมนี้มากกว่า?" อาเบะถามเธอ

“แท้จริงแล้ว หลังจากความรักย่อมมีการพลัดพรากจากกันเสมอ ความสุขแห่งความรักจะเกิดขึ้นได้ก็ต่อเมื่อจากไปเท่านั้น แต่คุณต้องอดทนเพื่อบอกลา

คุณจะไม่ถูกรบกวนหรือตื่นตระหนก และคุณควรรอการรวมตัวอันแสนหวานอีกครั้ง"
เกรซพูดพร้อมมองดูอาเบะ

"แต่มันสร้างความเศร้าโศก เป็นความเจ็บปวดที่อธิบายไม่ได้" อาเบะกล่าว

"การแยกจากกันเป็นส่วนสำคัญของความรัก ความรักไม่สามารถดำรงอยู่ได้หากไม่พรากจากกัน มันต้องอยู่ที่นั่น" เกรซอธิบาย

"มันไม่ได้สร้างความปวดร้าวในใจคุณเหรอ?" อาเบะถาม

"แน่นอนว่าหัวใจของฉันมีเลือดออกเมื่อฉันคิดถึงการจากลา ฉันหวังว่ามันจะไม่อยู่ที่นั่น" เกรซกล่าว

อาเบะมองไปที่เกรซแล้วถามว่า: " คุณยังเจ็บปวดอยู่หรือเปล่า"

"แน่นอนว่ามันสร้างความเจ็บปวดแสนสาหัส แต่ให้ฉันได้ลองชิมมันด้วยความกล้าหาญและความกล้าหาญ" เกรซกล่าว

แต่อาเบะไม่เข้าใจความหมายที่แท้จริงของสิ่งที่เกรซเล่า
เขาคิดว่ามันอาจมีความหมายที่ซ่อนอยู่จากเพลงที่เธอร้อง และเกรซก็ไม่อยากบอกเขาว่ามันคืออะไร
นอกจากนี้เขายังตระหนักว่าเกรซเงียบไประยะหนึ่งและกังวลอยู่เงียบ ๆ
และอาเบะรู้สึกเศร้ากับความไม่สบายใจและความเงียบของเกรซ
มันมากเกินไปสำหรับเขาที่จะยอมรับว่าเกรซเจ็บปวดโดยไม่ทราบสาเหตุ อาจเป็นแนวคิด ความรู้สึก ความคิด ความกลัว หรือเหตุการณ์ต่างๆ มันอาจจะหายไปในไม่ช้า อาเบะพยายามปลอบใจตัวเอง

เป็นเดือนที่เก้าสำหรับอาเบะกับเกรซ และเป็นเวลาสองสัปดาห์ พวกเขาก็เริ่มทำงานในสถานที่ก่อสร้าง งานค่อนข้างหนักและน่าเบื่อ แต่ค่าจ้างก็ดีมาก เนื่องจากผู้รับเหมาจ่ายเงินวันละสามร้อยยี่สิบห้ารูปี ระหว่างกลับมาก็ซื้อปลาและผักสดจากตลาดเป็นเวลาหลายวัน
เป็นอีกครั้งที่อาเบะมีอารมณ์มีความสุขเมื่อเขาสังเกตเห็นเกรซไม่ได้เศร้าหรือเงียบไป
อาเบะมีความสุขเป็นพิเศษกับการทำงานทุกอย่างที่บ้าน ทำอาหาร ซักผ้า และทำความสะอาดบ้าน
โครงการองค์กรชุมชนที่จัดขึ้นทุกเดือนถือเป็นกิจกรรมที่ดีและสนุกสนาน
เกรซและอาเบะมีส่วนร่วมในงานทำความสะอาดสลัม กิจกรรมพบปะสังสรรค์
และ โครงการด้านวัฒนธรรม การเต้นรำ การร้องเพลง
และงานเลี้ยงน้ำชายังคงดำเนินต่อไปและกลายเป็นส่วนหนึ่งของชีวิตของพวกเขา

มีเกมหมากรุกมากมายเล่นทุกวัน การร้องเพลงภาพยนตร์ภาษาฮินดีเป็นงานปกติหลังอาหารเย็น
และอาเบะชอบที่จะร่วมกับเกรซในการร้องเพลงทั้งหมดที่เธอร้อง
และทั้งหมดก็กลายเป็นเพลงโปรดของเขา แต่เขารู้สึกเศร้าหมอง
เขาไม่สามารถวางมือบนไหล่ของเกรซขณะร้องเพลงด้วยกัน
และไม่สามารถกอดเธอได้เมื่อเขาตื่นนอนตอนเช้า
อาเบะรู้สึกไม่พอใจที่เขาไม่สามารถจูบแก้มอันน่ารักของเธอได้หลังจากชนะเกมหมากรุก
หรือเขาสามารถสัมผัสและสัมผัสแหวนเงินของเธอบนนิ้วเท้าชี้ของเธอได้
เขาต้องการบอกเธออย่างเปิดเผยบนใบหน้าของเธอว่า เกรซ ฉันรักคุณ และฉันก็รักที่จะแต่งงานกับคุณ
แต่เขารู้ว่าจะต้องมีเวลาที่เขาจะสัมผัส กอด จูบ และมีเพศสัมพันธ์กับเธอได้

เย็นวันหนึ่ง อาเบะเริ่มวาดภาพเหมือนใหม่ โดยมีเกรซเป็นคนเสนอ มันเป็นสไตล์การแสดงออก
บนผืนผ้าใบมีร่างของเกรซสามร่าง ภาพนามธรรมหนึ่งภาพแสดงอารมณ์ที่มีชีวิตชีวา
ภาพที่สองเป็นภาพที่เกรซแสดงออกถึงความโศกเศร้าที่ฝังลึกของเธอ ในเพลงที่สาม
เกรซร้องเพลงโปรดของเธอในการแยกทาง ในทั้งสามร่าง
อาเบะพยายามฉายภาพโครงสร้างทางจิตของวัตถุนั้น การแสดงอารมณ์ส่วนตัวปรากฏเต็มผืนผ้าใบ
แม้ว่าภาพที่สวยงามสวยงามจะก่อให้เกิดความขัดแย้งภายในก็ตาม
สีสันอันน่าทึ่งแสดงให้เห็นถึงปฏิกิริยาทางอารมณ์ที่สดใส การแบ่งขั้วของความอ่อนแอในสมอง
และความรุนแรงของการต่อสู้ภายในบุคคล ด้วยองค์ประกอบแบบไดนามิกของร่างทั้งสาม
ภาพนี้คาดการณ์ว่ามนุษย์ไม่สามารถควบคุมสภาพแวดล้อมของตนได้

อาเบะใช้เวลาประมาณหนึ่งเดือนในการวาดภาพให้เสร็จ ชื่อที่มอบให้กับงานศิลปะคือ *The Trinity* อาเบะ
ลงนามแล้ว *อาเบะ* และภายใต้ลายเซ็น เขาเขียนด้วยตัวอักษรตัวเล็ก: *To Grace with Love* หลังอาหารค่ำ
อาเบะมอบภาพวาดนี้ให้เกรซ และเธอก็รู้สึกตื่นเต้นมากที่ได้รับมัน
เธอแขวนรูปภาพพร้อมกับสองอันก่อนหน้าไว้บนผนัง ทั้งสามคนก็ยอดเยี่ยมพอๆ กันสำหรับเธอ

" ขอบคุณอาเบะที่รักสำหรับ *The Trinity* เธอกล่าว

อาเบะรู้สึกยินดีเป็นอย่างยิ่งที่ได้ยินความซาบซึ้งของเกรซ เธอมีวัตถุประสงค์โดยสิ้นเชิง
แต่คุณค่าที่มอบให้กับภาพวาดนั้นเป็นเรื่องส่วนตัวเพราะความเป็นจริงนั้นเป็นการวิเคราะห์
เขาจำคำพูดของเกรซได้

หลังจากทำความสะอาดบ้าน เกรซร้องเพลงภาพยนตร์ภาษาฮินดีเพื่อเป็นเกียรติแก่อาเบะ
ครั้งนี้มาในธีมความรักความรักของหญิงสาวที่มีต่อเด็กผู้ชาย เด็กชายคนนั้นเป็นเจ้าชาย
ส่วนเด็กหญิงนั้นเป็นลูกสาวของทหารในกองทัพของพระราชา
ซึ่งเคยเห็นเจ้าชายมาแต่ไกลแต่ไม่เคยพูดกับเขา ไม่เคยแตะต้องเขาเลย
เธอมีความปรารถนาอันแรงกล้าที่จะแต่งงานกับเขา
เจ้าชายไม่เคยรู้เลยว่ามีหญิงสาวเช่นนี้อยู่ในอาณาจักรของบิดาของเขา แต่เธอได้เห็นเจ้าชาย
และเขามีชีวิตอยู่เพื่อเธอ และความรักที่เธอมีต่อเขานั้นรุนแรง แต่ก็ไม่มีโอกาสที่จะเจริญรุ่งเรือง
อาเบะขอให้เกรซร้องเพลงนี้อีกครั้งเพื่อเขาจะได้ร้องร่วมกับเธอ

"ความรักบางครั้งไม่เคยบรรลุเป้าหมาย" อาเบะบอกกับเกรซหลังจากร้องเพลงด้วยกัน

"นั่นคือความจริงสากล" เกรซตอบ

"ทำไม?" อาเบะถาม

"ความรักคือความรู้สึก มันมีขั้นตอน เฉดสี และสีที่หลากหลาย
การบรรลุเป้าหมายนั้นขึ้นอยู่กับว่าความรักของคุณอยู่ในขั้นไหน" เกรซตอบ

"แต่คู่รักมีอิสระที่จะตัดสินใจว่าความรักของพวกเขาจะต้องอยู่ในขั้นไหน" อาเบะกล่าว

"พวกเขาเป็นอิสระแต่คู่รักทั้งสองอาจไม่อยู่ระดับเดียวกัน คนหนึ่งอาจอยู่ในขั้นเริ่มต้น
แต่อีกคนหนึ่งอาจถึงจุดสุดยอดแล้ว" เกรซอธิบาย

"ความรักจึงมีความขัดแย้ง" อาเบะแสดงความคิดเห็น

"ความขัดแย้งครั้งนี้เป็นสาเหตุของความอกหัก
พวกเขาให้คำมั่นสัญญาที่ยากที่จะบรรลุโดยไม่รู้ว่าคู่รักทั้งสองอยู่ในช่วงไหน
โดยไม่รู้ว่าอีกฝ่ายมีสภาวะจิตใจอย่างไร
พวกเขาอาจสมมติสถานการณ์และเป้าหมายซึ่งอาจไม่สามารถเข้าถึงได้" เกรซกล่าว

"แต่จะตรวจสอบได้อย่างไรว่าคู่รักมีมิติแค่ไหน" อาเบะถาม

"นั่นเป็นงานที่ยาก ช่วงหัวเลี้ยวหัวต่อที่คนรักจะปรากฏขึ้นอยู่กับภูมิหลัง ความมั่นคงทางอารมณ์
วุฒิภาวะทางจิตใจ ความรุนแรงของความปรารถนาของเขา และการกำหนดเป้าหมาย" เกรซอธิบาย

อาเบะมองเกรซด้วยความประหลาดใจ เธอรู้ทุกอย่างวิเคราะห์ทุกอย่าง

“การวิเคราะห์ของคุณแม่นยำ" อาเบะแสดงความคิดเห็น

“การวิเคราะห์จะต้องสอดคล้องกับความรู้สึกและความทุกข์ทรมานในจิตใจของบุคคล" เกรซโต้ตอบ

'ถูกแล้ว. การรู้อาจไม่ได้ผล" อาเบะกล่าว

“แต่การรู้คือการเป็น" เกรซเน้นย้ำ

"ทำไม?" อาเบะถาม

“เมื่อคุณรู้ว่าคุณกำลังมีความรัก คุณจะกลายเป็นอีกคนหนึ่ง แต่อีกฝ่ายอาจไม่พัฒนาไปเหมือนคุณ เพราะอีกฝ่ายอาจไม่รู้ถึงความต้องการของคนรัก" เกรซอธิบาย

“มันหมายความว่าสำหรับคุณ คุณและความรักของคุณเหมือนกัน" อาเบะออกแถลงการณ์

“ถ้าอีกฝ่ายตอบสนองในช่วงคลื่นเดียวกัน ก็จะไม่มีความขัดแย้ง" เกรซตอบ

“นั่นเป็นอุดมคติเลย" อาเบะกล่าว

“แน่นอนว่านั่นคือขั้นตอนสุดท้าย ไม่มีอะไรที่เกินกว่านั้น ความรู้สึกเป็นหนึ่งเดียวกันแยกกันไม่ออก ผู้ที่กำลังมีความรักต้องต่อสู้ดิ้นรนเพื่อให้บรรลุถึงขั้นนั้น การต่อสู้ทั้งหมดมีไว้เพื่อความเป็นหนึ่งเดียวกัน ท้ายที่สุดแล้ว ทุกอย่างเป็นหนึ่งเดียว" เกรซเป็นนักปรัชญา

อาเบะแปลกใจอีกครั้งที่ได้ยินความคิดเห็นของเกรซ

“เกรซ คุณรวบรวมภูมิปัญญาเช่นนี้ได้อย่างไร" อาเบะเอ่ยถาม

“อาเบะ มันเป็นผลมาจากการสังเกตผู้คน การทำงานร่วมกับพวกเขา การวิเคราะห์ และการไตร่ตรองส่วนบุคคล แต่การไตร่ตรองนั้นเป็นไปไม่ได้หากปราศจากการสังเกต" เกรซกล่าว

“ความรู้คือการวิเคราะห์" อาเบะพยายามตีความ

“ใช่แล้ว ความรู้คือการวิเคราะห์ แต่เป็นเพียงการแสดงสิ่งอื่นเท่านั้น
เราไม่สามารถสร้างความรู้ได้โดยปราศจากฐานหรือวัตถุเท่านั้น
เมื่อมีวัตถุเราก็วิเคราะห์ตามเกณฑ์อัตวิสัยของเราและสร้างองค์ความรู้
ดังนั้นความรู้จึงอาจไม่มีวัตถุประสงค์อย่างหมดจด และไม่สามารถเป็นความรู้เชิงอัตวิสัยล้วนๆ ได้
ดังนั้นความรู้คือการตีความ ความรักก็เหมือนความรู้ เราจำเป็นต้องตีความและทำความเข้าใจขั้นตอนต่างๆ

ของมัน เราตัดสินใจว่ากลุ่มเหล่านี้คืออะไร ความรักคือขอบเขตสูงสุดของการสังเกต
แต่เราต้องปล่อยให้ความรักของเราเติบโตและเจริญรุ่งเรืองเหมือนชีวิต ไม่เช่นนั้นมันจะหยุดนิ่ง"
เกรซวิเคราะห์

"สำหรับคุณแล้ว คนไหนเด่นกว่ากัน รักเท่าชีวิตหรือเท่าประสบการณ์" อาเบะถาม

"รักเป็นชีวิตและรักเป็นประสบการณ์อยู่ร่วมกัน แต่การที่จะรู้จักความรักเราต้องตีความมัน
หากไม่วิเคราะห์ความรักก็ค่อนข้างยุ่งยากที่จะเข้าใจ
ในทุกขั้นตอนของความรักระหว่างผู้เป็นที่รักกับคู่รักทั้งสองฝ่ายต่างก็ชี้แจงอย่างชัดเจน
การอธิบายนี้เป็นเพียงช่วงชีวิตที่หลากหลายเท่านั้น อาจไม่ใช่ความพยายามอย่างมีสติ
แต่ก็ไม่ใช่การหมดสติเช่นกัน ดังนั้นความรักคือชีวิตและประสบการณ์ และทั้งสองก็อยู่ร่วมกันพร้อมๆ กัน"
เกรซอธิบายอย่างละเอียด

"เราเป็นผลจากการวิเคราะห์เช่นนั้นหรือ?" อาเบะถาม

"แน่นอนว่าการดำรงอยู่ของมนุษย์นั้นเป็นการวิเคราะห์
การได้มาซึ่งความรู้เป็นส่วนสำคัญของกลยุทธ์การเอาชีวิตรอด ซึ่งอธิบายได้หมดจด
เราตีความสถานการณ์และเหตุการณ์ต่างๆ และดำเนินการและตอบสนองตามนั้น" เกรซกล่าว

"คุณบอกว่าความรักคือประสบการณ์ที่มีชีวิต" อาเบะกล่าว

"ความรักไม่เพียงแต่เป็นการวิเคราะห์เท่านั้น แต่ยังเป็นความรู้สึกที่มีประสบการณ์ซึ่งเป็นความจริงด้วย
นั่นเป็นเหตุผลว่าทำไมมันจึงกลายเป็นส่วนสำคัญของบุคคล
นั่นคือเหตุผลว่าทำไมการอยู่โดยปราศจากความรักจึงเป็นเรื่องยาก
มันเป็นแก่นแท้ของประสบการณ์ทั้งหมดของมนุษย์
ซึ่งสร้างความสัมพันธ์อันลึกซึ้งกับมนุษย์อีกคนหนึ่งด้วยความรู้สึกและอารมณ์ เนื่องจากความรัก
ผู้คนพบว่ามันยากมากที่จะทำลายความสัมพันธ์
รูปแบบการคิดและบุคลิกภาพทั้งหมดของแต่ละบุคคลจึงกลายเป็นผลผลิตของความรัก มันเป็นเพราะเหตุนี้
บางคนร้องไห้จนตายหากคู่รักต้องพรากจากกัน" เกรซมองดูอาเบะ

"แล้วทำไมต้องแยกกัน" อาเบะถาม

"นั่นเป็นประสบการณ์ของมนุษย์ที่มีความขัดแย้ง เราเรียกมันว่าความวิตกกังวลที่มีอยู่ได้" เกรซกล่าว

เมื่อได้ยินเกรซ อาเบะก็เงียบไปนาน

เกรซยังคงเศร้าและเงียบไปตลอดสัปดาห์หน้า อาเบะปวดใจเมื่อเห็นเกรซ เกรซ เกิดอะไรขึ้นกับคุณ? ทำไมคุณถึงเศร้า? ทำไมคุณไม่พูดถึงปัญหาของคุณล่ะ? อาเบะถกเถียงคำถามมากมายที่เขาอยากถามเธอ แต่เขารู้สึกว่าเกรซคงจะเสียใจถ้าเขาถามคำถามเช่นนั้น

ในวันเสาร์ อาเบะกำลังทำอาหารเช้า เกรซเข้ามายืนใกล้เขามาก พวกเขาเริ่มรับประทานอาหารจากกระทะที่ยืน อาเบะสังเกตเห็นดวงตาของเกรซเปียก

"เกรซ คุณดูหดหู่นะ" อาเบะกล่าว

"ฉันเศร้าและกังวล" เกรซกล่าว

"เกี่ยวกับอะไร?" อาเบะถาม

"ฉันกำลังตัดสินใจอย่างเจ็บปวดที่สุดในชีวิต" เกรซกล่าว

"ฉันไม่ได้ถามว่าการตัดสินใจนั้นคืออะไร แต่คุณจะบอกฉันได้ไหมว่าทำไมคุณถึงเสียใจ? เมื่อฉันเห็นคุณไม่มีความสุข หัวใจฉันก็ปวดร้าว" อาเบะกล่าว

"ฉันขอโทษจริงๆ อาเบะ เธอรู้สึกเจ็บปวดเพราะความหดหู่ของฉัน" เกรซกล่าว

อาเบะไม่ได้ถามคำถามเพิ่มเติม เขารู้ว่าเกรซกำลังเผชิญกับความขัดแย้งภายในครั้งใหญ่ และกำลังดิ้นรนเพื่อตัดสินใจส่วนตัว

"อาเบะ เย็นนี้ไปหาปานาจีกันเถอะ" เกรซพูดกับอาเบะ

"โอกาสพิเศษคืออะไร" อาเบะถาม

"คุณไม่เห็นหรือว่าคุณเพิ่งครบเก้าเดือนที่นี่?" เกรซตอบด้วยรอยยิ้ม

"คุณจำทุกสิ่งเล็กๆ น้อยๆ ได้นะเกรซที่รัก"

"ฉันชอบที่จะจดจำทุกสิ่งที่เกิดขึ้นระหว่างคุณและฉัน และฉันก็เห็นคุณค่าของเหตุการณ์เหล่านั้น" เกรซให้ความเห็น

อาเบะก็ยิ้ม

"กรุณาสวมกางเกงขายาวและเสื้อเชิ้ตแขนยาวผูกเน็คไท" เกรซร้องขอ

"มันเป็นโอกาสที่ยิ่งใหญ่ขนาดนั้นเลยเหรอ?" อาเบะเอ่ยถาม

"ทุกโอกาสกับคุณนั้นยอดเยี่ยมมาก ฉันชอบที่จะจดจำแต่ละคนในอนาคต" เกรซกล่าว

"แต่ฉันชอบที่จะเป็นอนาคตนั้น" อาเบะพูดพร้อมรอยยิ้ม

"แน่นอนว่าไม่มีใครแล้ว แต่คุณต้องรอคนเดียวสักพักหนึ่ง ฉันจะกลับมาหาคุณ และเราจะร่วมกันสร้างอนาคต" เกรซกล่าว

อาเบะสังเกตเห็นดวงตาของเกรซเต็มไปด้วยแสงสว่าง และพวกเขาก็ส่องแสง แต่เขาไม่สามารถเข้าใจบริบทที่เธอพูดได้ แม้แต่ความหมายของคำที่เธอพูดก็มีความหมายแฝงที่แตกต่างออกไป

เกรซสวมชุดผ้าไหมส่าหรี *Kanjipuram* ที่เป็นใยแมงมุมสีเขียวสีแดง และเสื้อแขนกุดที่มีสีและเนื้อสัมผัสเดียวกัน เธอดูสวยงามอย่างไม่มีตัวตน ผมสีเข้มสั้นของเธอสัมผัสติ่งหูที่น่ารักของเธอ และเธอก็แสดงออกถึงความสง่างามและความมั่นใจ เกรซเป็นคนที่น่าดึงดูดที่สุดที่เขาเคยพบ และอาเบะก็มั่นใจในสิ่งนั้น

"อาเบะ คุณดูดีมากเลย ฉันชอบมัน" เกรซกล่าว

"คุณดูดีมากเลยเกรซ"

พวกเขานั่งแท็กซี่ไปที่ปณชี

"ฉันจองที่นั่งไว้สองที่นั่งสำหรับเราในร้านอาหารชั้นบนสุดในเมือง" เมื่อพวกเขาไปถึง Panaji เกรซกล่าว

มีโต๊ะมุมสองที่นั่งจัดสรรให้พวกเขา และพวกเขานั่งเผชิญหน้ากัน

"ฉันฝันถึงวันนี้มาหลายเดือน จริงๆ แล้วเป็นเวลาหลายปี" เกรซกล่าว

"เป็นเวลาหลายปี?" อาเบะรู้สึกประหลาดใจ

"ใช่ อาเบะ ผู้หญิงทุกคนมีความฝัน ความปรารถนาที่จะทานอาหารเย็นกับบุคคลที่มีเสน่ห์ที่สุดที่เธอเคยพบในชีวิต สำหรับฉันคุณคือผู้ชายคนนั้น" เกรซพูดพร้อมรอยยิ้ม

"ฉันรู้สึกเป็นเกียรติ" อาเบะกล่าว

อาหารอร่อยมาก และมันทำให้อาเบะประหลาดใจเมื่อสังเกตเห็นความสง่างามของเกรซในการจัดการส้อม มีด และช้อน

อาเบะมองดูเกรซ และเขาชอบรูปลักษณ์ของเธอ เขามองตา จมูก ริมฝีปาก แก้ม กราม หู หัว และผมของเธอ
มือของเธอมีเสน่ห์ และนิ้วก็สวยงามอย่างประณีต เกรซ ฉันรักเธอ อยู่กับฉันตลอดไป
ฉันรักคุณเพราะคุณเป็นผู้หญิงที่ยิ่งใหญ่ มีศักดิ์ศรีที่น่าทึ่ง ความกล้าหาญที่ไม่มีใครเทียบได้
ความสง่างามชั่วนิรันดร์ วุฒิภาวะที่มองไม่เห็น ความรักที่ไม่มีที่สิ้นสุด
และความไว้วางใจที่ไม่อาจจินตนาการได้ มันจะเป็นประสบการณ์เติมเต็มที่จะใช้ชีวิตร่วมกับคุณ
อาเบะพูดในใจ

"อาเบะ คุณทำให้ฉันหลงใหล มั่นใจเต็มที่ ไม่เคยหยิ่ง เคารพผู้อื่นและความคิดเห็นของพวกเขาเสมอ ฉลาด
มีน้ำใจ มีความรู้แจ้ง และมีเกียรติ" เกรซกล่าวยิ้มๆ

"ฉันโชคดีที่ได้พบคุณ แม้ว่าฉันจะไม่รู้อะไรเกี่ยวกับภูมิหลังของคุณเลยก็ตาม" อาเบะกล่าว

"เป็นการดีกว่าที่จะไม่รู้ภูมิหลังของบุคคลอื่น ฉันก็เช่นกัน ฉันไม่เคยสงสัยเกี่ยวกับแบบอย่างของคุณ
ฉันรักบุคคล ไม่ใช่เพราะภูมิหลัง ไม่ใช่รูปลักษณ์ภายนอก ไม่ใช่คำพูดและคำสัญญา
แต่เป็นศักดิ์ศรีของบุคคลนั้น" เกรซแสดงความคิดเห็น

"เกรซ ความเคารพของฉันที่มีต่อคุณนั้นเกินกว่ามาตรฐานใดๆ มันไม่มีเงื่อนไข" อาเบะกล่าว

"ความสัมพันธ์เชิงบวกไม่เคยคาดหวังสิ่งใดเป็นการส่วนตัว การยอมรับเหตุการณ์ใดๆ
เป็นสิ่งที่หลีกเลี่ยงไม่ได้
มันกล้าทนต่อความตกใจและความเจ็บปวดกะทันหันที่เกิดจากคนที่รักและเหตุการณ์ต่างๆ"
เกรซมองดูอาเบะ

อาเบะมองไปที่เกรซ *ความตกใจและความเจ็บปวดกะทันหันที่เกิดจากคนที่รักและ เหตุการณ์ต่างๆ
เหล่านี้คืออะไร?* เขาไตร่ตรองคำพูดของเธอ

อาเบะและเกรซใช้เวลาประมาณสองชั่วโมงในร้านอาหารและเดินไปตามถนน
พวกเขารู้จักทุกซอกทุกมุมของ Panaji
ขณะที่พวกเขาทำงานทำความสะอาดถนนที่นั่นเป็นเวลาประมาณหนึ่งเดือน

วัยรุ่นหลายร้อยคนอยู่ในทุกถนน กอดและจูบกัน ต้นไม้ริมฝั่งแม่น้ำ Mandovi ดูราวกับมหัศจรรย์ภายใต้แสงไฟถนน
และเงาก็ปกคลุมคู่รักหนุ่มสาวราวกับร่มขนาดยักษ์ที่ปกป้องความเป็นส่วนตัวของพวกเขา ที่ทางแยกแต่ละแห่ง
นักดนตรีเดี่ยวหรือเป็นกลุ่มร้องเพลงรักเกี่ยวกับเจ้าชายและเจ้าหญิงแห่งโปรตุเกสในยุคกลาง สาวๆ เต้นตามทำนองเพลง พวกที่ยืนล้อมรอบก็โยนเหรียญลงบนแผ่นที่กางไว้กลางวงกลม
ระฆังที่ผูกอยู่รอบเอวของหญิงสาวส่งเสียงกริ๊ง และท้องของพวกมันก็ถูกทาด้วยสีอ่อนๆ
กีตาร์และไวโอลินเป็นเครื่องดนตรีหลัก และนักดนตรีก็เล่นได้ดี

เกรซขว้างเงินขณะยืนอยู่ใกล้ผู้หญิงคนหนึ่งที่เล่นไวโอลิน เธออยู่คนเดียวและดนตรีของเธอก็เศร้าโศก
เธออาจจะเล่นกับความรักที่หายไป ความสัมพันธ์ที่ล้มเหลวกับคนรักที่หายไปตลอดกาล
นักไวโอลินสวมกระโปรงที่มีดอกไม้สดใส
และเสื้อคลุมของเธอเป็นสีเขียวและมีด้ายสีทองห้อยอยู่ที่กระบังลม

ที่ทางแยกอื่น เกรซให้เงินจำนวนหนึ่งในฝ่ามือของสาวเต้นรำ เธอหยุดเต้นและมองดูเกรซ
เธออาจจะอายุประมาณสิบสี่แล้ว เธอมีหินเล็กๆ ส่องแสงอยู่ที่ข้างจมูกของเธอ

"Obrigado senhora por sua generosidade" หญิงสาวพูดอย่างมีน้ำใจ
"ขอบคุณคุณผู้หญิงสำหรับความมีน้ำใจของคุณ" เธอกล่าวเสริม

"ดนตรีไพเราะมาก และคุณก็เต้นเก่ง" เกรซพูดพร้อมก้มศีรษะ

มีเรืออยู่ไกลออกไปในทะเลอาหรับที่ปกคลุมไปด้วยแสงไฟหลายร้อยดวง

เกรซและอาเบะคุยกันเรื่องความรัก การอยู่ร่วมกัน และการสมหวัง
พวกเขารับฟังกันด้วยความกระตือรือร้นและชอบที่จะอยู่ในกลุ่มของอีกฝ่าย

หลังจากกลับถึงบ้าน พวกเขาเล่นหมากรุกกันสองเกม จากนั้น
เกรซร้องเพลงภาพยนตร์ภาษาฮินดีหลายเพลงขณะนั่งอยู่บนเก้าอี้หันหน้าไปทางอาเบะ
และเป็นเวลาประมาณเที่ยงคืนพวกเขาก็เข้านอน
เกรซปลุกอาเบะเมื่อกาแฟบนเตียงพร้อมแล้วตอนประมาณหกโมงเช้า สำหรับอาหารเช้า
พวกเขาเตรียมไข่เจียว ขนมปังปิ้ง ผักทอด และโจ๊ก
เป็นอีกครั้งที่พวกเขายืนใกล้เตาและเริ่มรับประทานอาหารจากกระทะ

พวกเขาพบว่ามันน่าดึงดูดและสบายกว่า
มันมีวิธีการแบ่งปันความรู้สึกและความอบอุ่นของการอยู่ร่วมกันที่ไม่เหมือนใคร
เกรซวางขนมปังปิ้งที่เต็มไปด้วยชีสเข้าไปในปากของอาเบะหลายครั้ง เพื่อบอกว่าเขาจะชอบรสชาติของมัน
อาเบะไม่เพียงแต่ชอบแต่ยังชื่นชมมันด้วย
การปรากฏตัวของเธอมีความใกล้ชิดสนิทสนมและอบอุ่นที่สุดเท่าที่เขาเคยสัมผัสมา
เขาชื่นชมมันเกินกว่าจะอธิบายอะไรได้

หลังจากล้างจานและทำความสะอาดบ้านแล้ว เกรซก็เข้ามาใกล้อาเบะและยืนอยู่ตรงหน้าเขา

“อาเบะ" เธอเรียก

“เกรซที่รัก" เขาตอบ

"ฉันต้องการบอกคุณ; ฉันจะออกจากที่นี่แล้ว" เมื่อมองตาเขาแล้วเธอก็พูด

อาเบะก็ยืนนิ่ง ครู่หนึ่งเขาไม่เข้าใจสิ่งที่เธอพูด อาเบะรู้สึกตกใจและไม่มีคำพูดใดๆ จะแสดงปฏิกิริยาของเขา
สองสามวินาทีเขาก็เงียบและนิ่ง

“เกรซ!" เขาเรียกด้วยเสียงแผ่วเบา

“ใช่แล้ว อาเบะที่รัก" ฉันจะไปจากคุณตอนนี้ ขอบคุณสำหรับความรักและความไว้วางใจ" เกรซกล่าวสั้นๆ

เขามองเธอโดยไม่รู้วิธีตอบสนอง

“ฉันกำลังนำภาพวาดสามภาพที่คุณมอบให้ฉัน ฉันมาโดยไม่มีอะไรเลย
ตอนนี้กลับไปพร้อมกับของขวัญอันล้ำค่าเหล่านี้เท่านั้น" ในขณะที่กลิ้งภาพวาดทีละภาพเกรซกล่าว

"คุณจะไปไหม. จริงหรือ?".

“ใช่ อาเบะ" กรุณาเก็บหมวกใบนี้ไว้กับคุณ ตอนนี้ฉันไม่มีอะไรจะเสนอให้คุณอีกแล้ว"
เกรซพูดพร้อมมอบหมวกสีน้ำตาลให้เธอ

อาเบะรับมันไปจากเธอและยืนนิ่ง เขามองดูเกรซก้าวออกจากบ้านโดยไม่มีการแสดงอารมณ์ใดๆ
เขามองดูเธอ เดินไปทางเงามัวของป้อมอากัวดาแล้วหายตัวไป

ผู้เป็นที่รัก

อาเบะรู้สึกเหงา เศร้า และสิ้นหวัง หัวใจของเขาเจ็บปวด มีบางอย่างทิ่มแทงลึกอยู่ข้างใน เขานั่งอยู่หน้าประตูบ้านประมาณหนึ่งชั่วโมง ไม่มีอะไรต้องคิด และจิตใจของเขาก็ว่างเปล่า เมื่อมองเข้าไปในความว่างเปล่า เขาใช้ข้อนิ้วกระแทกพื้นและรู้สึกโกรธตัวเอง

หลังจากล็อคบ้านแล้ว เขาก็เดินไปที่สถานีขนส่งและตามหาเกรซ มีรถเมล์สี่คัน และอาเบะก็ตรวจค้นรถบัสทั้งหมด "เกรซ เขาโทรมา" แต่ไม่มีใครรับสาย เคาน์เตอร์จำหน่ายตั๋วเกือบจะว่างเปล่า เนื่องจากมีผู้โดยสารเพียงไม่กี่คน หัวใจของเขาจมลงด้วยความวิตกกังวลและความผิดหวัง

"คุณไปไหนมาเกรซที่รัก" เขาพึมพำ

ขณะเดินไปที่ชายหาด การเดินทางดูมืดมนโดยไม่มีเรือแคนู และเขาจำวันแรกของเขาในเมือง Calangute ได้ เขานึกถึงคำพูดของเธออีกครั้ง: "อย่ากังวล คุณสามารถอยู่กับฉันได้หนึ่งคืน แล้วฉันจะให้ค่ารถโดยสารแก่คุณ คุณสามารถคืนให้ฉันในภายหลังได้" คืนหนึ่งกลายเป็นเก้าเดือน อาเบะพูดในใจ

ที่ชายหาด อาเบะเดินเล่นอยู่พักหนึ่ง เขาเริ่มค้นหาเกรซด้านหลังเรือ เกือบยี่สิบห้าลำ ทันใดนั้นเขาได้ยินเสียงเรียกของเธอว่า "อาเบะ อาเบะ" เขาวิ่งไปยังจุดที่เกิดเสียงนั้น ว่างเปล่า ว่างเปล่าเหมือนเปลือกหอย อาเบะนึกถึงเสียงของเธอ เสียงหวานของเกรซผู้เป็นที่รักของเขา "อาเบะ ฉันซ่อนอยู่ที่นี่ คุณต้องพยายามตามหาฉัน" เขาได้ยินเธอเรียกชื่อของเขาอีกครั้ง "เกรซ เกรซที่รักของฉัน คุณอยู่ที่ไหน" เขาตะโกนและไม่มีการตอบสนอง เขาได้ยินเสียงสะท้อนของเขาปะปนกับคลื่นทะเล ชายหาดร้างและไม่เห็นชาวประมงสักคนเดียวเลย เนื่องจากเป็นวันอาทิตย์ จึงเป็นวันหยุดสำหรับพวกเขา

"เกรซ ออกมาจากที่ซ่อน ฉันรู้สึกไม่ดี. โปรดออกมา" เสียงของเขามีความกังวลและความกลัวเล็กน้อย ชายหาดดูเหมือนไม่รู้จักเขา และเขาก็เริ่มวิ่งบนชายหาดจากปลายด้านหนึ่งไปอีกด้านหนึ่ง สุนัขจรจัดวิ่งตามเขาไป ความกลัวเข้าครอบงำอาเบะ และเขาก็ล้มลงบนทรายเปียก ป้อม Aguada

อันยิ่งใหญ่ยืนจ้องหน้าเขา และมีสุนัขอยู่รอบตัวเขาอย่างน่ากลัว เขาควบคุมตัวเองได้จึงกระโดดขึ้นวิ่งตามสุนัขไป "ไปให้พ้น" เขาตะโกน

เป็นอีกครั้งที่เขาค้นหาเกรซในเรือประมงเพื่อดูว่าเธอซ่อนอยู่ในเรือลำใดลำหนึ่งหรือไม่ สุนัขไม่ควรทำร้ายเธอ เขาตัดสินใจ เธออาจจะได้รับการปกป้องจากสุนัขในขณะที่เธอเล่นตลกกับเขา เขามั่นใจว่าเธอไม่สามารถทิ้งเขาได้ ทิ้งเขาไป เนื่องจากเธออยู่ใกล้เขามาก และในช่วงเก้าเดือนที่ผ่านมา เกรซก็แยกกันไม่ออก เขาไม่สามารถจินตนาการถึงโลกที่ปราศจากเกรซได้ อาเบะคิดไม่ออกว่าจะไปไหนโดยไม่มีเกรซ และรู้สึกไม่อยากกินอะไรถ้าไม่มีเธอ เกรซนั้นล้ำค่ามาก เป็นอัญมณีล้ำค่าอันไม่มีที่สิ้นสุด

แสงอาทิตย์แผดเผาเหนือศีรษะของเขา และท้องฟ้าก็แจ่มใส เรือหลายลำในทะเลเคลื่อนตัวช้าๆ สัมผัสขอบฟ้า และเรือในท่าเรือก็หยุดนิ่ง

ในช่วงบ่ายเขารู้สึกวิงเวียนเนื่องจากแสงแดดเนื่องจากไม่มีอะไรคลุมศีรษะ เขาเดินไปที่เรือและนอนหงายอยู่ใต้เงาเรือลำหนึ่ง ค่ำมาถึงแล้วเขาก็ได้ยินเสียงคลื่นคำราม ค่ำคืนใกล้เข้ามาอย่างรวดเร็ว และมีแสงไฟบนป้อมอากัวดา แต่ชายหาดก็มืดสนิท เขามองเห็นสุนัขเดินกันเป็นกลุ่มซึ่งอาจกำลังค้นหาอาหาร

อาเบะรู้สึกโดดเดี่ยว มันคงจะปลอดภัยกว่าหากอยู่ในเรือ เขาคิดและปีนขึ้นไปในเรือลำหนึ่งซึ่งอยู่ตรงกลางไม่มากก็น้อย นั่งอยู่ในความเหงาสักพักหนึ่ง เขาฟังเสียงคำรามของทะเล แต่ก็ไม่มีอะไรนอกจากความมืดเหนือทะเล ท้องฟ้าไม่มีเมฆและดวงดาวก็มองเห็นได้ เขาอยู่คนเดียว โดยมีดวงดาวนับล้านนับล้านคอยเฝ้าดูและปกป้องเขา ดวงดาวอยู่ที่นั่นเพราะคุณสังเกตเห็นมัน หากคุณไม่พบสิ่งเหล่านั้น ก็จะไม่มีอะไรเกิดขึ้นสำหรับคุณ และคุณไม่แน่ใจว่าจะมีสิ่งใดอยู่ได้หากไม่มีคุณ เขาลืมเรื่องอื่นไปหมด สิ่งเหล่านี้อยู่นอกเหนือการสังเกตและการรับรู้ของเขา จากนั้นอาเบะก็หลับไปและเขาอยู่คนเดียว แต่เกรซที่รักของเขาอยู่ในจิตสำนึกของเขา

เขาตื่นขึ้นมาประมาณเที่ยงคืน เงยหน้าขึ้น และเห็นสุนัขฝูงหนึ่งนอนอยู่บนทราย พวกเขาอาจจะปกป้องเขา แม้แต่ศัตรูก็สามารถเป็นผู้ช่วยให้รอดได้เป็นครั้งคราว ท้องฟ้าก็แจ่มใสและมีดาวมากขึ้น และพระจันทร์ข้างขึ้นนั้นอยู่ที่ขอบฟ้าด้านตะวันออก เหนือป้อมอากัวดา มีลมพัดเย็นสบายจากทะเลอันเงียบสงบแต่มืดมิด และรู้สึกดีมากที่ได้อยู่บนชายหาดตอนเที่ยงคืน จู่ๆ เขาก็นึกถึงเกรซ คุณอยู่ที่ไหน ฉันคิดถึงเธอสุดขีด. ฉันมาที่นี่เพื่อไม่ให้สุนัขมาทำร้ายคุณ อย่าเดินไปรอบๆ

หากคุณอยู่ในเรือให้อยู่ที่นั่น เมื่อดวงอาทิตย์ปรากฏทางทิศตะวันออกเราก็กลับบ้านด้วยกันได้ ฉันจะชงกาแฟบนเตียงให้คุณ แล้วเราจะนั่งบนเก้าอี้ หันหน้าเข้าหากันและพูดคุยกัน หลังจากดื่มกาแฟบนเตียง เราก็เล่นหมากรุกหรือร้องเพลงรักด้วยกัน โดย Kishore Kumar หรือ Lata Mangeshkar ให้เราทำอาหารเช้า แซนด์วิช ไข่เจียว ผักทอด และโจ๊ก และยืนใกล้โต๊ะในครัว เรารับประทานจากกระทะ มันมีความรู้สึกพิเศษความสุขของการอยู่ร่วมกัน การยืนใกล้คุณและรับประทานอาหารเช้าถือเป็นประสบการณ์ที่น่ารัก อีกครั้งนะเกรซที่รัก อีกครั้งหนึ่ง

เกรซอาจจะไม่มีอยู่จริง เธออาจเป็นประสบการณ์ของ Rip Van Winkle ผลของความมึนเมาและภาพหลอนและภาพของเธอนั้นไม่จริง ถ้าเธอไม่มีจริงเธอก็เป็นพระเจ้า คนอย่างเกรซไม่มีอยู่จริง เพราะเธอสมบูรณ์แบบในทุกสิ่ง นอกเหนือจากจินตนาการของมนุษย์ เธอยังสง่างาม ฉลาด มีความสามารถ เป็นผู้ใหญ่ และสง่างาม สิ่งมีชีวิตอย่างเกรซไม่สามารถเดินบนโลกนี้ได้ในขณะที่นับดาวจากมุมหนึ่งไปอีกมุมหนึ่ง อาเบะคิด แต่ฉันชอบที่จะพบคุณอีกครั้ง ฉันขอเล่าประสบการณ์ประสาทหลอนที่เราเคยมีร่วมกัน พวกเขาช่างงดงาม เปล่งประกาย และน่าทึ่งมาก การเดินกับคุณเติมเต็มความปรารถนาที่ไม่สามารถอธิบายได้ ทำให้เกิดช่วงเวลาแห่งการอยู่ร่วมกันที่ยกระดับขึ้น จิตไม่อาจลบล้างสิ่งเหล่านั้นได้ เกรซ คุณเป็นจริงสำหรับฉัน แม้ว่าคุณจะไม่มีตัวตนก็ตาม ถึงไม่มีเธอแต่เธอก็ยืนหยัดอยู่ในใจฉัน

ฉันชอบท่องบทเพลงรักของคุณจนวันสุดท้ายของชีวิต มาอยู่กับฉันเถอะ ให้ฉันร้องเพลงพวกเขาด้วยความยินดี ฉันชอบที่จะเห็นคุณยิ้ม ได้ยินคุณร้องเพลง และเล่นหมากรุกกับฉัน กลับมา. เราจะไปเขตรักษาพันธุ์นก เดินตามเส้นทางแท้จริง พบกับนกสายพันธุ์ใหม่ และร้องเพลงรักอันไพเราะตราบนิรันดร์ เพลงเหล่านั้นมีเสน่ห์ที่แตกต่างออกไปเมื่อลึกเข้าไปในใจของฉัน เกรซ คุณไม่มีตัวตนแต่มีจริง คุณเป็นพระเจ้าแต่ยังเป็นมนุษย์ คุณไม่สามารถไม่เป็นจริงได้เหมือนที่คุณอยู่ในเนื้อและเลือด เราทำอาหารด้วยกัน กินด้วยกัน เดินด้วยกัน และทำงานด้วยกัน คุณเล่าเรื่องความรักและการพรากจากกัน ความเจ็บปวดและความวิตกกังวลให้ฉันฟัง คุณเป็นมนุษย์ที่แท้จริงที่สุดเท่าที่ฉันเคยพบมา

อาเบะ อาเบะที่รัก เขาได้ยินเธอเรียกเขา เกรซ ฉันอยู่นี่แล้ว" เราไปทานอาหารเย็นกันเถอะ มันเป็นเกียรติของคุณ เกรซ ฉันจะทำอย่างไรกับเงินที่ฉันมี? เก็บไว้กับคุณ คุณจะต้องใช้มันในภายหลัง เกรซ คุณเตือนฉันถึงการแยกจากกัน หายนะที่กำลังจะเกิดขึ้น โชคชะตาที่ขัดแย้งกัน

แต่ฉันกลับไม่เข้าใจคุณ คุณขอให้ฉันไปมุมไบทำให้ฉันท้อใจที่จะอยู่กับคุณตลอดไป คุณทำนายอนาคตของฉัน

สุนัขกำลังเดินไปรอบๆ และมีสุนัขตัวหนึ่งหรือสองตัวเห่า และมีแสงไฟห่างออกไปเล็กน้อย มีคนกำลังพูดอยู่ ชาวประมงพร้อมที่จะออกสู่ทะเลลึกเมื่อเช้าวันใหม่มาถึง

“เฮ้ มีใครอยู่บ้าง" มีคนถาม

"WHO?" อีกคนถาม

“ดูเหมือนผู้ชายอยู่ในเรือ" คนแรกตอบ

อาเบะสามารถนับหัวได้เจ็ดถึงแปดหัว เขาก็ลุกขึ้นและลงจากเรือ

“คุณนอนอยู่หรือเปล่า" หนึ่งในนั้นถาม

“ใช่" อาเบะตอบ

“ไม่มีที่อื่นให้นอนแล้วเหรอ?" ชาวประมงถาม.

“ฉันมาที่ชายหาด สุนัขเหล่านี้ดูน่ากลัว ไม่สามารถกลับมาได้ และเข้าไปหลบภัยอยู่ในเรือ นอนหลับอยู่ในเรือของคุณแม้ว่ามันจะยากก็ตาม" อาเบะเล่าและเขาต้องการบอกความจริง

ด้วยคบเพลิงในมือ คนแปดคนมองดูเขาอย่างสงสัย

“คุณปลอดภัยไหม? สุนัขโจมตีคุณหรือเปล่า?" นักตกปลาต่างกังวลเรื่องความปลอดภัยของเขา

“ฉันก็ปลอดภัย ในตอนกลางคืนพวกเขาปกป้องฉันด้วยการนอนรอบๆ เรือ" อาเบะกล่าว

เมื่อฟังเขาพูด ชาวประมงก็หัวเราะ

“ตอนนี้คุณจะกลับไปคนเดียวได้ไหม" หนึ่งในนั้นถาม

“แน่นอนว่ามีสถานีขนส่งอยู่ใกล้ๆ" อาเบะตอบ

“เราสามารถติดต่อคุณได้ที่สถานีขนส่ง มากับฉันเถอะ" ชาวประมงคนหนึ่งพูด

อาเบะเดินตามเขาไป พวกเขาเดินไปด้วยกัน

“ตอนนี้เป็นเวลาตีสามแล้ว การเดินคนเดียวนั้นอันตราย" ชาวประมงกล่าว

"ขอขอบคุณสำหรับความมีน้ำใจของคุณ. ขอโทษสำหรับปัญหา. ขอให้เป็นวันดีๆ เจอปลาดีๆ" อาเบะกล่าวพร้อมกับจับมือกับชาวประมงเมื่อไปถึงสถานีขนส่ง

"ทั้งหมดที่ดีที่สุด ขอให้เดินทางปลอดภัย โชคดีนะ" ชาวประมงกล่าว

รถบัสคันแรกไปมุมไบคือเวลาหกโมงเช้า จากตารางเวลาที่แสดง อาเบะก็เข้าใจ เขานั่งอยู่ในห้องรออยู่พักหนึ่ง

เขาเห็นรถบรรทุกสองคันจอดอยู่ด้านนอกสถานีขนส่งจึงเดินเข้าไปหาพวกเขา

"โปรดพาฉันไปที่มุมไบ" อาเบะบอกกับคนขับรถบรรทุก

"ไม่ไปมุมไบ ไปปูเน่" คนขับรถบรรทุกตอบ

"ตกลง. ให้ฉันไปกับคุณที่ปูเน่" อาเบะกล่าว

"ห้าร้อยเหรียญ" คนขับรถบรรทุกกล่าว

"ตกลง. อาเบะกล่าวว่า ฉันจะจ่ายเงินเมื่อไปถึงปูเน่" อาเบะกล่าว

"เสร็จแล้ว. แต่บอกความจริงกับตำรวจ. ถ้าไม่พูดฉันจะบอก" คนขับรถบรรทุกเสนอ

อาเบะไม่ได้พูดอะไร เขาไม่อยากพูดโกหกเช่นกัน
ถ้าคนขับรถบรรทุกบอกว่าเขาเป็นผู้โดยสารเขาก็คิดว่ามันไม่เป็นไร

คนขับรถบรรทุกเป็นชายวัยกลางคนที่แข็งแรง และมีความสง่างามในการขับขี่ ผู้ช่วยของเขาซึ่งเป็นชายหนุ่มผู้มีหนวดหนานั่งอยู่ข้างๆ อาเบะอยู่ใกล้หน้าต่าง และการจัดที่นั่งก็สอดคล้องกัน

"ทุกการเดินทางเรายกให้ใครสักคนเพื่อจะได้มีบริษัท เงินที่เราได้รับนั้นเป็นเรื่องรอง" ว่าแต่จะไปไหนเหรอ?" ถามคนขับ..

"จะไปปูเน่" อาเบะตอบ

"ปูเน่เป็นเมืองใหญ่ ถ้าคุณบอกสถานที่ที่คุณจะไป และสถานที่นั้นอยู่ใกล้ทางหลวง ฉันสามารถไปส่งคุณที่นั่นได้" คนขับกล่าว

"ฉันจะไปที่นั่นเป็นครั้งแรก ฉันไม่รู้อะไรเกี่ยวกับเมืองนี้เลย" อาเบะตอบ

"มันดูตลกมาก คุณอยากไปมุมไบ ตอนนี้คุณกำลังจะไปปูเน่ และคุณไม่รู้อะไรเกี่ยวกับเมืองนี้เลย" คนขับให้ความเห็น

"คุณพูดถูก ไปถึงแล้วก็จะเดินชมตามท้องที่ต่างๆ ขอฉันดูเมืองก่อน" อาเบะอธิบาย

"ดังนั้นคุณเป็นคนพเนจร ฉันเองก็เป็นคนพเนจรมาหลายปีเช่นกัน ตอนที่ฉันอายุสิบขวบ ฉันออกจากบ้านในหมู่บ้านแห่งหนึ่งในรัฐพิหาร จากนั้นเป็นเวลาห้าปี ที่ฉันเร่ร่อนไปทั่วอินเดียตอนเหนือ หลังจากนั้นฉันก็ร่วมงานกับ Sardarji ในตำแหน่งผู้ช่วยของเขาในรถบรรทุกเป็นเวลาสิบปี" คนขับกล่าว

"คุณเป็นคนขับรถมาหลายปีแล้ว" อาเบะออกแถลงการณ์

"ใช่. ฉันดีใจที่ได้พบกับ Sardarji; เขามาจากปัญจาบ เป็นชาวซิกข์ เป็นคนที่ยอดเยี่ยม เขาปฏิบัติต่อฉันเหมือนลูกชายของเขาและสอนให้ฉันขับรถ ดูรูปถ่ายนี้ มันเป็นของซาร์ดาร์ รันบีร์ ซิงห์ ฉันเดินทางไปกับเขาหลายพันกิโลเมตร" โดยแสดงรูปถ่ายที่มีกรอบอยู่เหนือหน้าต่างข้างที่นั่งคนขับ เขากล่าว

"ตกลง. นั่นคือซาร์ดาร์ รันบีร์ ซิงห์" เมื่อมองดูภาพชายที่ดูดุร้ายมีเคราและผ้าโพกหัว อาเบะกล่าว

"ใช่แล้ว Sardar Ranbir Singh คือกูรูของฉัน
ฉันสวดภาวนาต่อพระองค์ทุกวันเพื่อปกป้องฉันจากอันตรายและอุบัติเหตุ
การขับขี่รถบรรทุกเป็นงานที่เป็นอันตราย นอกจากนี้เจ้าหน้าที่ตำรวจทุกคนระหว่างทางต้องการรับสินบน
ในรัฐมัธยประเทศและราชสถาน มี dacoits บางชนิดเป็นอันตราย
แต่บางชนิดก็เป็นมิตรและไม่เป็นอันตราย แต่คนที่อันตรายที่สุดคือนักการเมือง" คนขับพูดต่อ

รถบรรทุกคันดังกล่าวยังอยู่ในพื้นที่ชายฝั่งของรัฐกัว
และมีต้นมะพร้าวจำนวนมากอยู่ทั้งสองข้างของทางหลวง ในตอนเช้าพวกเขาดูลึกลับ รถบรรทุก รถประจำทาง และรถยนต์ต่างวิ่งไปในทิศทางตรงกันข้าม เศรษฐกิจ Goan ขึ้นอยู่กับการท่องเที่ยวเป็นหลัก อาเบะก็รู้แล้ว

"คุณมาจากที่ไหน?" คนขับถามอาเบะ

"ฉันมาจากเมืองกาลิกัต แต่ในช่วงเก้าเดือนที่ผ่านมา ฉันอยู่ที่กัว" อาเบะตอบ

"คุณอาจจะเคยทำงานที่นี่?" คนขับถาม.

“ใช่" อาเบะตอบเพียงคำเดียว

“ในฐานะผู้ช่วย ฉันทำงานร่วมกับกูรูเป็นเวลาสิบปีจนกระทั่งฉันอายุยี่สิบห้าปี ฉันไปกับเขาทั่วอินเดีย ปากีสถาน บังคลาเทศ และเนปาล เขาปฏิบัติต่อฉันอย่างดี คุณแทบจะไม่ได้เห็นคนดีอย่างซาร์ดาร์ รันบีร์ ซิงห์เลย เขามีหัวใจทองคำ" คนขับพูดพร้อมกับถอนหายใจ

"ตอนนี้เขาอยู่ที่ไหน?" อาเบะถาม

“คุรุของฉันไม่อยู่แล้ว พวกเขาฆ่าเขาต่อหน้าต่อตาฉัน" คนขับพูดด้วยเสียงแผ่วเบา

อาเบะไม่ได้ตอบและมีความเงียบยาวนาน คนขับมีสมาธิกับการขับรถอย่างเต็มที่

“เรากำลังจะไปเดลี. จะใช้เวลาหลายวันกว่าจะถึงที่นั่น ระหว่างทางเราใช้เวลาพักสองสามชั่วโมง กลางคืนเราก็นอน
ฉันได้เรียนรู้จากประสบการณ์ว่าการนอนหลับฝันดีเป็นสิ่งจำเป็นสำหรับการขับขี่โดยปราศจากอุบัติเหตุ
หลังจากที่ฉันขับรถติดต่อกันเป็นเวลาหกชั่วโมง ฉันก็พักผ่อน
และเขาจะขับรถเป็นเวลาสามชั่วโมงติดต่อกัน เขามีใบขับขี่" คนขับกล่าวถึงผู้ช่วยของเขา

“หลังจากไปถึงเดลีแล้ว เราก็ลาพักร้อนสองวัน เราเริ่มเดินทางกลับอีกครั้ง และในหนึ่งเดือน
เราก็ไปเที่ยวกัวสองครั้ง ฉันมีบ้านอยู่ที่เมืองเวสาลี อีกด้านหนึ่งของแม่น้ำยมุนา
เมืองเวสาลีเป็นส่วนหนึ่งของเดลี" คนขับหยุดสักพักแล้วถามว่า “คุณเคยไปเดลีหรือเปล่า"

“ใช่แล้ว" อาเบะกล่าว

"ที่ไหน?" คนขับรถก็ถาม

“ฉันเรียนที่นั่นในสถาบันเทคโนโลยีแห่งอินเดีย" อาเบะกล่าว

“โอ้พระเจ้า คุณเป็นวิศวกรจาก IIT
เป็นมหาวิทยาลัยที่มีชื่อเสียงซึ่งมีเพียงหนึ่งในแสนเท่านั้นที่ได้รับเข้าเรียน
ฉันไม่เคยรู้มาก่อนว่าคุณเป็นคนฉลาดและมีการศึกษาขนาดนี้ ฉันดีใจมากที่ได้พบคุณ" คนขับอุทาน

“ฉันดีใจที่ได้พบคุณ" อาเบะกล่าว

“ฉันมีลูกสาวสองคน ทั้งคู่อยากเป็นวิศวกร คนโตอายุสิบสี่ปีและอยู่ในชั้นเก้า น้องอายุสิบปี เธออยู่ในชั้นห้า พวกเขาฝันว่าจะไปเรียน IIT สาขาวิทยาการคอมพิวเตอร์" คนขับเล่า

“การมีความฝันเป็นเรื่องดี เด็ก ๆ จะต้องมีแผนการเรียนต่อในระดับอุดมศึกษาในระยะยาว คุณต้องให้กำลังใจพวกเขา" อาเบะกล่าว

“แน่นอนว่ามันเป็นความฝันของฉัน ฉันรักลูกสาวทั้งสองของฉัน พวกเขามีความโดดเด่นในด้านการศึกษา ฉันแน่ใจว่าวันหนึ่งพวกเขาจะเป็นวิศวกรที่ทำงานร่วมกับบริษัทที่มีชื่อเสียงระดับโลก" คนขับแสดงความปรารถนา

'ฉันแน่ใจ; หากพวกเขามีความปรารถนาอันแรงกล้า พวกเขาก็สามารถทำได้" อาเบะแสดงความคิดเห็น

พวกเขาเริ่มปีนขึ้นไปบน Ghats ตะวันตก ทางหลวงแคบลง ขับขี่หนักหน่วง และรถบรรทุกค่อย ๆ เคลื่อนตัวซิกแซ็กภายในป่า คนขับหยุดพูดและมุ่งความสนใจไปที่การขับรถอย่างเต็มที่ อาเบะรู้จัก Western Ghats หรือที่รู้จักกันในชื่อ Sahyadri ซึ่งทำหน้าที่ปกป้องชายฝั่ง Malabar โดยเริ่มจากทางใต้ของ Gujarat และสิ้นสุดใกล้กับ Kanyakumari ใช้เวลาเกือบสองชั่วโมงในการข้ามเทือกเขา เป็นเวลาเจ็ดโมงเช้าแล้วเมื่อพวกเขามาถึงปลายสุดทางตะวันตกเฉียงใต้ของที่ราบสูงเดคคาน คนขับรถบรรทุกหยุดรถบรรทุกใกล้กับร้านอาหารริมทาง และปลุกผู้ช่วยของเขาจากการหลับใหล พวกเขาทั้งหมดทานอาหารเช้าที่นั่น และอาเบะรู้ว่านี่คือวันจันทร์และเป็นมื้อแรกของเขาหลังอาหารเช้ากับเกรซในเช้าวันอาทิตย์

คนขับสตาร์ทรถบรรทุกอีกครั้ง

“การขับขี่บนที่ราบแตกต่างจากการขับขี่บนถนนบนภูเขา กูรูของฉันเป็นคนขับที่ยอดเยี่ยม และเขาสามารถขับรถไปที่ไหนก็ได้กับเอแลน เขาแตกต่างออกไป ฉันพบเขาเมื่อฉันอายุสิบห้าปี เขารู้ว่าฉันเป็นเด็กกำพร้า และเขาให้บ้านแก่ฉัน ฉันเป็นชาวฮินดู เขาเป็นชาวซิกข์ แต่เขาไม่เคยสร้างความแตกต่างระหว่างศาสนาเลย แต่เขาถูกฆ่าเพราะศาสนาของเขา" คนขับหยุดพูดไประยะหนึ่ง

อาเบะเฝ้าดูเขาขับรถ เขาดูสง่างาม และการเคลื่อนไหวของมือก็พิถีพิถัน เขาไม่เคยมองไปข้าง ๆ เลยแม้แต่วินาทีเดียว

“ทำไมและใครฆ่าเขา" อาเบะถาม

“ฉันยังคงถามคำถามนั้นทุกวัน Sardar Ranbir Singh กำลังขับรถจากมุมไบไปยังเดลี และเข้าสู่เดลี หนึ่งวันหลังจากที่เจ้าหน้าที่รักษาความปลอดภัยของเธอลอบสังหารอินทิรา คานธี นายกรัฐมนตรี ในวันที่สามสิบเอ็ด ตุลาคม สิบเก้าร้อยแปดสิบสี่ เราเห็นฝูงชนกลุ่มเล็กๆ ถือดาบและท่อนเหล็กมา พวกเขาวนรอบรถบรรทุกและขอให้ Sardarji ออกไป

พวกเขารู้ว่าเขาเป็นชาวซิกข์จากหนวดเคราและผ้าโพกหัวของเขา เขาหยุดรถบรรทุกแล้ววิ่งไป แต่พวกเขาจับเขาเอาชนะเขาได้ และพวกเขาทุบศีรษะของเขาต่อหน้าต่อตาฉัน ฉันยังจำเหตุการณ์นั้นได้ ใบหน้าที่เปื้อนเลือดของเขา ฉันร้องไห้เสียงดังและขอให้พวกเขาฆ่าฉันด้วย

พวกเขาไม่ได้ฆ่าฉันเพราะฉันไม่ใช่ชาวซิกข์ หัวหน้าของพวกเขาตบฉันซ้ำแล้วซ้ำอีกและขอให้ฉันวิ่ง ฉันมักจะจำหน้าเขาคนที่ตบฉัน ฉันเคยเห็นรูปของเขาหลายครั้งในหนังสือพิมพ์ เขาเป็นผู้นำพรรคคองเกรส ต่อมา ฉันได้เรียนรู้ว่าหลังจากที่อินทิราคานธีถูกบอดี้การ์ดของเธอยิง การจลาจลปะทุขึ้น และผู้บริสุทธิ์หลายพันคนถูกฆ่าตาย" เป็นอีกครั้งที่ความเงียบงันยาวนาน

อาเบะฟังเขาโดยไม่แสดงความคิดเห็นใดๆ

“พวกเขาเผารถบรรทุก" คนขับกล่าวต่อ

"พวกเขาเป็นใคร?" อาเบะถาม

“พวกเขาทั้งหมดเป็นคนทำงานในพรรคคองเกรส ซึ่งนำโดยผู้นำท้องถิ่นของพวกเขา พวกเขากำลังตามล่าหาชาวซิกข์ ชาวซิกข์ผู้บริสุทธิ์ ที่ไม่เกี่ยวข้องกับการสังหารของอินทิรา คานธี สมาชิกสภาเหล่านั้นสังหารชาวซิกข์มากกว่าสามพันคนในเดลีเพียงแห่งเดียว และการสังหารหมู่ก็แพร่กระจายไปยังเมืองต่างๆ มากกว่าสี่สิบเมืองทั่วอินเดีย ชาวซิกข์ถูกสังหารหมู่กว่าหมื่นคน พวกเขาไว้ชีวิตฉันเพราะฉันคือราม ยาดาฟ ฉันเป็นเด็กกำพร้าจากหมู่บ้านห่างไกลในจำปารัน และชาวซิกข์ที่รักและห่วงใยคอยดูแลฉัน สำหรับฉัน เขาเป็นมนุษย์ที่ดีที่สุดที่ฉันเคยพบ แต่สมาชิกสภาที่บ้าคลั่งก็เชือดเขาด้วยการทุบหัวของเขา" มีความโศกเศร้าอย่างลึกซึ้งในเสียงของเขา

“มันเป็นเรื่องราวที่น่าเศร้าจริงๆ มันไม่ควรเกิดขึ้น" อาเบะแสดงความคิดเห็น

“มันไม่ควรเกิดขึ้น ฉันปรารถนาทุกวันเมื่อฉันเห็นรูปถ่ายของคุรุของฉัน ฉันทำงานเป็นผู้ช่วยของเขามาสิบปีแล้ว พวกเขาเป็นวันที่ดีที่สุดของฉัน เขาเปิดบัญชีธนาคารให้ฉันและฝากเงินเดือนของฉันไว้

ฉันซื้อรถบรรทุกคันนี้เมื่อห้าปีที่แล้วด้วยเงินจำนวนนั้นและเงินกู้จากธนาคารเดียวกัน ครูของฉันเป็นพระเจ้าสำหรับฉัน" คนขับฟังดูเศร้า

“ซาร์ดาร์ รันบีร์ ซิงห์ คุรุของคุณเป็นคนดี ฉันทักทายเขา”

“เขาเป็นคนดีจริงๆ พระองค์ทรงสอนฉันถึงคุณค่าอันยิ่งใหญ่ ดูผู้ช่วยของฉันสิ Javed Khan; ฉันมารับเขาจากถนนอัครา เขาไม่มีที่ไป เขายังเป็นเด็กกำพร้า ตลอดแปดปีที่ผ่านมาเขาอยู่กับฉัน ฉันได้เปิดบัญชีธนาคารให้เขาแล้ว เขาจะซื้อรถบรรทุกของเขาภายในสิบปีข้างหน้า" คนขับพูดถึงผู้ช่วยของเขาที่กำลังนอนหลับหลังอาหารเช้า

เมื่อเวลาประมาณสิบโมงเช้า ราม ยาดาฟ ก็หยุดรถบรรทุกใกล้กับร้านน้ำชาริมทาง พวกเขาดื่มชาร้อนกับ *ซาโมซ่า ที่นั่น* หลังจากพักไปสิบห้านาที ก็ถึงเวลาขับรถของ Javed Khan เขาเป็นนักขับที่ยอดเยี่ยม อาเบะสังเกตเห็น ราม ยาดาฟนั่งใกล้อาเบะบนเบาะกลางและเริ่มงีบหลับ ตอนนี้ในรถบรรทุกเกิดความเงียบสนิท

ทุ่งอ้อยของโกลหาปูร์ดูเขียวขจีและอุดมสมบูรณ์ไปด้วยข้าวและไร่อ้อย ต้นมะม่วง ขนุน และต้นมะพร้าวทำให้หูกวางจำลอง เนินเขาด้านตะวันออกของ Sahyadri แห้งแล้งจนถึง Sangli ซึ่งเป็นเมืองที่มีชีวิตชีวาใกล้กับที่ราบสูง Deccan ไร่องุ่นหลายเอเคอร์ แหล่งปลูกน้ำตาลฝ้าย และทุ่งถั่วลิสงกระจายอยู่ทั้งสองข้างของทางหลวง ประมาณบ่ายโมงก็แวะร้านอาหารแห่งหนึ่งใกล้ปั๊มน้ำมันท่ามกลางสวนกล้วย หลังจากเติมน้ำมันดีเซลเต็มถังแล้ว พวกเขาก็รับประทานอาหารกลางวัน จากนั้นราม ยาดาฟก็เริ่มขับรถอีกครั้ง

“นักการเมืองของเราจำนวนมากเป็นอาชญากร พวกเขาล้มเหลวตามรัฐธรรมนูญของเรา เราเลือกตัวแทนของเรา รัฐมนตรีและนายกรัฐมนตรีของเราส่วนใหญ่สิ้นหวังและทุจริต ยกเว้นเนห์รู เขาเป็นคนเดียวที่คิดอย่างจริงจังเกี่ยวกับความก้าวหน้าของประเทศโดยไม่มีเหตุผลเห็นแก่ตัว เขาทำงานร่วมกับผู้คนนอกเหนือจากศาสนา ชนชั้น ลัทธิ ผิว ภาษา และภูมิหลังครอบครัว ด้วยการก่อตั้งมหาวิทยาลัยที่ดีที่สุดของเรา เช่น IIT และ IIM เขาได้วางรากฐานสำหรับการพึ่งพาตนเองของอินเดีย เนห์รูเปลี่ยนโฉมหน้าประเทศของเราด้วยการสร้างเขื่อนสำคัญๆ ทั้งหมดและสนับสนุนเกษตรกร คนงาน นักธุรกิจ และนักอุตสาหกรรม

เขายืนกรานที่จะให้มีสถานะที่เท่าเทียมกันสำหรับผู้หญิงและทำลายระบบปิตาธิปไตยอย่างมากผ่านประมวลกฎหมายฮินดู

เนห์รูเป็นเหตุผลในการขจัดความหิวโหยและความยากจนออกจากพื้นที่ห่างไกลที่สุดของประเทศ เนื่องจากเขามีวิสัยทัศน์และเป็นคนของมวลชน เนห์รูมีความล้มเหลวของเขา แต่พวกเขาไม่ได้จริงจังขนาดนั้นเมื่อเทียบกับการช่วยเหลือชาวอินเดีย" คนขับพูดคุยอย่างละเอียด

"สิ่งที่คุณพูดนั้นเป็นความจริง" อาเบะมองดูคนขับด้วยความประหลาดใจ เขาตระหนักดีถึงประวัติศาสตร์และสถานการณ์ทางสังคมและการเมืองของอินเดีย

"คุณอาจจะสงสัยว่าทำไมฉันถึงพูดขณะขับรถ" คนขับพูดทันที

"ใช่ ฉันรู้แล้ว" อาเบะกล่าว

"เอาล่ะ บอกเหตุผลมาหน่อยสิ" คนขับยืนกราน

"มีสองเหตุผล ประการแรกคือคุณไม่ควรเผลอหลับขณะขับรถ"

"นั่นเยี่ยมมาก กูรูของฉันบอกให้ฉันทำแบบนั้นเพราะฉันจะนอนถ้าขับรถต่อเนื่องเกินหกชั่วโมง ดูสิจาเวดคนนี้ เขาไม่เคยหลับใหลขณะขับรถเลย เขาแตกต่างออกไป เขาดีกว่าฉัน" รามยาดาฟพูดพร้อมมองตรงไป

"คุณขับรถได้ดี" อาเบะกล่าว

"โปรดอย่ายกย่องฉันเลย ฉันอาจจะเย่อหยิ่งและภูมิใจในทักษะของตัวเอง และอาจนำไปสู่หายนะ" รามยาดาฟ วิงวอน

"คุณพูดถูก" อาเบะกล่าว

"เหตุผลที่สองคืออะไร" คนขับยืนกราน

"คุณมีประสบการณ์มากมายมากมาย คุณต้องการแบ่งปันให้กับผู้อื่น ประสบการณ์ของคุณมีเรื่องราวของมนุษย์และมีอะไรให้เรียนรู้มากมายจากพวกเขา มันช่วยให้ฉันไตร่ตรองเรื่องความสัมพันธ์ของมนุษย์ได้แล้ว มีความจำเป็นต้องช่วยเหลือผู้เดือดร้อนโดยเฉพาะเด็กๆ" อาเบะอธิบาย..

“มันยังพูดถึงความไร้ประโยชน์ของความรุนแรงทางการเมือง ความเกลียดชังทางศาสนาและการประชาทัณฑ์" อาเบะอธิบายหลังจากหยุดไปครู่หนึ่ง

“คุณพูดถูก จิตใจมีแนวโน้มที่จะไว้วางใจเมื่อคุณพูดคุยกับมันอย่างต่อเนื่อง
จิตใจของคุณเชื่อใจคุณและเชื่อในทุกสิ่งที่คุณพูดกับจิตใจ
บอกความจริงเกี่ยวกับความรักและความยุติธรรมในใจของคุณ อย่ายุยงจิตใจให้เกิดความเกลียดชัง ความรุนแรง และการแก้แค้น เพื่อหลีกเลี่ยงไม่ให้จิตใจพัฒนาไปสู่ความชั่วร้าย เมื่อคุณกลายเป็นคนชั่ว คุณจะยังคงอยู่ในขั้นตอนนั้น และไม่มีทางหนีหรือออกจากมันได้
นักการเมืองจำนวนมากมีความมุ่งร้ายและล้มเหลวในการกลับคืนสู่ความดี พวกเขาคิดถึงการแก้แค้น การข่มขืน และการฆาตกรรม แต่ละคนที่เราพบก็เหมือนคุณและฉัน
พวกเขามีสิทธิบางประการและมีศักดิ์ศรีโดยธรรมชาติ ไม่มีใครสามารถละเมิดพวกเขาได้
และเราเคารพผู้อื่นเพราะพวกเขาเป็นมนุษย์
มันจะทำให้คุณรักมนุษยชาติและยอมรับทุกคนโดยลืมภูมิหลังของพวกเขาไป
ความยุติธรรมไม่ใช่อะไรนอกจากความรักต่อมนุษยชาติ" คนขับพูดชัดแจ้ง

คำพูดของเขาเข้าไปในหัวใจของอาเบะ สิ่งที่ท่านกล่าวคือปัญญาและมีคุณค่าอันลึกซึ้ง
ไม่จำเป็นต้องเป็นนายกรัฐมนตรีถึงจะพูดจาฉลาดได้ นายกรัฐมนตรี รัฐมนตรี
และนักการเมืองมักเกลียดชังมนุษยชาติ
พวกเขาแบ่งแยกผู้คนเพื่อการดำรงอยู่และสร้างความรุนแรงเพื่อความอยู่รอด
พวกเขานำฝูงชนรุมประชาทัณฑ์ล้อมรอบพวกเขา เผยแพร่ความเกลียดชังและความขัดแย้ง
ความตายและความพินาศเป็นผลงานของพวกเขา คำพูดของพวกเขามีพลัง
พวกเขาสามารถมีอิทธิพลต่อคนนับล้านและเปลี่ยนพวกเขาให้ยอมรับความชั่วร้าย
ผู้ติดตามมีความกระตือรือร้นและพร้อมที่จะเกลียดและฆ่าในทุกสถานการณ์เนื่องจากพวกเขาเกลียดความจริงที่ต้องอยู่ในโลกแห่งภาพลวงตา

ประมาณสี่โมงเย็น พวกเขาก็มาถึงชานเมืองปูเน่ หลังจากขับรถไปครึ่งชั่วโมง Ram Yadav ก็หยุดรถบรรทุกของเขา

“คุณอาจจะลงมาที่นี่ สถานีรถไฟอยู่ห่างจากที่นี่ประมาณสิบกิโลเมตร
คุณสามารถเดินทางไปเดลีกับเราได้หากต้องการ" คนขับกล่าว

"ฉันจะลงที่นี่" อาเบะพูดขณะหยิบเงินสดจำนวนห้าร้อยรูปีออกจากกระเป๋าของเขา "ค่าธรรมเนียมของคุณ" เขาพูดพร้อมยื่นให้คนขับ

"ไม่ ฉันไม่ควรรับเงินจากคุณ คุณเป็นแขกของเรา นอกจากนี้ฉันได้เรียนรู้หลายสิ่งหลายอย่างจากคุณ คุณเป็นแรงบันดาลใจให้ฉันสนับสนุนลูกสาวของฉันในการศึกษาระดับอุดมศึกษา กรุณาเก็บเงินไว้กับคุณ" คนขับยืนกราน

"ฉันมอบเงินจำนวนนี้เป็นของขวัญให้กับการเรียนต่อของลูกสาวคุณ มันเป็นของขวัญเล็กๆ น้อยๆ โปรดยอมรับมัน"

"แน่นอน. ฉันจะบอกอาชาและอุชาว่าฉันพบคุณ คุณเป็นแรงบันดาลใจให้ลูกสาวของฉันเรียนต่อในระดับสูง ขอบคุณสำหรับความมีน้ำใจของคุณ" ในขณะที่รับเงินสด Ram Yadav กล่าว

"ขอบคุณ. ฉันสนุกกับการเดินทางไปกับคุณ" อาเบะแสดงความคิดเห็นขณะลงจากรถ

"แล้วเจอกัน" คนขับพูดและโบกมือให้อาเบะ

อาเบะมองรถบรรทุกจนหายไปจากสายตา จากนั้นเขาก็นั่งรถสามล้อเครื่องไปที่สถานีรถไฟ ที่นั่นเขาได้จองห้องพักในบ้านพักไว้ ห้องพักสะอาดและมีห้องน้ำในตัวพร้อมห้องสุขา อาเบะรับประทานอาหารเย็นที่ร้านอาหารใกล้ ๆ แล้วกลับมาซักเสื้อผ้าและนอนหลับจนถึงวันรุ่งขึ้น เขาไม่อยากลุกจากเตียงเนื่องจากมีความปรารถนาที่จะอยู่บนเตียงมากเกินไป และอาเบะก็กลัวว่าเขาจะเป็นโรคคลิโนมาเนียหรือไม่ เขานอนจนถึงเที่ยงและฝันถึงเกรซ

หลังจากรับประทานอาหารกลางวันแล้ว
พระองค์เสด็จออกไปโดยรถโดยสารประจำทางในเมืองตามท้องที่ต่างๆ จนกระทั่งพบป้ายชื่อ: *โลโยลา ฮอลล์: วิทยาลัยฝึกอบรมนิกายเยซูอิต* พระองค์เสด็จลงไปยืนอยู่ใกล้ประตูเมือง อาเบะได้ยินเสียงร้องเพลงจากข้างใน ซึ่งเป็นเพลงสวดที่คุ้นเคย ซึ่งอาเบะเคยร้องสมัยเป็นนักเรียนที่โรงเรียนเซนต์โยเซฟระหว่างพิธีมิสซา เขาเดินไปข้างหน้าและยืนจับประตูและเพลงก็ลึกเข้าไปในใจของเขา

พระเยซู โปรดสัมผัสหัวใจของฉัน

รักษาและทำให้ฉันหายดี

พระเยซู โปรดสัมผัสหัวใจของฉัน

โปรดช่วยให้ฉันมองเห็นเป้าหมายอีกครั้ง

สิ่งสกปรกของข้าพระองค์ทำให้ข้าพระองค์คุกเข่าลง

พระเยซูทรงเห็นความต้องการของฉันเสมอ

อาเบะยืนอยู่ที่ประตู และทันใดนั้น จิตใจของเขาก็พาเขาไปที่โรงเรียน และเขารู้สึกถึงการเปลี่ยนแปลงในใจราวกับว่าพระเยซูทรงสัมผัสหัวใจของเขา "พระเยซูเจ้าทรงสัมผัสใจข้าพเจ้า" พระองค์ทรงท่องบทเพลงสรรเสริญซ้ำแล้วซ้ำเล่า แล้วอาเบะก็เดินขึ้นไปยังบ้านพักของเขา ห่างจากที่นั่นประมาณสิบสองกิโลเมตร กำลังคิดเรื่องสวดมนต์อยู่ *พระเยซูสัมผัสหัวใจของเขา* เขาอาจจะท่องมันอย่างน้อยร้อยครั้งจนกระทั่งเขามาถึงห้องของเขา

คืนนั้นอาเบะนอนดึกมาก เขานึกถึงสมัยเรียนที่โรงเรียนเซนต์โยเซฟ และเกี่ยวกับคณะเยซูอิตที่มีความสามารถ มีการศึกษา ทำงานหนัก มีนวัตกรรม และมีความคิดอิสระ นักเขียน นักดนตรี นักข่าว ผู้สร้างภาพยนตร์ นักแสดง นักคิด นักการศึกษา นักปรัชญา นักกิจกรรม นักสังคมสงเคราะห์ กวี จิตรกร คนเร่ร่อน คนเร่ร่อน ทนายความ แพทย์ ศิลปิน และนักดาราศาสตร์ฟิสิกส์ พวกเขาเป็นสมาชิกของ Society of Jesus ซึ่งเป็นกลุ่มศาสนาคาทอลิกที่ก่อตั้งโดยอิกเนเชียส โลโยลาและเพื่อนทั้งหกของเขาในเมืองมงต์มาตร์ ปารีส ในยุคหนึ่งร้อยสามสิบสี่ พวกเขาทั้งหมดยกเว้นฟรานซิสเซเวียร์เป็นนักศึกษาที่มหาวิทยาลัยปารีสและเรียกตนเองว่าสหายของพระเยซู ซาเวียร์เป็นศาสตราจารย์ที่มหาวิทยาลัยปารีส สมเด็จพระสันตะปาปาพอลทั้งสามทรงอนุญาตให้อิกเนเชียสและเพื่อนๆ ของพระองค์เป็นนักบวช ด้วยความเชื่อมั่นว่าการปฏิรูปของคริสตจักรคาทอลิกเริ่มต้นจากปัจเจกบุคคล พวกเขาจึงปฏิญาณว่าจะยากจน ความบริสุทธิ์ทางเพศ และการเชื่อฟัง ด้วยการก่อตั้งโรงเรียน วิทยาลัย และมหาวิทยาลัยมากกว่าร้อยแห่งทั่วยุโรป พวกเขาได้รับตำแหน่ง School Masters of Europe ผู้มีสติมากที่สุดภายในระยะเวลาอันสั้น อาเบะเคารพพวกเขาเพราะคณะเยสุอิตไม่กลัวสิ่งใดๆ และสนับสนุนและสอนปรัชญาที่หลากหลายในสถาบันการศึกษาของพวกเขา แม้แต่ลัทธิต่ำช้า หลายคนไม่กลัวที่จะปฏิเสธการดำรงอยู่ของพระเจ้า ดังที่ระบุไว้ในพระคัมภีร์

เช้าวันรุ่งขึ้น อาเบะนั่งรถบัสไปที่โลโยลาฮอลล์ การเปิดประตูเป็นประสบการณ์ที่น่าตื่นเต้นสำหรับเขา เนื่องจากเป็นโลกใหม่

เขามองเห็นสวนระหว่างอาคารที่ดูเงียบสงบซึ่งอยู่ติดกับต้นไม้สีเขียวและสนามเด็กเล่น
ภายนอกไม่มีไม้กางเขนและรูปปั้น มีแต่ความเงียบแผ่ซ่านไปทั่วทุกแห่ง
ครอบคลุมทุกอย่างและมีเสียงดนตรีดังก้องอยู่ในหัวใจ มีโบสถ์ขนาดใหญ่อยู่ทางด้านขวาของทางเข้า
และเขาสามารถเห็นคนจำนวนมากกำลังนั่งสมาธิอย่างลึกซึ้ง
เขาเดินไปข้างหน้าและมองเห็นทางเดินยาวหันหน้าไปทางสวน
ด้านซ้ายมือมีประตูบานใหญ่และมีป้ายชื่อคุณพ่อ Joe Xavier, SJ และอยู่ภายใต้การเขียน: *RECTOR*

ในหมู่คนโสด

อาเบะยืนอยู่หน้าประตูสองสามวินาที จากนั้นเขาก็กดปุ่มและได้ยินเสียงคนจากข้างในพูดว่า "เชิญเข้ามา"

อาเบะเปิดประตู มันเป็นห้องที่กว้างขวางและมีโต๊ะตัวใหญ่ ด้านหลังเขามองเห็นคนนั่งอยู่

"อรุณสวัสดิ์ครับคุณพ่อ ผมอับราฮัม ปูเธน" อาเบะยื่นมือออกไป

"คนใกล้ตัวและที่รักของฉันเรียกฉันว่าอาเบะ"

ชายสวมกางเกงขายาวสีดำและเสื้อเชิ้ตสีขาวลุกขึ้นยืน เขาเป็นผู้ชายที่สูงเกินหกฟุต อาเบะสังเกตเห็น

"สวัสดีหนุ่มน้อย" จับมือกับอาเบะ นักบวชกลับทักทาย

"อาเบะ เชิญนั่งก่อน" คุณพ่อ โจขอให้อาเบะนั่งลง

"คุณพ่อ โจ ฉันมาที่นี่เพื่อแสดงความปรารถนาที่จะเข้าร่วมสมาคมพระเยซู" อาเบะพูดตรงไปตรงมา

นักบวชมองดูเขาสักครู่เพื่อประเมินความตั้งใจของเขา

"อาเบะ นี่เป็นการตัดสินใจที่จริงจัง คุณต้องไตร่ตรองถึงข้อดีข้อเสียของความปรารถนาของคุณ คุณต้องประเมินและวิเคราะห์ว่าทำไมคุณถึงอยากเข้าร่วมสมาคมพระเยซู ฉันอยากจะทำให้คุณท้อใจถ้าคุณไม่ได้คิดอย่างรอบคอบ"

"คุณมีอิสระที่จะตั้งคำถามถึงความตั้งใจของฉัน แต่คุณไม่สามารถกำจัดความปรารถนาที่ฝังลึกของฉันได้"

"อาเบะ มีชายหนุ่มจำนวนมากมาที่นี่และแสดงความปรารถนาอย่างแรงกล้าที่จะเข้าร่วมสมาคมของพระเยซู เราส่งพวกเขากลับไปโดยขอให้พวกเขากลับมาหลังจากผ่านไปหนึ่งปี ถึงกระนั้น พวกเขาประสบกับความปรารถนาอย่างแรงกล้าเหมือนเดิม ความอยากที่ไม่อาจดับได้ หลังจากผ่านไปหนึ่งปี ความปรารถนาที่ทรงพลังมาก พวกเขาสามารถลืมทุกสิ่งในชีวิตและได้ยินการเรียก*ของพระเยซู* เรายอมรับพวกเขา ในการเป็นสมาชิกของสมาคมพระเยซู คุณต้องฝึกฝนอย่างน้อยสามปี และเพื่อที่จะเป็นนักบวช คุณอาจต้องผ่านการศึกษาอย่างเข้มข้นสิบปี พระเยซูทรงเรียกเยซูอิต" นักบวชอธิบาย

"พ่อครับ ผมเรียนที่โรงเรียนนิกายเยซูอิตมาสิบสองปีแล้ว พวกเขาสอนให้ฉันอ่าน เขียน เลขคณิต และคิดอย่างมีเหตุผล พวกเขาซึมซับปรัชญาแห่งชีวิตในตัวฉัน และฉันมีอิสระที่จะยอมรับปรัชญาใดๆ ก็ตามที่ฉันพบว่ามีเหตุผลและโน้มน้าวใจ
พวกเขาสนับสนุนให้ฉันขยายความสามารถของฉันเพื่อที่จะกลายเป็นมนุษย์ที่ดีขึ้น" อาเบะเล่า

"ไม่เป็นไร มันเป็นความจริงสากลกับคณะเยสุอิต ตลอดจนภารกิจและวิสัยทัศน์ของพวกเขา เรามีหน้าที่รับผิดชอบในการให้ความรู้แก่ทุกคนที่ติดต่อกับเรา
เราพยายามเปลี่ยนบุคคลนั้นให้เป็นมนุษย์ที่มีความคิด ที่นี่ฉันอยากจะถามคุณว่าสายพิเศษของคุณคืออะไร? คุณจะตอบรับการทรงเรียกของพระเยซูอย่างไร? คุณรู้ได้อย่างไรว่าการโทรนี้มาจากพระเยซู"
พระภิกษุก็พูดตรงไปตรงมามาก

"ตอนที่ฉันเกิด ปู่ของฉันเรียกฉันว่าพระเยซู เพราะฉันดูเหมือนทารก ที่โรงเรียน ฉันชื่ออับราฮัม ชื่อบัพติศมาของฉัน ในโรงเรียนมัธยมปลาย ฉันปรารถนาอย่างยิ่งที่จะเป็นเหมือนเยสุอิตในโรงเรียนของฉัน พวกเขาทำให้ฉันหลงใหล ฉันไม่เคยคิดถึงพระเยซูอย่างจริงจังเลย
ฉันแค่ทำตามศรัทธาซึ่งฉันได้รับจากปู่ย่าตายาย
ฉันไม่เคยมีนิมิตเกี่ยวกับพระเยซูหรือความผูกพันเป็นพิเศษใดๆ กับเขาเลย" อาเบะกล่าว

"มันฟังดูน่าตื่นเต้น คุณดูซื่อสัตย์ในคำพูดของคุณ นักเรียนมัธยมปลายอาจไม่มีความรู้สึกพิเศษใดๆ ต่อพระเยซู เขาไม่ควรมี ความรู้สึกพิเศษของคุณ (ถ้ามี)
อาจเกิดขึ้นภายหลังหลังจากการไตร่ตรองอย่างลึกซึ้งเท่านั้น ต้องเกิดจากการคิดอย่างมีเหตุผล ประเมินผล และวิเคราะห์ชีวิต การเข้าร่วมสมาคมพระเยซูไม่ควรเป็นการตัดสินใจของเยาวชน
จะต้องเป็นผลผลิตจากสมองที่เปล่งออกมาอย่างซับซ้อนและปราศจากอารมณ์ ไม่ใช่จากหัวใจ
พวกเราคณะเยสุอิตเชื่อในการตัดสินใจที่ปราศจากบาดแผลทางจิตใจ" โจอธิบาย

"ฉันเชื่อในเหตุผลและการคิดเชิงตรรกะ ฉันสามารถพูดคุยกับคนฉลาดที่ไม่เชื่อเรื่องพระเจ้าและเทวนิยมได้ และฉันมั่นใจว่าความคิดของฉันเกี่ยวกับความตั้งใจที่จะเข้าร่วมสมาคมพระเยซูไม่ได้ขึ้นอยู่กับว่าฉันเป็นผู้นับถือพระเจ้าหรือผู้ที่ไม่เชื่อพระเจ้า ฉันเชื่ออย่างยิ่งว่าลัทธิไม่มีพระเจ้าและเทวนิยมนั้นไม่มีเหตุผล เพราะพวกเขาไม่สามารถพิสูจน์หรือหักล้างการดำรงอยู่ของพระเจ้าได้
แนวคิดเรื่องการดำรงอยู่นั้นไม่มีความหมายเกี่ยวกับพระเจ้า" อาเบะอธิบายจุดยืนของเขา

"ฉันเห็นด้วยกับคุณในระดับหนึ่ง อาเบะ
เนื่องจากการพิสูจน์หรือหักล้างการดำรงอยู่ของพระเจ้านั้นไม่มีความหมาย
การอภิปรายดังกล่าวไม่เกี่ยวข้องกับพระเจ้า ว่าแต่ พรุ่งนี้คุณจะมาที่นี่เวลาเดียวกันได้ไหม?
ฉันจะขอให้เพื่อนเยสุอิตของฉันสองคนหารือเกี่ยวกับความปรารถนาที่จะเข้าร่วมสมาคมพระเยซูกับคุณ
คนหนึ่งคือคุณพ่อแมทธิว คาดัน คณบดีวิทยาลัยฝึกอบรมนิกายเยซูอิต และอีกคนคือคุณพ่อซิลเวสเตอร์
ปินโต ผู้อำนวยการฝ่ายก่อตัว

ในวันรุ่งขึ้น อาเบะก็ไปถึงโลโยล่าฮอลล์พร้อมกัน หลวงพ่อขดานและหลวงพ่อปินโตรออยู่
นำท่านไปยังห้องประชุมที่สามารถรองรับคนได้ประมาณสิบคน การจัดที่นั่งก็หรูหราและสะดวกสบาย
และห้องก็มีหน้าต่างบานใหญ่

"อาเบะ ยินดีต้อนรับ ฉันชื่อแมทธิว" ขณะที่จับมือกับอาเบะ คุณพ่อคาดานแนะนำตัวเอง

"ยินดีที่ได้พบครับ คุณพ่อคาดัน" อาเบะกล่าว

"ฉันชื่อซิลเวสเตอร์" คุณพ่อปินโตกล่าว

"สวัสดีครับคุณพ่อปินโต" อาเบะกล่าว

"อาเบะ ยินดีอย่างยิ่งที่จะเรียกเราด้วยชื่อจริงของเรา" คุณพ่อคาดานกล่าว

"แน่นอน" อาเบะตอบ

อาเบะรู้สึกเหมือนอยู่บ้านกับพวกเขา เขาคิดราวกับว่าเขารู้จักพวกเขามาหลายปีแล้ว
แมทธิวและซิลเวสเตอร์เล่าให้อาเบะฟังเกี่ยวกับพ่อแม่ ภูมิหลังทางสังคมและการศึกษา ชีวิต
และการทำงานในสมาคมพระเยซู
อาเบะเข้าใจว่าแมทธิวสำเร็จการศึกษาระดับปริญญาเอกสาขามานุษยวิทยาจากมหาวิทยาลัยบราวน์
และได้ตีพิมพ์ผลงานวิจัยมากมายเกี่ยวกับวิวัฒนาการของมนุษย์
ปินโตสำเร็จการศึกษาระดับปริญญาเอกสาขาคณิตศาสตร์จากมหาวิทยาลัยพรินซ์ตัน

อาเบะบอกพวกเขาว่าพ่อแม่ของเขา ซึ่งเป็นอาจารย์มหาวิทยาลัย ไม่เชื่อพระเจ้า
แม้ว่าพวกเขาจะเกิดมาเป็นคาทอลิกก็ตาม พวกเขาซึมซับคุณค่าแห่งอิสรภาพ ความเสมอภาค
และความยุติธรรมทางสังคม ในตัวเขา เช่น ศักดิ์ศรีความเป็นมนุษย์
ซึ่งเป็นผลประโยชน์ที่สำคัญที่สุดที่ควรค่าแก่การรักษาไว้ ในด้านศาสนา

ปู่ย่าตายายของเขาคือต้นตอของอิทธิพลของเขา อย่างไรก็ตาม
อาเบะเชื่อว่าแนวคิดเรื่องพระเจ้าพัฒนาไปตามสถานการณ์ของมนุษย์ที่เป็นอยู่ในปัจจุบัน
เนื่องจากพระเจ้าไม่สามารถเป็นสมมติฐานหรือความคิดที่คงที่ได้
สำหรับเขาแล้วน่าจะเป็นแนวคิดที่น่าสนใจที่เปลี่ยนแปลงไปตามความต้องการของมนุษย์

"อาเบะ โปรดบอกเราเกี่ยวกับภูมิหลังของคุณต่อไป" ซิลเวสเตอร์ถามเขา

อาเบะเล่าถึงการเรียนที่โรงเรียนเซนต์โจเซฟ การพบปะกับคณะเยสุอิตและอิทธิพลที่มีต่อชีวิตของเขา
การศึกษาของเขาที่สถาบันเทคโนโลยีแห่งอินเดียในเดลี
การศึกษาหลังสำเร็จการศึกษาที่มหาวิทยาลัยนันยาง และงานวิจัยของเขาเกี่ยวกับปัญญาประดิษฐ์

"คุณคิดว่าปัญญาประดิษฐ์จะครอบงำมนุษย์ได้ในสักวันหนึ่ง" แมทธิวถาม

"การวิจัยในมหาวิทยาลัยหลายแห่งแสดงให้เห็นว่า AI ไม่มีแรงจูงใจในความสำเร็จเช่นเดียวกับมนุษย์ แม้ว่า
AI จะสามารถสร้าง พัฒนา และประมวลผลความรู้ได้ ซึ่งมักจะมากกว่ามนุษย์ถึงร้อยหรือพันเท่า
แต่การขาดแรงจูงใจในการบรรลุผลสำเร็จของ AI อาจไม่สามารถปล่อยให้มันปกครองมนุษย์ได้"
อาเบะตอบ

"เป็นไปได้หรือไม่ที่มนุษย์และ AI จะทำงานร่วมกันเป็นทีมเพื่อให้บรรลุความก้าวหน้าของมนุษย์"
แมทธิวตั้งคำถาม

"ความก้าวหน้าและการพัฒนามีไว้สำหรับมนุษย์เท่านั้น เนื่องจากคุณค่าเป็นสิ่งที่มนุษย์คำนึงถึงเท่านั้น
เราสามารถเพิ่ม AI ได้มากขึ้น แต่ AI ไม่สามารถเติบโตตามธรรมชาติได้ ข้อเสียเปรียบที่ยิ่งใหญ่ที่สุด AI
ไม่สามารถคิดได้อย่างอิสระ เนื่องจากขาดการรับรู้ที่ชัดเจนและความรู้สึกทางสุนทรีย์
มันไม่มีความเห็นอกเห็นใจและความรู้สึกอื่นๆ ดังนั้นจึงไม่ใช่ความฉลาดต่อตัว
แต่เป็นความฉลาดต่ออุบัติเหตุ AI ไม่สามารถยิ้ม หัวเราะ และร้องไห้ออกมาจากใจได้
เนื่องจากขาดจิตสำนึกและมโนธรรม มันไม่เจ็บปวด ไม่ทุกข์ ไม่วิตกกังวล
มนุษย์เราสามารถแสดงความชื่นชมยินดีเมื่อได้พบกับคนใกล้ตัวและคนที่รักและมีความสุขร่วมกับผู้เป็นที่รั
ก เราสามารถกอดอีกคนด้วยความรักได้
และความรู้สึกอ่อนไหวและความรู้สึกของมนุษย์ทั้งหมดนี้ยังขาดอยู่ใน AI ซึ่งเป็นเพียงเครื่องจักรเท่านั้น
มันสามารถเอาชนะผู้เล่นหมากรุกที่เก่งที่สุดได้หากตั้งโปรแกรมและเล่นเปียโนได้ดีกว่านักเปียโนที่เก่งที่สุด
แต่ AI ไม่สามารถเป็นผู้แต่งเพลงได้ดีไปกว่า Mozart, Beethoven, Bach, Chopin, Brahms และ

Tchaikovsky เนื่องจากคุณต้องการความรู้สึกของมนุษย์ในการแต่งและเพลิดเพลินกับเสียงเพลง หมู่บ้านเล็ก ๆ, ดอกแดฟโฟดิล, อันนา คาเรนินา, ชายชราและทะเล, หนึ่งร้อยปีแห่งความสันโดษ, ถนนที่หิวโหย, ผู้หญิงในเนินทราย, Chemmen และ Shakuntalam
เป็นตัวอย่างที่ดีเยี่ยมของความคิดสร้างสรรค์ของมนุษย์ Pieta, พระศิวะเต้นรำ และพระนอนของ Ellora เป็นผลงานศิลปะที่มีเอกลักษณ์เฉพาะตัว AI ไม่สามารถวาดภาพผลงานชิ้นเอกได้ดีไปกว่า Mona Lisa, Last Supper, Starry Night, หญิงสาวกับต่างหูมุก, The Scream, the Naked Truth และ Guernica AI ล้มเหลวในการเป็นพระเจ้า แต่สามารถปรากฏเป็นฮิตเลอร์ สตาลิน เหมา พอล พต อิดี อามิน และมุสโสลินี เนื่องจากความรุนแรงเป็นสิ่งที่ตรงกันข้ามกับความรัก ดังนั้น มนุษย์สามารถสร้าง AI ได้ แต่การกลับกันในความหมายที่แท้จริงนั้นเป็นไปไม่ได้" อาเบะอธิบาย..

“คุณหมายถึงจะบอกว่ามนุษย์เป็นผู้สูงสุด” แมทธิวถาม

“แน่นอนว่า ไม่มีสติปัญญาใดจะเหนือกว่าสติปัญญาของมนุษย์ในจักรวาลที่สังเกตได้” อาเบะกล่าว

"ทำไมจะไม่ล่ะ?" ปิ่นโตเอ่ยถาม

“เพราะว่ามนุษย์มีจริง” อาเบะกล่าว

“อาเบะ คุณช่วยรอสักสิบนาทีได้ไหม? เรามาคุยกับคุณพ่อโจกันดีกว่า” แมทธิวกล่าว

อาเบะรอสักพักหนึ่ง

จากนั้นปินโตและแมทธิวก็เข้ามากับโจ

“ถ้าคุณต้องการ อาเบะ คุณสามารถเข้าร่วมก่อนสามเณรในฐานะผู้สำเร็จราชการได้เป็นเวลาหนึ่งปี เริ่มตั้งแต่วันพรุ่งนี้ในวิทยาลัยฝึกอบรมของเรา” โจกล่าว

“แน่นอนครับพ่อ พรุ่งนี้เช้าฉันจะมาที่นี่” อาเบะตอบ

เย็นวันนั้น อาเบะซื้อกางเกงและเสื้อเชิ้ตจำนวนครึ่งโหล สิ่งของจำเป็นอื่นๆ และกระเป๋าเดินทาง เช้าวันรุ่งขึ้น เขามาถึง Loyola Hall และ Joe, Mathew และ Sylvester กำลังรอเขาอยู่ที่ทางเข้า

“ยินดีต้อนรับอาเบะสู่วิทยาลัยฝึกอบรมนิกายเยซูอิต” โจจับมือกับอาเบะ

“ขอบคุณนะโจ” อาเบะตอบ

แมทธิวและซิลเวสเตอร์ต้อนรับเขาและพาอาเบะไปที่แผนกเตรียมสามเณรของวิทยาลัย
มันเป็นโลกใหม่สำหรับอาเบะ มีชายหนุ่มสิบห้าคนจากทั่วประเทศสำหรับมือใหม่
และแมทธิวเป็นพรีเฟ็คผู้แนะนำอาเบะให้ทุกคนรู้จัก
พวกเขาเป็นผู้สำเร็จการศึกษาหรือผู้สำเร็จการศึกษาที่มีความปรารถนาอย่างแรงกล้าที่จะเป็นเยสุอิต
ทุกคนมีห้องทำงานแยกกัน เตียง ตู้ติดผนัง โต๊ะและเก้าอี้สองตัว

เฉพาะบางรายการในตารางเวลาเท่านั้นที่ไม่ยืดหยุ่น ตื่นนอนตอนตีสี่ครึ่ง
ห้าโมงสามสิบถึงหกโมงสำหรับนั่งสมาธิส่วนตัวภายในห้อง หลังจากนั้น เป็นเวลาครึ่งชั่วโมง
อ่านวรรณกรรมฝ่ายวิญญาณที่เขียนโดยสมาชิกสมาคมพระเยซูเป็นหลัก
หนึ่งชั่วโมงจากหกโมงสามสิบเป็นสำหรับพิธีมิสซาศักดิ์สิทธิ์ในโบสถ์
ตามด้วยครึ่งชั่วโมงสำหรับอาหารเช้า และเวลาว่างสามสิบนาที
จากนั้นหนึ่งชั่วโมงเป็นการอ่านและการพูดในที่สาธารณะ อีกชั่วโมงสำหรับการอภิปรายกลุ่ม
และพักอีกสิบห้านาที
เป็นเวลาหนึ่งชั่วโมงเพื่อเข้าเฝ้าพระศาสดาโดยนัดหมายล่วงหน้าตามด้วยการนั่งสมาธิสิบห้านาที
มื้อกลางวันคือ 13.30 น. และจากนั้น 3.30 น. เป็นเวลาทำงานส่วนตัว ถัดมาคือช่วงพักดื่มชาครึ่งชั่วโมง
มีเวลาหนึ่งชั่วโมงสำหรับเล่นเกมและเล่นกีฬากลางแจ้ง และตั้งแต่ห้าถึงแปดโมงเช้าเป็นงานเดี่ยว
อาหารเย็นคือเวลาแปดโมงครึ่งจากแปดโมงครึ่งเป็นเวลาว่าง
เก้าโมงถึงสิบโมงเป็นการสวดภาวนาทั่วไปในโบสถ์ อีกครึ่งชั่วโมงถัดไปสำหรับงานส่วนตัว
และหกชั่วโมงสำหรับการพักผ่อน

วันหยุดและวันอาทิตย์จะมีเวลาว่างและเวลาส่วนตัวมากขึ้น เช้าวันเสาร์เป็นงานชุมชน
และพวกเขาทำความสะอาดสถานที่ทั้งหมดในตอนบ่ายจนถึงหกโมงเช้า วันอาทิตย์เป็นวันหยุด สันทนาการ
การแสดงละคร และการเฉลิมฉลอง วันฉลองที่สำคัญคือสำหรับการแข่งขัน ภาพยนตร์
โปรแกรมทางวัฒนธรรม และความเพลิดเพลิน ในตอนแรก
อาเบะพบว่าการปรับตารางเวลาเป็นเรื่องยากเล็กน้อย แต่เขาก็ค่อยๆ เข้าใจมัน และสำหรับเขาแล้ว
นี่เป็นก้าวแรกของเขาในการเป็นเยสุอิต การอ่านวรรณกรรมฝ่ายวิญญาณของคณะเยซูอิตที่เป็นแบบอย่าง
หลายคนเป็นประสบการณ์ที่น่าตื่นเต้น. เขาอ่านหนังสือสิบเล่มเกี่ยวกับ Ignatius Loyola, Francis Xavier,
Arnos Padiri, Matteo Ricci, Peter Clever, Sebastian Kappen และ Pedro Arrupe
ชีวิตและผลงานของ Arnos Padiri เป็นแรงบันดาลใจให้กับ Abe อาร์โนสเกิดในปี 1681
ในเมืองโลว์เออร์แซกโซนี ประเทศเยอรมนี และมาอยู่ที่เกรละในปี 1700 ชื่อจริงของเขาคือ Johann Ernst

Hanxlenden และ Malayalees เรียกเขาว่า Arnos เขาเรียนรู้ภาษามาลายาลัมและภาษาสันสกฤต และเขียนหนังสือบทกวีและบทความมากมายในทั้งสองเรื่อง รวมถึง Puthen Pana ซึ่งเป็นมหากาพย์เกี่ยวกับชีวิตของพระเยซู ในพจนานุกรมภาษามาลายาลัมของเขา เขาอธิบายคำในภาษาสันสกฤตและโปรตุเกส ไวยากรณ์ภาษามาลายาลัมของเขาเป็นภาษาแรกโดยชาวต่างชาติ ได้รับแรงบันดาลใจจากวัฒนธรรมและจริยธรรมของอินเดีย Arnos ตีพิมพ์หนังสือเกี่ยวกับไวยากรณ์ภาษาสันสกฤตและบทความภาษาละตินหลายเรื่องเกี่ยวกับพระเวทและอุปนิษัท Max Muller ถือว่าเขาเป็นแรงบันดาลใจ

อาเบะได้รับแรงบันดาลใจจากคนเหล่านั้น ตลอดจนแนวคิดและภารกิจของพวกเขา พวกเขาให้กำลังใจอาเบะและสร้างความปรารถนาอย่างไม่หยุดยั้งที่จะรู้มากขึ้นเกี่ยวกับสหายของพระเยซู เขาปลูกฝังความรักต่อสังคมที่ก่อตั้งโดยอิกเนเชียส โลโยลา; ทหารกลายเป็นคนลึกลับที่พบพระเยซูในทุกสิ่ง

การบรรยายในที่สาธารณะในแต่ละวันมีประสิทธิผลสูง พระภิกษุทั้ง 16 รูป เจ้าอาวาส และพระภิกษุอื่นๆ มาร่วมพิธีดังกล่าวด้วย ผู้ต้องสงสัยต้องพูดหัวข้อละสามนาที จากนั้นเป็นการเปิดการอภิปรายและประเมินหัวข้อ แนวคิด และรูปแบบการพูด ประเด็นสำคัญของการอภิปรายคือการใช้ถ้อยคำ ผลกระทบ และพลังในการโน้มน้าวผู้ฟัง และทุกคนก็มีส่วนร่วมอย่างเต็มที่ ซึ่งทำให้กระบวนการนี้สมบูรณ์และทรงพลัง ช่วงการพูดในที่สาธารณะช่วยให้อาเบะเข้าใจเพื่อนและบุคลิกของพวกเขา การประเมินและการวิเคราะห์ของผู้พูดทุกคนมีความยุติธรรมและเป็นกลาง และไม่มีใครมีความไม่พอใจต่อผู้พูดหรือผู้ประเมินคนใดเลย

นายอำเภอสนับสนุนให้อ่านข้อความที่เป็นลายลักษณ์อักษรเป็นเวลาห้านาทีก่อนที่ผู้ฟังจะอ่านในที่สาธารณะ พวกเขาประเมินการอ่านตามการออกเสียง ขั้นตอนการถ่ายทอด ความชัดเจน และผลกระทบ มันทำให้พวกเขาสามารถยืนต่อหน้าผู้อื่นได้โดยไม่เขินอายและหวาดกลัว การอ่านเป็นศิลปะที่สามารถสร้างความประทับใจให้กับผู้ฟังและถ่ายทอดข้อความที่ชัดเจนได้ การแก้ไขที่ทำโดยผู้อื่นช่วยให้อาเบะมีความอ่อนน้อมถ่อมตนและให้ความเคารพต่อเพื่อนร่วมทางและพัฒนาพรสวรรค์ของเขา

การได้พบกับแมทธิวถือเป็นประสบการณ์ที่สดชื่น
เนื่องจากความจริงใจในการถ่ายทอดความคิดและความคิดเห็นของเขาเป็นสิ่งที่น่าทึ่ง
แม้ว่าเขาจะเป็นนักมานุษยวิทยา แต่แมทธิวก็เป็นที่ปรึกษาที่โดดเด่น
และอาเบะก็มีอิสระเต็มที่ในการหารือเกี่ยวกับปัญหา ความกลัว และความวิตกกังวลของเขา

หลวงพ่อโจ ท่านอธิการบดี อบรมผู้ปฏิบัติธรรมให้ปฏิบัติธรรม
โจช่วยให้พวกเขานั่งสบายและขจัดความกลัว ความปรารถนา ความวิตกกังวล ความกังวล ความสุข
และแม้กระทั่งความสุขทั้งหมดออกจากจิตใจ

"จิตจะเป็นอิสระจากความคิดใดๆ ไร้ขอบเขต" โจกล่าวเป็นคำนำ "จิตใจจะค่อยๆ แยกตัวออกจากร่างกาย"
โจกล่าวเสริม

อาเบะต้องใช้เวลาในการเรียนรู้บทเรียนที่จำเป็น แต่บ่อยครั้งในระหว่างการนั่งสมาธิ
เขาก็เต็มไปด้วยบุคคลของเกรซและความทรงจำของเธอ
อาเบะพบว่าเป็นไปไม่ได้อย่างมนุษย์ปุถุชนที่จะดึงเกรซออกจากความคิดของเขาและปลีกตัวออกจากเธอ
และมันค่อนข้างท้าทายที่จะนั่งสมาธิโดยไม่คิดถึงเธอ อาเบะหารือเรื่องนี้กับโจ
เขาบอกว่าความรู้สึกของเขาและความทรงจำที่เกิดขึ้นซ้ำๆ ของเกรซนั้นเป็นไปตามธรรมชาติโดยสิ้นเชิง
การฝึกฝนอย่างต่อเนื่องหลายปีและการฝึกฝนสม่ำเสมอเป็นสิ่งสำคัญในการทำสมาธิโดยไม่ต้องคำนึงถึงสิ่งใ
ดๆ เลย

ดังนั้น การไกล่เกลี่ยเป็นการดึงจิตใจออกจากร่างกายโดยไม่มีความรู้สึก การรับรู้ จินตนาการ
หรือการตัดสินใดๆ และสุดท้ายก็ประสบกับตัวตนโดยสิ้นเชิง คุณกลายเป็นหนึ่งเดียวกับจักรวาล
เป็นหนึ่งเดียวกับความว่างเปล่า

อาเบะพยายามทำตามที่โจสั่งเป็นเวลาสองสามเดือน แต่เขาไม่มีสมาธิ และเกรซก็อยู่ตรงหน้าเขาตลอดเวลา
อาเบะหารือเรื่องนี้กับโจครั้งแล้วครั้งเล่า ในที่สุด
โจบอกเขาว่าแม้แต่พระเยซูก็ไม่สามารถไกล่เกลี่ยได้โดยไม่วอกแวกโดยสิ้นเชิง เขาถูกมารล่อลวงหลายครั้ง
แม้ในระหว่างที่เขานั่งสมาธิเป็นเวลาสี่สิบวันในทะเลทรายก็ตาม โจจึงขอให้อาเบะอย่าผิดหวัง

อาเบะบอกโจว่าเขาถือว่าเกรซเป็นเพื่อนสนิทของเขา และมักจะรู้สึกแยกจากกันไม่ได้
และกลายเป็นส่วนหนึ่งของชีวิตของเขา
ท่านอธิการบดีกล่าวว่าการมีเพื่อนที่เป็นเพศตรงข้ามเป็นเรื่องธรรมชาติ

และการที่เธอมองเห็นการสวดภาวนาและการทำสมาธิเป็นประจำก็ไม่ใช่เรื่องผิด
อาเบะพยายามไตร่ตรองอย่างลึกซึ้งโดยไม่จดจ่อกับสิ่งใดๆ แต่เกรซยังคงอยู่ในใจและความคิดของเขา

ในที่สุด โจบอกให้อาเบะนั่งสมาธิถึงเกรซ รูปร่างหน้าตา ความงาม รูปลักษณ์ ค่านิยม คำพูด เสียงหัวเราะ รอยยิ้ม ความโศกเศร้า และการดำรงอยู่ของเธอ สิ่งเหล่านี้อาจเป็นเป้าหมายในการทำสมาธิของอาเบะ "เพลิดเพลินไปกับการมีอยู่ของเธอในชีวิตของคุณ กอดเธอ และให้เธออยู่ใกล้หัวใจของคุณ เกรซคืออาเบะ" โจกล่าว อาเบะลองใช้เทคนิคใหม่ที่โจแนะนำเป็นเวลาหลายวันด้วยกัน
มันเปลี่ยนการรับรู้ของเขาเกี่ยวกับการไกล่เกลี่ย การอธิษฐาน และความเป็นหนึ่งเดียวกับจักรวาล
อาเบะอาจอยู่กับเกรซผู้เป็นที่รักของเขาด้วยกันเป็นเวลาหลายชั่วโมง
และเขาก็กอดเธอและจูบเธอขณะนั่งสมาธิ มันเป็นประสบการณ์ที่น่าตื่นเต้นที่สุดสำหรับเขา

คุณพ่อโจอธิบายว่านักบุญเทเรซาแห่งอาวีลาใช้เทคนิคเดียวกันนี้ในการไกล่เกลี่ยของเธอ
เธอถือว่าพระเยซูสามีสุดที่รักของเธอ กอดพระองค์ จูบพระองค์
และมีเพศสัมพันธ์กับพระองค์ในระหว่างที่เธอนั่งสมาธิ เทเรซามักจะถึงจุดสุดยอดกับพระเยซู
และเทเรซาก็อุ้มพระเยซูไว้ด้วยกันบนเตียงของเธอเป็นเวลาหลายชั่วโมง
เธอสามารถอยู่กับพระเยซูโดยไม่มีอาหารและเครื่องดื่มเป็นเวลาหลายวันในการทำสมาธิและการอธิษฐานอย่างลึกซึ้ง และเพลิดเพลินกับความสัมพันธ์ทางเพศกับพระองค์
"ความสุขทางเพศไม่ใช่แนวคิดของมนุษย์ต่างดาว
และมันเป็นส่วนหนึ่งของการทำสมาธิและการอธิษฐานของคณะเยสุอิต" คุณพ่อโจอธิบาย

อาเบะลองใช้เทคนิคเทเรซันในการทำสมาธิ และผลลัพธ์ก็น่าพึงพอใจ
เนื่องจากไม่มีความขัดแย้งทางผลประโยชน์ในใจของเขา เขารู้สึกสบายใจอยู่เสมอ
ความใกล้ชิดทางเพศในการไตร่ตรองไม่ใช่ความเกียจคร้าน แต่เป็นความเฉยเมย
มันเป็นความรู้สึกร่าเริงที่ได้รักเกรซ
เช่นเดียวกับความรู้สึกเดียวกับมารีย์แม็กดาเลนกับพระเยซูหรือนักบุญเทเรซาแห่งอาวีลากับพระเยซู ดังนั้น
การมีเพศสัมพันธ์กับเกรซจึงกลายเป็นส่วนสำคัญในชีวิตฝ่ายวิญญาณของอาเบะ
ซึ่งแพร่หลายในชีวิตของเยสุอิตคนอื่นๆ ด้วย การละทิ้งความคิดเช่นนั้นจะส่งผลต่อชีวิตทางศาสนาที่สมดุล

"ชีวิตนักบวชโดยปราศจากความรู้สึกทางเพศหรือความคิดที่ถูกระงับจะนำไปสู่สภาพแวดล้อมทางจิตวิญญาณที่ไร้สาระ" คุณพ่อโจกล่าว
และอาเบะก็พูดจาดีกับเกรซระหว่างนั่งสมาธิและมีความสุขกับความใกล้ชิดของเธอ

อาเบะเดินไปรอบๆ สวนอันกว้างใหญ่ในเวลาว่าง และพบว่าโลโยลา ฮอลล์ยังมีส่วนอื่นๆ อีกมากมายนอกเหนือจากช่วงก่อนมือใหม่
มีชายหนุ่มประมาณยี่สิบคนอยู่ที่นั่นในฐานะสามเณรในอีกอาคารหนึ่ง เข้ารับการฝึกสามเณรเป็นเวลาสองปี พวกเขามีห้องสวดมนต์และห้องอาหารที่แตกต่างกัน และไม่มีปฏิสัมพันธ์ที่สำคัญกับผู้สมัคร แต่สำหรับเกมการเฉลิมฉลอง เช่น คริสต์มาส อีสเตอร์ วันอิกเนเชียส วันประกาศอิสรภาพ วันสาธารณรัฐ และดีปาวาลี ทั้งก่อนสามเณรและสามเณรมารวมกัน

นอกจากนี้ยังมีบ้าน Retreat ที่ Loyola Hall
เนื่องจากคณะเยซูอิตได้รับความนิยมอย่างมากในฐานะนักเทศน์สำหรับล่าถอย และถือว่ามีความคิดสมัยใหม่ พระภิกษุและภิกษุณีจำนวนมากจากสังฆมณฑลและนิกายต่าง ๆ เดินทางมาที่นั่นเพื่อพักผ่อนเป็นเวลาสามวัน เจ็ดวัน สิบห้าวัน และสามสิบวันติดต่อกัน ผู้ที่ไปปฏิบัติธรรมไม่เคยปะปนกับพระภิกษุและสามเณร

เกมและกีฬากลางแจ้งเป็นกิจกรรมบังคับสำหรับทุกคน
เนื่องจากการมีส่วนร่วมในกิจกรรมดังกล่าวถือเป็นสิ่งสำคัญสำหรับสุขภาพร่างกายและจิตใจที่ดี ตั้งแต่แรกเริ่ม อาเบะเล่นบาสเก็ตบอล และมีผู้เล่นที่โดดเด่นทั้งในหมู่ผู้ปรารถนาและมือใหม่ ด้วยการฝึกฝนอย่างต่อเนื่อง อาเบะจึงพัฒนาทักษะของเขา มีสนามวอลเลย์บอล และสามเณรหลายคนเป็นนักวอลเลย์บอลที่เก่งกาจ แม้ว่าจะมีสนามเทนนิสสนามหญ้า แต่เกมดังกล่าวก็ไม่ได้รับความนิยมมากนัก

ความเงียบสงัดแผ่ซ่านไปทั่วระหว่างมื้อเช้า กลางวัน และเย็น ยกเว้นวันอาทิตย์และวันฉลอง ผู้ปรารถนาคนหนึ่งอ่านออกเสียงข้อความบางตอนจากหนังสือเกี่ยวกับนักบุญระหว่างรับประทานอาหาร เคยมีการเฉลิมฉลองในวันฉลอง ทุกคนพูดคุยและแบ่งปันความรู้สึกและเรื่องราวของตนเอง อาหารที่เสิร์ฟมีคุณค่าทางโภชนาการและอร่อยแต่ไม่แพง คณะเยสุอิตดำรงวิถีชีวิตที่เรียบง่าย ไม่มีอาหารและเสื้อผ้าราคาแพง
เนื่องจากวิสัยทัศน์และภารกิจของพวกเขาแสดงให้เห็นถึงความรู้สึกของการอุทิศตนเพื่อสวัสดิภาพของคนย ากจนและผู้ด้อยโอกาส ความเห็นอกเห็นใจซึมซับการกระทำและกิจกรรมของพวกเขา

การร้องเพลงและเล่นเครื่องดนตรีเป็นส่วนสำคัญของการอธิษฐานร่วมกัน
เกือบทุกคนร้องเพลงหรือเล่นเครื่องดนตรี ไวโอลิน กีตาร์ หรือเปียโน
อาเบะเรียนรู้บทเรียนพื้นฐานของการเล่นเปียโนจากซิลเวสเตอร์ และภายในหกเดือน

เขาเริ่มเล่นเปียโนในการสวดภาวนาเป็นกลุ่ม
นอกจากนี้ยังมีการร้องเพลงมากมายในระหว่างพิธีมิสซาประจำวัน ซึ่งเป็นการเฉลิมฉลองคณะเยซูอิต
แต่บางครั้งอาเบะก็นึกถึงเกรซระหว่างมิสซา
และเธอก็อยู่กับเขาจนกระทั่งที่ประชุมร้องเพลงสรรเสริญเป็นเพลงสุดท้าย

ทุกเช้าวันเสาร์ ผู้ประพฤติดี สามเณรทุกคน รวมทั้งพระสงฆ์ จะออกไปทำงานสังคมสงเคราะห์ในสลัม
หมู่บ้านใกล้เคียง บ้านคนชรา บ้านสำหรับเด็ก และผู้หญิงที่ถูกทอดทิ้ง ทุกคนทำงานจนถึงบ่ายโมง
การทำงานร่วมกับผู้คนเป็นส่วนสำคัญในการก่อตั้งและชีวิตของคณะเยสุอิต
"การรักผู้คนดังที่พระเยซูรักคุณ" คือหลักการของพวกเขา อาเบะทำงานในบ้านคนชราในช่วงสองเดือนแรก
พระองค์ทรงช่วยเหลือคนแก่ คนอ่อนแอ และคนทุพพลภาพในการสัญจรไปมา
หน้าที่หลักของพระองค์คือซักผ้า ทำความสะอาดบ้าน อาบน้ำให้ผู้สูงอายุ ตัดผม โกนเครา
และช่วยเหลือแพทย์และพยาบาล เขาอยู่ในชุมชนสลัมเป็นเวลาสามเดือนต่อจากนี้ โดยช่วยผู้คนสร้างบ้าน
ทำความสะอาดท่อน้ำทิ้ง และสอนคนที่ไม่รู้หนังสือให้อ่านออกเขียนได้
อาเบะสนุกกับงานดังกล่าวมาโดยตลอด และเขารู้สึกเป็นหนึ่งเดียวกับผู้คน
เขามักจะจำความกระตือรือร้นของเกรซในการจัดระเบียบผู้คนและทำงานร่วมกับพวกเขาในสลัม Aguada
เกรซเป็นเยสุอิตตัวจริง

บ่ายวันเสาร์เป็นการทำความสะอาดสถานที่ทั้งหมดของโลโยลา ฮอลล์ และทุกคน รวมถึงโจ แมทธิว
และซิลเวสเตอร์ ก็มีส่วนร่วมในกิจกรรมเหล่านั้น
คณะเยสุอิตถือว่าการทำความสะอาดอาคารและสถานที่ทั้งหมดเป็นหน้าที่ทางศาสนา
พวกเขาสามารถขัดให้เสร็จได้ภายในหนึ่งเดือน ในวันอาทิตย์ พวกเขาออกไปข้างนอกและตื่นตระหนก
การทำอาหารกลางแจ้งเป็นส่วนหนึ่งของการปิกนิก อาเบะมักจะเป็นพ่อครัว
และทุกคนต่างชื่นชมพรสวรรค์ในการทำอาหารของเขา การเล่นเกม โดยเฉพาะหมากรุก สแครีบเบิล
และไพ่ เป็นที่แพร่หลาย อาเบะสามารถเอาชนะเพื่อนหลายคนในเกมหมากรุก
แต่เขาพบว่าซิลเวสเตอร์เล่นเกมที่สมบูรณ์แบบ

ตอนที่เขาว่าง อาเบะวาดภาพ และในภาพเกือบทั้งหมด เกรซคือเป้าหมายของเขา
เขาวาดภาพใบหน้าเครูบของเธอจากความทรงจำ ส่วนใหญ่อยู่ในสไตล์อิมเพรสชั่นนิสต์
และทั้งหมดก็มีเสน่ห์ที่ไม่มีตัวตน อาเบะให้โจดูภาพวาดสามภาพของเขา
และเขาบอกอาเบะว่าถ้าเขาคลุมศีรษะได้ ภาพนั้นจะดูเหมือนของพระแม่มารี ตามที่อธิการบดีแนะนำ

อาเบะวาดภาพเหมือนของเกรซสองภาพด้วยเศษศีรษะสีฟ้าอ่อน คุณพ่อโจ แมทธิว
และซิลเวสเตอร์ชื่นชมภาพวาดนี้ โดยนำหนึ่งในนั้นมาใส่กรอบแล้วแขวนไว้ข้างแท่นบูชาพร้อมป้ายชื่อ *The Smiling Virgin Mary* อธิการบดีส่งภาพที่สองไปที่จังหวัดของสมาคมพระเยซู
เขาส่งข้อความไปหาอาเบะทันทีว่าเขาชอบภาพวาดนี้มาก และเขาก็แขวนมันไว้ในโบสถ์น้อย
โดยเรียกมันว่า *พระแม่มารีแห่งปูเน่* คุณพ่อโจ แมทธิว
และซิลเวสเตอร์รู้สึกยินดีที่ได้รับจดหมายแสดงความยินดีจากทางจังหวัด
และพวกเขาก็ส่งจดหมายดังกล่าวให้กับอาเบะพร้อมกับคำชมเชยมากมาย

สำหรับอาเบะ หนึ่งปีก็เกือบจะผ่านไปแล้ว ถึงเวลาที่เขาจะต้องประเมินวันเวลาของเขาที่โลโยลา ฮอลล์
เช่นเดียวกับผู้ปรารถนาคนอื่นๆ เขาได้พูดคุยกับคุณพ่อโจ แมทธิว และซิลเวสเตอร์เป็นเวลานาน
ถึงเวลาที่พวกเขาจะต้องตัดสินใจว่าจะเข้าร่วมสามเณรเพื่อเป็นเยสุอิตหรือไม่
พวกเขามีอิสระที่จะออกไปได้หากไม่สนใจที่จะดำเนินชีวิตทางศาสนาต่อไป
พวกเขาทั้งหมดต้องล่าถอยเป็นเวลาหนึ่งสัปดาห์
เป็นการใช้ในการทำสมาธิและสวดมนต์ภายใต้คำแนะนำของพระสงฆ์
ในระหว่างการทำสมาธิและสวดมนต์ เกรซจะอยู่ในใจของอาเบะเสมอ
เขาได้ปรึกษาเรื่องนี้กับพระสงฆ์ที่กำลังช่วยเขาในการล่าถอย
และเขาบอกกับอาเบะว่าเขาจำเป็นต้องถือว่าใบหน้าของเกรซเหมือนกับใบหน้าของแมรี แม็กดาเลน
หลังจากผ่านไปหนึ่งสัปดาห์ อาเบะรู้สึกสดชื่นและมีพลังฝ่ายวิญญาณ
เขารู้ว่าการเก็บเกรซไว้ในใจและความคิดของเขาชั่วนิรันดร์ไม่ได้ขัดต่อหลักการทางจิตวิญญาณของเยสุอิต
อาเบะสามารถเปลี่ยนเกรซเป็นแมรีแม็กดาลีนได้เนื่องจากเธอเป็นสัญลักษณ์ของความรักอันสมบูรณ์แบบต่อพระเยซู อาเบะบอกโจ แมทธิว และซิลเวสเตอร์ว่าเขาต้องการเข้าร่วมสามเณรเพื่อเป็นเยสุอิต
ผู้เข้าร่วมทั้งหมดได้พูดคุยเป็นการส่วนตัวเป็นเวลานานกับปรมาจารย์มือใหม่
นักบวชที่คอยดูแลการเติบโตและการพัฒนาทางจิตวิญญาณของเหล่ามือใหม่
วันสุดท้ายเป็นวันสวดมนต์ในชุมชน และทุกคนก็อธิษฐานขอให้ผู้รับสมัครที่เต็มใจเข้าร่วมสามเณร
จากผู้สมัครทั้งหมด 16 คน มี 12 คนตัดสินใจเข้าร่วม และคนอื่นๆ เลือกที่จะไม่เข้าร่วม
วันสุดท้ายเป็นวันเฉลิมฉลอง มีพิธีมิสซาร้องเพลงมากมาย และท่านอธิการบดีได้ประกาศให้เป็นวันหยุด

ในที่สุดอาเบะก็ตัดสินใจเข้าร่วมสามเณรเพื่อเป็นสมาชิกสมาคมพระเยซู สามเณรมีอายุสองปี
เมื่อสิ้นสุดสองปี เขาจะประกาศคำปฏิญาณแห่งความยากจน พรหมจรรย์ และการเชื่อฟัง

ความยากจนคือการปฏิเสธการครอบครองความมั่งคั่งทางวัตถุ
การโสดเพราะละเว้นจากการมีเพศสัมพันธ์และการอยู่เป็นโสด และการเชื่อฟัง
การเต็มใจที่จะเชื่อฟังคำสั่งของผู้บังคับบัญชาโดยไม่มีคำถาม หลวงพ่อโลโบ พระอาจารย์สามเณร
บอกกับสามเณรว่า "ท้ายที่สุดแล้ว คำปฏิญาณมีไว้เพื่อรับใช้ประชาชนอย่างไม่เห็นแก่ตัว
เนื่องจากคำปฏิญาณเหล่านี้สร้างความมุ่งมั่นเพื่อความเป็นอยู่ที่ดีของประชาชน
เนื่องจากประชาชนเป็นศูนย์กลางของคณะเยสุอิต และทุกสิ่งเพื่อความรุ่งโรจน์ของประชาชน
ผ่านทางพระเยซู" อาเบะครุ่นคิดถึงคำพูดของเขาอยู่นาน เกรซเชื่อในคำมั่นสัญญาดังกล่าว
และชีวิตของเธอก็มีไว้สำหรับความผาสุกของผู้คน
แม้ว่าเธออาจจะไม่เคยได้ยินเกี่ยวกับหลักธรรมของเยสุอิตก็ตาม

อาเบะและสหายทั้งสิบเอ็ดคนของเขาเข้าร่วมสามเณร แอนโทนี โลโบ ปรมาจารย์มือใหม่
สำเร็จการศึกษาระดับปริญญาโทสาขาจิตวิทยาจากมหาวิทยาลัยปูเน และปริญญาเอกด้านเทววิทยาจากลูเวน
เขาเป็นคนน่ารัก มีน้ำใจและให้กำลังใจอยู่เสมอ และอาเบะก็รู้สึกเหมือนอยู่บ้านกับเขาทันที
ในปีที่สองมีสามเณรสิบห้าคน รวมเป็นยี่สิบเจ็ดคน และอาเบะได้พัฒนามิตรภาพอันลึกซึ้งกับผู้คนมากมาย

ตารางเวลาที่ตามมาในสามเณรนั้นคล้ายคลึงกับของก่อนสามเณรมากหรือน้อย
แต่มีเวลามากขึ้นสำหรับการทำสมาธิ การใคร่ครวญ และสวดมนต์ส่วนตัว
งานสังคมสงเคราะห์โดยสมัครใจยังคงดำเนินต่อไปโดยเป็นส่วนสำคัญของการฝึกอบรมสามเณร
และอาเบะแสดงความกระตือรือร้นและความมุ่งมั่นอย่างมากในการทำงานทั้งหมดของเขากับคนขัดสน
สามเณรมีเวลาพบปะและพูดคุยกับอาจารย์มือใหม่สัปดาห์ละครั้งหรือเมื่อใดก็ตามที่พวกเขารู้สึกว่าจำเป็นต้
องพบและพูดคุยกับเขา ความเงียบทางจิตวิญญาณอันลึกซึ้งเกิดขึ้นทั้งกลางวันและกลางคืน
ยกเว้นในการร้องเพลงและดนตรีของชุมชน อาเบะเริ่มเล่นเปียโนระหว่างพิธีมิสซา
และปรมาจารย์มือใหม่ก็ชื่นชมเขา

อาเบะพบว่าโลโบเป็นนักเล่นหมากรุกที่เก่ง และเขาเล่นกับเขาในวันหยุดและวันฉลอง Lobo
เป็นคนที่น่าเกรงขามพอ ๆ กับ Grace ในการเล่นหมากรุก

คุณพ่อซิลเวสเตอร์เป็นนักไวโอลินที่โดดเด่นและเป็นหัวหน้าคณะนักร้องประสานเสียง
เขายังเล่นเปียโนได้อย่างสบายๆ สัปดาห์ละครั้ง
มีการฝึกซ้อมภายใต้การขับร้องประสานเสียงของเขาเป็นเวลาสามชั่วโมง
สามเณรและปรมาจารย์มือใหม่ทุกคนเข้าร่วมในนั้น

โปรแกรมการพูดในที่สาธารณะดำเนินต่อไปทุกสัปดาห์
เนื่องจากนิกายเยซูอิตคิดว่าการพูดในที่สาธารณะเป็นส่วนสำคัญของงานของพวกเขา

ชีวิตในสามเณรนั้นเงียบสงบและไม่มีเหตุการณ์ใดๆ
บรรยากาศการอธิษฐานแทรกซึมเข้าไปในหัวใจของอาเบะ และเขาก็มีเกรซอยู่ในตัวเขาแม้กระทั่งในโบสถ์
รูปของเธอคลุมด้วยผ้าสีฟ้าประดับผนังโบสถ์
และเขามองดูเธอด้วยความชื่นชมและความรักไม่ลดลงระหว่างศีลมหาสนิท
เกรซครอบงำรูปแบบความคิดและนิมิตของเขา และกลายเป็นศูนย์กลางของการทำสมาธิของเขา
วันและเดือนผ่านไป เกรซเติบโตขึ้นทั้งในด้านความสูงและความรุนแรง
และอาเบะก็หลุดเข้าไปในโลกที่มีคนเพียงสองคน เกรซและเขา
อาเบะเปลี่ยนแปลงเหมือนเทเรซาแห่งอาบีลา และเกรซคือพระเยซูของเขา

ในปีที่สอง ก่อนเดือนที่แล้ว
มีโครงการถอยหนึ่งเดือนสำหรับสามเณรสิบสองคนเพื่อเตรียมตัวสำหรับคำสาบานทั้งสาม
และนายสามเณรเป็นผู้เทศนาถอย
เป็นการละทิ้งชีวิตประจำวันเพื่อไตร่ตรองอย่างลึกซึ้งและสวดภาวนาเป็นเวลาสามสิบวัน
กฎที่สำคัญที่สุดข้อหนึ่งของการฝึกสมาธิหนึ่งเดือนคือทุกคนที่เข้ารับการฝึกทางจิตวิญญาณจะต้องรักษาควา
มเงียบยี่สิบสี่ชั่วโมงทุกวันเป็นเวลาสามสิบวัน พวกเขาแยกตัวออกจากสมาชิกชุมชนคนอื่นๆ
เพื่อใช้ชีวิตแห่งการปลงอาบัติและสวดมนต์ ในแต่ละวัน พวกเขาไตร่ตรองถึง *การฝึกฝ่ายวิญญาณ*
ของนักบุญอิกเนเชียส โลโยลา

การแสดงภาพหลอนเหตุการณ์ในชีวิตของพระเยซู ตั้งแต่การประสูติในรางหญ้าในเมืองเบธเลเฮม
ไปจนถึงการสิ้นพระชนม์บนไม้กางเขนนอกกรุงเยรูซาเล็ม เป็นส่วนหนึ่งของการทำสมาธิ
นักเทศน์ผู้ล่าถอยเป็นนักบวชหนุ่มที่ได้รับการอบรมจากศูนย์ปฏิบัติธรรมนิกายเยซูอิตในเมืองโลนาวาลา
บางครั้ง อาเบะรู้สึกว่าการสร้างภาพลวงตาซึ่งไม่มีความถูกต้องเชิงตรรกะและพื้นฐานทางประวัติศาสตร์
เป็นผลเสียต่อการเติบโตทางจิตวิญญาณที่มั่นคง และอาเบะใช้เวลามากในการสนทนากับเกรซ

สามเณรสารภาพเป็นรายบุคคลต่อหน้าอาจารย์สามเณรซึ่งเป็นส่วนหนึ่งของการล่าถอยหนึ่งเดือน
คำสารภาพเกิดขึ้นว่าพวกเขาฝ่าฝืนบัญญัติ *สิบประการ* หรือไม่ ในระหว่างการสารภาพ
ปรมาจารย์สามเณรถามอาเบะว่าเขาเคยมีเพศสัมพันธ์กับผู้หญิงหรือไม่
และอาเบะสารภาพว่าเขาไม่เคยมีเพศสัมพันธ์กับชายหรือหญิงเลย

ปรมาจารย์มือใหม่กล่าวว่าเซ็กส์เป็นส่วนสำคัญในชีวิตมนุษย์ และการอยู่ร่วมกันนี้ได้สร้างความสัมพันธ์ที่สวยงามกับผู้หญิงคนหนึ่ง ความสุขที่ได้รับนั้นหาตัวจับยาก แต่คณะเยสุอิตกลับละเว้นจากการมีความสัมพันธ์ทางเพศกับผู้อื่น

อาเบะสารภาพกับอาจารย์มือใหม่เกี่ยวกับการที่เขาพบกับเกรซ คำเชิญของเธอให้มาอยู่กับเธอ และแบ่งปันเตียงของเธอและคำสัญญาของเขา เขาอยู่กับเธอเป็นเวลาเก้าเดือนและนอนบนเตียงเดียวกันข้างๆ เธอ ไม่เคยสัมผัสเธอเลยแม้แต่น้อยโดยไม่ได้ตั้งใจ มันเป็นประสบการณ์ที่ท้าทายที่สุด อาเบะเคยมีมาในชีวิตของเขา อาเบะบอกกับอาจารย์มือใหม่ว่าเขามักจะอยากมีเพศสัมพันธ์กับเธอ แต่เขาควบคุมความปรารถนาที่อยู่ลึกที่สุดและเอาชนะความรู้สึกของเขาได้ โดยเคารพความเชื่อของเกรซตามคำสัญญาที่เขาให้ไว้กับเธอ อาเบะเป็นเจ้าของปรมาจารย์มือใหม่ที่เขารักและเคารพเกรซมากกว่าใครๆ เธออยู่ในใจของเขาตลอดเวลา แม้แต่ในระหว่างการทำสมาธิ การสวดมนต์ พิธีมิสซาศักดิ์สิทธิ์ และเขาก็คิดถึงเธอตลอดไป เกรซมีจิตใจของเขาบ่อยกว่าพระเยซู

"ไม่มีอะไรผิดที่จะอยู่กับเกรซ" ปรมาจารย์มือใหม่กล่าว เขากล่าวต่อไปว่า "ความรักระหว่างชายและหญิงมีค่าเสมอ มารีย์ชาวมักดาลาเป็นเพื่อนสนิทของพระเยซู บางคนบอกว่าพระเยซูทรงมีความสัมพันธ์ทางเพศกับมารีย์ แม้ว่าพวกเขาจะมีเพศสัมพันธ์กัน แต่มันก็เป็นเรื่องส่วนตัวของพวกเขา และเราไม่มีใครตัดสินมันได้ พระเยซูทรงมีสิทธิ์ทุกประการที่จะตกหลุมรักมารีย์ชาวมักดาลา และมารีย์ชาวมักดาลาก็มีสิทธิ์เช่นเดียวกันที่จะตกหลุมรักพระเยซู เซ็กส์ของพวกเขาแสดงออกถึงความรัก ความมุ่งมั่น และความสามัคคีที่ยั่งยืนของหัวใจ พระเยซูไม่เคยปฏิญาณเรื่องความบริสุทธิ์ทางเพศ แต่ถ้าพระเยซูทรงสัมผัสมารีย์ชาวมักดาลาโดยเจตนาโดยไม่ได้รับอนุญาตจากเธอ นั่นคงเป็นการกระทำผิด เป็นการละเมิดสิทธิของมารีย์" นักบวชอธิบาย

"คุณคิดว่าการมีเพศสัมพันธ์ระหว่างคนสองคนที่รักกันและเคารพซึ่งกันและกันไม่ถือเป็นการละเมิดบัญญัติ*สิบประการ* " อาเบะถาม

" *พระบัญญัติสิบประการ* เขียนโดยโมเสสและถือเป็นของพระเจ้าสำหรับชาวอิสราเอลที่หนีออกจากอียิปต์ มันเป็นไปเพื่อจุดประสงค์และบริบทเฉพาะ *พระบัญญัติ สิบประการ* มีไว้สำหรับผู้คนที่มีชีวิตอยู่เมื่อหกพันปีก่อน ส่วนใหญ่ไม่สุภาพและไร้อารยธรรม

จุดประสงค์หลักของโมเสสคือการควบคุมพวกเขา เพื่อลดความขัดแย้งและการสังหารหมู่ ตอนนี้เวลามีการเปลี่ยนแปลงและค่านิยมก็เปลี่ยนไป การรับรู้ว่าอะไรดีอะไรชั่วก็เปลี่ยนไป" พระสงฆ์ตอบ

"คุณหมายถึงจะพูดว่า ถ้าผู้หญิงและผู้ชายรักกัน เคารพซึ่งกันและกัน และไว้วางใจซึ่งกันและกัน การมีเพศสัมพันธ์ระหว่างพวกเขาก็ไม่มีอะไรผิด" อาเบะออกแถลงการณ์

"เซ็กส์คือการแสดงออกถึงความรัก ความไว้วางใจ ความเคารพ และศักดิ์ศรี หากไม่มีการละเมิดค่านิยมเหล่านี้ เพศจะสร้างความสัมพันธ์ที่เป็นเอกลักษณ์" ปรมาจารย์มือใหม่ให้ความเห็น

"ฉันไม่ได้มีเพศสัมพันธ์กับใครเลย แม้กระทั่งกับเกรซ เพราะเธอไม่ได้คาดหวังที่จะมีเพศสัมพันธ์กับฉัน แม้ว่าฉันจะอยากมีเพศสัมพันธ์กับเกรซหลายครั้งก็ตาม" อาเบะสารภาพ

"ในบริบทเช่นนี้ คุณไม่สามารถมีเพศสัมพันธ์กับผู้หญิงได้ เซ็กส์เป็นการกระทำที่ไม่เห็นแก่ตัว เป็นสัญลักษณ์แห่งความรักและความไว้วางใจที่สมบูรณ์แบบ หากสิ่งเหล่านี้หายไป แสดงว่าเซ็กส์เป็นการละเมิดสิทธิและศักดิ์ศรีของบุคคลอื่น" โลโบกล่าว

"ตอนนี้มีความสงบสุขในใจฉัน ฉันไม่เคยละเมิดสิทธิของเกรซ ไม่เคยดูหมิ่นความไว้วางใจของเธอ ไม่เคยดูหมิ่นศักดิ์ศรีของเธอ" อาเบะกล่าว

"อาเบะ ฉันชื่นชมคุณ คุณเป็นคนซื่อสัตย์และสามารถเป็นเยสุอิตที่แท้จริงได้" นักบวชให้ความเห็น

อาเบะรู้ในตอนท้ายของสามเณรว่าเขาจะประกาศคำปฏิญาณแห่งความยากจน ความบริสุทธิ์ทางเพศ และการเชื่อฟังเพื่อเป็นเยสุอิต โดยการปฏิญาณว่าจะถือโสด เยสุอิตจะจงใจหลีกเลี่ยงความสุขจากการมีเพศสัมพันธ์ การที่การมีเพศสัมพันธ์ไม่ดีหรือไม่ดีนั้นไม่ใช่ปัญหา แต่การตัดสินใจโดยเจตนาที่จะดำเนินชีวิตโดยปราศจากความสุขทางเพศนั้นมีความสำคัญต่อชีวิตของนิกายเยซูอิต นิกายเยซูอิตไม่เคยเชื่อว่าการมีเซ็กส์เป็นบาปหรือการไม่มีเซ็กส์เป็นคุณธรรม แต่การถือโสดคือวิถีชีวิตของพวกเขา อาเบะนึกถึงเกรซที่รักของเขา เธอสามารถควบคุมความปรารถนาของเธอและใช้ชีวิตแบบต่อเนื่องโดยไม่ต้องสาบานว่าจะยังเป็นพรหมจารี เกรซเหนือกว่าเยสุอิตคนใดๆ มาก

ความสุขที่หาได้ยากเกิดขึ้นในใจของอาเบะหลังจากที่เขาสารภาพกับปรมาจารย์มือใหม่ ตอนนี้ เกรซมีความหมายใหม่ในชีวิตของเขา และเขาคิดถึงเกรซบ่อยขึ้นในการทำสมาธิ การสวดภาวนา

และมิสซาศักดิ์สิทธิ์ และเขารู้สึกมีความสุขที่เขาระลึกถึงเธออยู่เสมอ และเธอก็มีค่ามากกว่าพระเยซู บริสุทธิ์กว่าพระแม่มารี

พระเจ้าของพระเจ้า

สามเณรเป็นประสบการณ์ที่น่ายินดีสำหรับอาเบะ
เนื่องจากมีบรรยากาศแห่งอิสรภาพและสภาพแวดล้อมที่ปราศจากความกังวลเรื่องบาป ในปีที่สอง
อาเบะเริ่มวาดภาพใหม่ มันเป็นสไตล์การแสดงออก
หัวข้อเรื่องคือมารีย์ชาวมักดาลาพบกับพระเยซูทันทีหลังจากการฟื้นคืนพระชนม์และกอดพระเจ้าผู้ฟื้นคืนพระชนม์ของเธอ งานดำเนินต่อไปเป็นเวลาหลายเดือน
แมรีชาวมักดาลาเชื่อว่าพระเยซูจะเสด็จกลับมาจากการสิ้นพระชนม์ของพระองค์
และเธอยังคงอยู่ใกล้สถานที่ฝังศพของพระองค์ทั้งกลางวันและกลางคืน
ไม่มีสาวกชายคนใดของพระเยซูที่เต็มใจและกล้าหาญที่จะไปที่นั่นที่ซึ่งมารีย์ชาวมักดาลาอยู่
เธออยู่คนเดียวทั้งวันทั้งคืน ในที่สุดพระเยซูทรงปรากฏแก่เธอ
อาเบะต้องการถ่ายทอดช่วงเวลาที่ใกล้ชิดเหล่านั้นในภาพวาดของเขา

อาเบะเชื่อว่ามารีย์ชาวมักดาลายังคงมีความสัมพันธ์ใกล้ชิดกับพระเยซูแม้หลังจากการฟื้นคืนพระชนม์ของพระองค์แล้ว ทั้งสองต้องการอยู่ด้วยกัน
เนื่องจากไม่มีสัญญาระหว่างพวกเขาว่าจะไม่แตะต้องอีกฝ่ายโดยเจตนา พระเยซูและชาวมักดาลารักกัน
ไว้วางใจกัน ชอบสัมผัสกันและกอดรัดกัน พวกเขายังคงอยู่ในโลกส่วนตัวของพวกเขาเอง

เพื่อให้สามเณรตระหนักถึงพัฒนาการทางวิทยาศาสตร์ในมานุษยวิทยา
ความหมายทางกฎหมายและสังคมของบาป
และการวิเคราะห์แนวความคิดของพระเยซูในเชิงปรัชญาและจิตวิทยา
ผู้เริ่มเรียนจึงได้จัดการอภิปรายเป็นคณะ มันเกี่ยวกับ *วิวัฒนาการของโฮโมเซเปียนส์ แนวคิดเรื่องบาป และพระเยซู การ* หารือดำเนินไปประมาณสามชั่วโมง
แมทธิวเริ่มการสังเกตของเขาด้วยแนวคิดเรื่องความบาป
แนวคิดนี้เกิดขึ้นเมื่อไม่มีภาคประชาสังคมใดสามารถควบคุมและกำหนดรูปแบบพฤติกรรมของมนุษย์ได้
พระสงฆ์บางคนเขียนกฎเกณฑ์การปฏิบัติภายในกลุ่มหรือสังคมและถือว่ากฎเหล่านั้นเป็นหน่วยงานที่มีอำนาจทั้งหมด สำหรับพวกเขา มันเป็นสิ่งมีชีวิต ผู้ทรงอำนาจรอบรู้ รอบรู้ และอยู่ทั่วไปทุกหนทุกแห่ง
ผู้ชายที่โหดร้าย ดุร้าย พยาบาท พร้อมที่จะโจมตี คอยระวังทุกคน ทำตัวเหมือนอะโพฟิส พระศิวะ ซุส

ยาห์เวห์ และอัลลอฮ์ นักบวชต้องการควบคุมและปกครองผู้คนโดยสร้างความหวาดกลัว
การรับรู้ทางจิตหรือการกระทำใด ๆ ที่ขัดกับคำแนะนำของพวกเขาจะกลายเป็นบาป
ซึ่งเป็นการกระทำที่ต่อต้านพระเจ้า
เมื่อภาคประชาสังคมเกิดขึ้นและเจริญรุ่งเรืองหลังจากผ่านไปหลายศตวรรษ
มนุษย์ได้สร้างกฎเกณฑ์ที่เรียกว่ากฎหมายอาญาและกฎหมายแพ่งที่เหมาะสมเพื่อรักษาสังคมที่อยู่นอกเหนือพระเจ้า พวกเขาเข้ามาแทนที่ความบาป พระสงฆ์ และพระเจ้า ในช่วงเวลาหนึ่งของกาลิเลโอ
ความขัดแย้งระหว่างบาปและกฎหมายแพ่งปรากฏขึ้น ทิ้งอำนาจครอบงำของบาปลงถังขยะ
ภาคประชาสังคมต้องการคำอธิบายทางวิทยาศาสตร์เกี่ยวกับความเป็นจริง ซึ่งทำให้พวกเขาได้รับอิสรภาพ
ดังนั้นจึงปฏิเสธการแสวงประโยชน์ การกดขี่ และการกดขี่ของนักบวช
บาปกลายเป็นแนวคิดที่ไม่ลงตัวสำหรับมนุษย์ผู้รู้แจ้ง
เนื่องจากมันขัดแย้งกับข้อเท็จจริงและละเมิดศักดิ์ศรีความเป็นมนุษย์
ทุกสิ่งทุกอย่างที่อยู่ในความศรัทธานั้นไม่สามารถพิสูจน์ได้และไม่มีเหตุผล
การตระหนักรู้อันดียิ่งขึ้นว่าเฉพาะผู้ที่ละทิ้งแนวคิดเรื่องบาปจากชีวิตส่วนตัว ชุมชน
และสังคมเท่านั้นที่จะได้รับอิสรภาพ ทัดเทียมกับผู้อื่น
และสามารถยืนหยัดต่อต้านการบีบบังคับและการพิชิตได้

หลังจากวิเคราะห์สั้นๆ สามเณรคนหนึ่งถามว่าแนวคิดเรื่องบาปมีอยู่ในสังคมที่เจริญแล้วหรือไม่

บาปเป็นตัวแทนของความเป็นทาสและความไร้เหตุผล
มนุษย์ไม่จำเป็นต้องให้พระเจ้าสร้างกฎหมายและกฎเกณฑ์สำหรับมนุษย์เนื่องจากมีเหตุผล
เนื่องด้วยสติปัญญาและความสามารถในการสร้างกฎหมายตามศักดิ์ศรีที่มีมาแต่กำเนิด
มนุษย์จึงปฏิเสธแนวคิดเรื่องบาปตามความต้องการทางสังคมและความก้าวหน้าทางวิทยาศาสตร์
ผู้ที่คิดเรื่องบาปไม่ตระหนักถึงโลกกว้างและวิทยาศาสตร์
พวกเขาอยู่ในจักรวาลที่หยุดนิ่งและไม่สามารถคิดถึงสิ่งใดเลยนอกจากเนรมิตการทรงสร้างหรือการปราบปรามของมนุษย์
โลกที่ปราศจากแนวคิดเรื่องบาปมีความตระหนักรู้ที่ดีขึ้นเกี่ยวกับสิทธิมนุษยชนและความเท่าเทียมกัน
โดยเฉพาะสำหรับผู้หญิงและเด็ก นอกจากนี้ บาปไม่เคยปล่อยให้ภาคประชาสังคมเจริญรุ่งเรือง
เนื่องจากการแสวงหาทางวิทยาศาสตร์ มนุษย์ค้นพบว่าพระเจ้าไม่ได้สร้างจักรวาล
โลกที่ไร้บาปกลายเป็นโลกที่ไม่มีพระเจ้า มันเป็นความตระหนักรู้ทางวิทยาศาสตร์และการตรัสรู้ทางปรัชญา

การมีส่วนร่วมของพระเจ้าต่อความเจริญรุ่งเรืองของมนุษย์นั้นไม่มีเลย

ในขณะที่วิทยาศาสตร์และปรัชญามีส่วนอย่างมากต่อคำจำกัดความของสังคมที่เจริญแล้ว

อาเบะสรุปสิ่งที่ผู้พูดพูดและถามว่าพระเจ้าและวิทยาศาสตร์แห่งวิวัฒนาการสร้างความแตกต่างในชีวิตของเยสุอิตหรือไม่

สิ่งที่ตรงกันข้ามกับความบาปนั้นตรงกันข้ามกับการปกครองแบบเผด็จการของนักบวชและเผด็จการของพระเจ้า มนุษย์เป็นผลผลิตจากวิวัฒนาการ

ทุกสิ่งที่พวกเขาสังเกตเห็นรอบตัวพวกเขาอยู่ในกระบวนการวิวัฒนาการซึ่งเป็นไปตามธรรมชาติและหลีกเลี่ยงไม่ได้ ไม่มีแผนการตายตัวสำหรับกระบวนการวิวัฒนาการ

มนุษย์เองก็วิวัฒนาการมาโดยปราศจากการวางแผนล่วงหน้า จากออสตราโลพิเธคัสถึงโฮโมเซเปียนส์ วิวัฒนาการเป็นไปอย่างค่อยเป็นค่อยไปโดยไม่มีการออกแบบใดๆ มีมนุษย์หลายสายพันธุ์ และ Homo sapiens ก็อยู่ด้วย พวกเขาสร้างแนวคิดเรื่องพระเจ้า สิ่งไม่มีตัวตนนั่งอยู่ในสวรรค์พร้อมกับกาแล็กซี ดวงดาว ดวงอาทิตย์ ดวงจันทร์ พืช สัตว์ และมนุษย์

เมื่อมนุษย์วางแนวความคิดเกี่ยวกับพระเจ้าในฐานะปัจเจกบุคคล แนวคิดเรื่องการสร้าง การครอบงำ การเป็นทาส การกดขี่ การไถ่บาป และรัศมีภาพก็เกิดขึ้น

สิ่งเหล่านี้เป็นแนวคิดที่ไม่เป็นไปตามหลักวิทยาศาสตร์ที่สร้างขึ้นโดยคนที่ไม่รู้วิทยาศาสตร์ และไม่มีความตระหนักรู้เกี่ยวกับจักรวาลที่พวกเขาอาศัยอยู่ เนื่องจากวิทยาศาสตร์และการสร้างสรรค์ความรู้ การตรัสรู้จึงเริ่มต้นขึ้นโดยที่แนวคิดเรื่องพระเจ้าดูไม่เกี่ยวข้อง

คณะเยสุอิตยินดีกับปรัชญาและวิทยาศาสตร์ผู้รู้แจ้ง และปฏิเสธความเชื่อโชคลาง

พวกเขายืนหยัดเพื่อสวัสดิภาพของมนุษย์ ความก้าวหน้า และความก้าวหน้า

นิกายเยซูอิตประกาศว่าจำเป็นต้องลบพระเจ้าออกจากจักรวาล

การยอมรับข้อเท็จจริงไม่ได้นำไปสู่ความแตกแยกในชีวิตของพวกเขา

สามเณรอีกคนหนึ่งถามว่าแมทธิวหมายความว่าไม่มีพระเจ้าและไม่มีการทรงสร้างหรือไม่

พระเจ้าไม่สามารถเป็นข้อเท็จจริงที่เป็นรูปธรรมได้

แนวคิดเรื่องพระเจ้าเป็นเรื่องส่วนตัวที่เกิดจากความกลัวและจินตนาการ ดังนั้น

แนวคิดเรื่องพระเจ้าจึงเป็นผลมาจากปฏิสัมพันธ์ที่เป็นอัตวิสัยและเป็นกลาง เพื่อให้ได้ความรู้

มนุษย์ตีความวัตถุ แต่พวกเขาไม่สามารถรับรู้ถึงวัตถุได้อย่างแน่ชัด

วัตถุที่เป็นวัตถุไม่สามารถมีอยู่ในจิตใจได้ ดังนั้น แต่ละบุคคลจึงสังเกตภาพของวัตถุ ซึ่งไม่ใช่วัตถุเฉพาะ

ดังนั้นความรู้ที่พวกเขาได้รับจากวัตถุจึงไม่สมบูรณ์ และพวกเขาก็ไปไกลกว่านั้นและวิเคราะห์มัน
จากการอุปนัยและการอนุมานทำให้เกิดองค์ความรู้ ความรู้เชิงวิเคราะห์มีข้อจำกัดด้านพื้นที่ เวลา
และแนวคิด ถ้าบุคคลไม่สังเกตก็ไม่มีความรู้

ความรู้ของพระเจ้าจำเป็นต้องเป็นผลมาจากการวิเคราะห์เชิงประจักษ์ ไม่ใช่การคิดเชิงนามธรรม
แต่ไม่มีพระเจ้าเชิงประจักษ์ และมนุษย์ก็สร้างพระเจ้าตามความต้องการและสถานการณ์ของมนุษย์
การสร้างเป็นไปไม่ได้เหมือนกับตอนที่พระเจ้าทรงสร้าง

เขาตั้งคำถามถึงการดำรงอยู่ของเขาเนื่องจากสิ่งมีชีวิตนิรันดร์สองชนิดไม่สามารถอยู่ร่วมกันได้ นอกจากนี้
การทรงสร้างยังแสดงให้เห็นถึงข้อจำกัดของพระเจ้า ซึ่งก็คือการไม่มีพระเจ้า

สามเณรอีกคนหนึ่งต้องการทราบว่าพระเยซูเป็นเพียงสัญลักษณ์เท่านั้น ไม่ใช่บุคคลหรือไม่

แนวคิดเรื่องพระเยซูเป็นเพียงสัญลักษณ์เท่านั้น แมทธิวยืนยัน
ทุกสิ่งที่ทำให้สิ่งที่เรียกว่าพระเยซูแห่งข่าวประเสริฐอาจไม่เกี่ยวข้อง ถูกต้อง
และเป็นที่ยอมรับของโลกสมัยใหม่ มนุษย์ในยุคปัจจุบันปฏิเสธการประสูติของหญิงพรหมจารี
การแสดงเวทมนตร์ของพระเยซู เช่น การเปลี่ยนน้ำเป็นเหล้าองุ่น
การปลุกลาซารัสให้เป็นขึ้นมาจากความตาย และสุดท้าย การฟื้นคืนพระชนม์
เรื่องราวที่น่าทึ่งเหล่านั้นถูกสร้างขึ้นอย่างชัดเจนเพื่อให้ผู้ถูกกดขี่และพ่ายแพ้เพื่อให้ความหวัง
เป็นเรื่องราวที่ยืมมาจากชาวอัสซีเรีย สุเมเรียน ชาวกรีก อียิปต์ โรมัน และอินเดียน
และสุดท้ายได้รับการปั้นเป็นศรัทธาโดยนักบุญพอล เรื่องราวของเขาไม่มีความเกี่ยวข้องในยุคปัจจุบัน
แต่คณะเยสุอิตเชื่อในพระเยซูในบริบทของความรักที่พระองค์มีต่อมนุษยชาติ ความใจบุญสุนทาน
การเอาใจใส่ และความยุติธรรม พวกเขายึดถือค่านิยมเหล่านั้นและทำงานเพื่อสวัสดิภาพของมนุษย์
นิมิตและพันธกิจของคณะเยสุอิตตั้งอยู่บนค่านิยมเหล่านั้น ไม่ใช่รูปของพระเยซูซึ่งเป็นเพียงตำนาน

อาเบะถามว่าแมทธิวสามารถอธิบายแนวคิดเรื่องพระเยซูในฐานะพระเจ้าได้อย่างไร

พระเยซูทรงเป็นมนุษย์ แต่นักบุญเปาโลต้องการสร้างพระองค์ให้เป็นพระเจ้า เปาโลไม่เคยพบพระเยซู
เพราะเขามีเพียงคำบอกเล่าเป็นหลักฐานเกี่ยวกับพระเยซูเท่านั้น
พระกิตติคุณซึ่งเขียนขึ้นประมาณหนึ่งร้อยปีหลังจากการสิ้นพระชนม์ของพระเยซู ขึ้นอยู่กับการนินทา
เปาโลไม่มีหลักฐานทางประวัติศาสตร์เกี่ยวกับพระเยซู ในช่วงหนึ่งร้อยปีที่ผ่านมา
ผู้คนมากมายได้สร้างตำนานมากมายเกี่ยวกับพระเยซู
เนื่องจากพระนามพระเยซูเป็นที่คุ้นเคยในปาเลสไตน์ในสมัยนั้น มีนักเทศน์ ครู หมอ นักเคลื่อนไหว

นักมายากล ผู้คลั่งไคล้ ผู้นำ ศาสดาพยากรณ์ และนักสู้ที่ต่อต้านชาวโรมันซึ่งอาจมีพระนามว่าพระเยซู ผู้เขียนพระกิตติคุณได้เรียบเรียงเรื่องราวของบุคคลต่างๆ มากมายภายใต้ชื่อเดียวกัน ลักษณะของการควบรวมนั้นพวกเขาเรียกว่าพระเยซู ระยะเวลาหนึ่งร้อยปีนั้นยาวนาน โดยเฉพาะในศตวรรษแรก

เนื่องจากไม่มีสิ่งอำนวยความสะดวกในการบันทึกเหตุการณ์ในชีวิตอย่างแม่นยำตามที่เกิดขึ้น แม้กระทั่งทุกวันนี้ มนุษย์ยังต้องเผชิญกับความสับสนอย่างมากเกี่ยวกับเหตุการณ์ในช่วงระยะเวลาหนึ่ง เช่น ห้าปี เมื่อนักวิชาการวิเคราะห์ประวัติศาสตร์ของเหตุการณ์ซึ่งเกิดขึ้นในช่วงห้าปีที่ผ่านมา พวกเขาจะได้รับผลลัพธ์ที่ขัดแย้งกัน คริสเตียนยุคแรกไม่รู้ว่าพระเยซูคือใคร สิ่งที่พวกเขาเรียนรู้คือสัญลักษณ์แห่งความดี ความเห็นอกเห็นใจ และสวัสดิภาพของมนุษย์ แนวคิดเรื่องพระเยซูสำหรับคณะเยสุอิตก็เหมือนกัน แมทธิวเป็นคนเด็ดขาด

อาเบะใคร่ครวญสิ่งที่คุณพ่อแมทธิวพูดอย่างลึกซึ้งและรู้สึกพอใจกับสิ่งนั้น เขาคิดว่าชีวิตของเขามีความหมายในบริบทนั้น และไม่ได้สูญเสียมันไปเปล่าๆ ในนามของตำนานและเวทมนตร์

ในไม่ช้า อาเบะและเพื่อนๆ ก็เริ่มเตรียมตัวสำหรับคำสาบานเมื่อครบสองปีในการเป็นสามเณร หลังจากประกาศพระสัญญาแล้ว พวกเขาจะถูกเรียกว่าสมาชิกของสมาคมพระเยซู เพื่อให้สามเณรเห็นภาพที่ชัดเจนเกี่ยวกับมุมมองทางเทววิทยาที่แตกต่างกันเกี่ยวกับพระเยซู ปรมาจารย์สามเณรได้เชิญคุณพ่อโธมัส คิซฮัคเกน เยสุอิตหนุ่ม ให้บรรยายอย่างมีส่วนร่วมกับสามเณร วิทยากรได้รับปริญญาเอกจากอินส์บรุค และพูดคุยเกี่ยวกับ *ความต่ำช้าในศาสนาคริสต์*

ในช่วงปีแรกๆ ศาสนาคริสต์เป็นขบวนการของกลุ่มผู้ถูกกดขี่ ถูกปราบปราม และยากจนที่สุดของประชาชนในปาเลสไตน์ ซีเรีย กรีซ ตุรกี และโรม; Kizhacken เริ่มการพูดของเขา มันเป็นการเคลื่อนไหวต่อต้านคนรวย ผู้ปกครองที่มีอำนาจ และเทพเจ้าที่โหดร้ายของพวกเขา หลักการพื้นฐานของการรณรงค์นี้มีพื้นฐานมาจากเรื่องราวของพระเยซูหรือที่เรียกว่าพระกิตติคุณ แต่ในศตวรรษที่ 18 ถึง 20 เมื่อศาสนาคริสต์กลายเป็นศาสนาของผู้กดขี่ ก็มีการเคลื่อนไหวอีกอย่างหนึ่งเกิดขึ้นภายในศาสนาคริสต์ โดยได้รับแรงบันดาลใจจาก Nietzsche, Kafka, Heidegger, Camus, Sartre และนักคิดคนอื่นๆ ซึ่งเรียกว่าขบวนการอเทวนิยมในศาสนาคริสต์ ในข่าวประเสริฐของผู้ไม่เชื่อในพระเจ้า โธมัส อัลติเซอร์ นักศาสนศาสตร์ยืนยันว่า "การสิ้นพระชนม์ของพระเจ้าเป็นที่สิ้นสุด

และได้ทำให้มนุษยชาติใหม่และได้รับการปลดปล่อยกลายเป็นจริงในประวัติศาสตร์ของเรา" อัลไทเซอร์ฉายภาพพระเจ้าว่าเป็น "ศัตรูของมนุษย์ เพราะมนุษยชาติไม่สามารถเข้าถึงศักยภาพสูงสุดได้ในขณะที่พระเจ้าทรงดำรงอยู่"

Kizhaken แยกแยะพระเยซูจากพระเจ้าอย่างไร อาเบะเอ่ยถาม

สำหรับผู้ที่ไม่เชื่อพระเจ้า พระเยซูไม่ใช่พระเจ้าแต่ทรงเป็นมนุษย์ที่ดี นั่นคือเหตุผลที่เออร์เนสต์ แฮมิลตัน "คำว่าพระเยซูหมายถึงการเป็นมนุษย์ ช่วยเหลือมนุษย์คนอื่นๆ และมนุษยชาติต่อไป"

นักศาสนศาสตร์เหล่านั้นเรียกการเคลื่อนไหวของพวกเขาว่าอะไร? สามเณรคนหนึ่งถาม

พวกเขาเรียกขบวนการของพวกเขา *ว่าลัทธิเยซูอิสต์* ซึ่งมีรากฐานอยู่ในพระกิตติคุณ แต่ผู้ที่เชื่อในพระเยซูคริสต์ปฏิเสธแนวคิดเรื่องพระคริสต์และพระเจ้า

หลักคำสอนของพระเยซูคืออะไร? สามเณรอีกคนถาม

ศาสนาคริสต์นิกายเยซูอิตไม่เกี่ยวข้องกับพระคริสต์ และปรัชญาหลักของศาสนาคือการปฏิเสธพระคริสต์ในฐานะพระเจ้า พวกเขาแยกพระเยซูออกจากพระคริสต์ สำหรับพวกเขา พระเยซูทรงมีอยู่จริง และพระคริสต์ทรงเป็นเพียงตำนาน แต่สำหรับพวกเขา พระเยซูทรงเป็นแหล่งที่มา ความหมาย และแบบอย่างของชีวิตที่ดี พวกเขายืนยันว่าผู้คนถูกคาดหวังให้ต่อสู้เพื่อความผาสุกและความก้าวหน้าของสังคม เช่นเดียวกับคณะเยซูอิต

อาเบะถามว่าคณะเยสุอิตเชื่อในศาสนายิวหรือไม่

คณะเยสุอิตค่อยๆ เปลี่ยนตำแหน่งของตน สำหรับพวกเขา พระเยซูทรงเป็นคนดี พระองค์ไม่ใช่พระคริสต์และด้วยเหตุนี้จึงไม่ใช่พระเจ้า ผู้สร้างจักรวาล พระเยซูอาจเป็นเพียงตำนาน แต่สิ่งสำคัญคือแนวคิดรอบตัวพระองค์ที่ปรากฏในพระกิตติคุณ แนวคิดเรื่องความยุติธรรมวิวัฒนาการมาจากการเทศน์ของเขาและพัฒนาในช่วงสองพันปีก่อน แนวคิดเรื่องความยุติธรรมของอัมเบดการ์ จอห์น รอว์ลส์ ไมเคิล แซนเดล และเนลสัน แมนเดลา มีความคล้ายคลึงกับแนวคิดของพระเยซู คณะเยสุอิตปกป้องสิทธิ บุคคลที่เคารพนับถือ และรักษาศักดิ์ศรีความเป็นมนุษย์โดยไม่คำนึงถึงแนวคิดเรื่องการครอบครองตนเอง ซึ่งเป็นหัวใจสำคัญของความยุติธรรมและลัทธิเยซูอิต

ทันใดนั้นอาเบะก็นึกถึงเกรซและสิ่งที่เธอพูด: "ความยุติธรรมเกิดขึ้นได้โดยไม่ต้องครอบครองตนเอง คุณธรรม ความสามารถ ความสามารถ ความสามารถ ภูมิหลัง และคุณธรรมของบุคคลไม่ใช่เกณฑ์ความยุติธรรม ในความเป็นจริงมันขึ้นอยู่กับแนวคิดเรื่องศักดิ์ศรีความเป็นมนุษย์"

ตำแหน่งพื้นฐานของพระเยซูคริสต์เกี่ยวกับความยุติธรรมคืออะไร? สามเณรอีกคนถาม

หลักการพื้นฐานของศาสนายิวคือความรัก นั่นคือศรัทธาหลักของคณะเยสุอิต แต่ศาสนายิวปฏิเสธพระเจ้าผู้ทรงฤทธานุภาพทั้งปวง ผู้พูดตอบกลับ

การที่คณะเยสุอิตปฏิเสธพระเจ้าผู้ทรงฤทธานุภาพทั้งปวงหรือไม่นั้นเป็นอีกคำถามหนึ่ง

พระเจ้าไม่ใช่บุคคล แต่เป็นสัญลักษณ์ แนวคิดสำหรับคณะเยสุอิต

"เมื่อคุณปฏิเสธความเป็นพระเจ้าของพระคริสต์ แสดงว่าคุณยอมรับความเป็นมนุษย์ของพระเยซูและความรักของพระองค์ พระคริสต์ผู้ศักดิ์สิทธิ์ไม่สามารถรักได้ มีเพียงพระเยซูมนุษย์เท่านั้นที่สามารถรักผู้อื่นได้" ผู้บรรยายกล่าวต่อ

เขาเชื่อมโยงเยสุอิตกับนิกายเยซูอิตอย่างไร" มีผู้ฟังคนหนึ่งถาม

นักบุญเปาโลได้ทรงสร้างพระคริสต์

พระคริสต์ทรงเป็นแบบแผนทางเทววิทยาและไม่มีส่วนเกี่ยวข้องกับพระเยซูชาวนาซาเร็ธ

พระเยซูที่เป็นมนุษย์นั้นหัวรุนแรง และอิทธิพลของพระองค์ที่มีต่อมนุษยชาติและวัฒนธรรมก็แพร่หลาย

คาร์ล ราห์เนอร์ นักศาสนศาสตร์นิกายเยซูอิตและศาสตราจารย์แห่งมหาวิทยาลัยอินส์บรุค กล่าวถึงลัทธิเยซูอิตว่ามุ่งเน้นไปที่ชีวิตและเลียนแบบชีวิตของพระเยซู

บางคนกล่าวว่าราห์เนอร์เสียชีวิตเนื่องจากไม่มีพระเจ้า Kizhaken ได้ตอบกลับ

"คริสตจักรประกาศข้อความของพระเยซูตามความจริงหรือไม่?" อาเบะถาม

"โอเว่น ฟลานาแกน ศาสตราจารย์ที่มหาวิทยาลัยดุ๊กกล่าวว่าคริสตจักรไม่สนับสนุนการเทศนาของพระเยซูตามความเป็นจริง ในขณะที่พยายามยกย่องพระองค์ให้เป็นพระเจ้า" นักบวชตอบ

พระเยซูทรงเป็นพระเจ้าไหม?

ไม่ พระเยซูทรงเป็นมนุษย์เหมือนคนอื่นๆ คณะเยสุอิตยอมรับตำแหน่งนี้มากขึ้นเรื่อยๆ
หากคุณยกระดับพระเยซูขึ้นสู่ความเป็นพระเจ้า คุณพยายามหลบหนีจากพระเยซูที่แท้จริง
อ่านพระกิตติคุณแล้วคุณจะพบว่าเขาเป็นมนุษย์ที่มีเนื้อและเลือด และไม่เคยอ้างว่าเขาเป็นพระเจ้า
ในประเทศเยอรมนี โยฮัน ไอค์บอร์นใช้วิธีการอ่านกิตติคุณแบบวิพากษ์วิจารณ์สมัยใหม่
เขาพบว่าผู้เขียนที่ไม่รู้จักเขียนพระกิตติคุณมากกว่าหนึ่งร้อยปีหลังจากการสิ้นพระชนม์ของพระเยซู
พระกิตติคุณเป็นตัวแทนของตำนานและตำนาน ตามคำกล่าวของลุดวิก ฟอยเออร์บาค
พระเจ้าของชาวคริสเตียนเป็นโครงสร้างของมนุษย์ที่กดขี่
ดังนั้นศรัทธาในพระเจ้าจึงเป็นเพียงความเชื่อของมนุษย์ที่มีต่อมนุษย์ที่ชอบกดขี่ข่มเหง
ฟอยเออร์บาคยืนยันว่าศรัทธาในพระเจ้าไม่มีอะไรอยู่นอกเหนือมนุษยชาติ และ
"ความคิดเรื่องพระเจ้าทำให้คริสเตียนขาดความมั่นใจในตนเอง" ผู้บรรยายอธิบาย

พระเยซูทรงเป็นผู้ลี้ภัยไหม? มีคำถามอีกจากผู้ฟัง

ตามเรื่องราวในข่าวประเสริฐ พระเยซูทรงเป็นผู้ลี้ภัย เมื่อตอนเป็นเด็ก
พ่อแม่ของเขาพาเขาไปอียิปต์เพื่อขอลี้ภัย บางทีชาวอียิปต์อาจดีต่อพระเยซู มารีย์ และโยเซฟ
พวกเขาอาจจะอยู่ในอียิปต์เป็นเวลาหลายปี มีคนหลายล้านคนในโลกนี้ที่เป็นผู้อพยพ คนไร้บ้าน
และผู้ขอลี้ภัย
ศาสนาคริสต์นิกายเยซูอิตสนับสนุนความจำเป็นที่จะต้องมีความเห็นอกเห็นใจต่อคนไร้บ้านและผู้อพยพ

พระเยซูทรงเป็นผู้ไม่เชื่อพระเจ้าหรือไม่? อาเบะถาม

อาจเป็นไปได้ว่าพระเยซูทรงเป็นผู้ที่ไม่เชื่อพระเจ้า
เขาแกล้งทำเป็นไม่เชื่อเพื่อทำงานร่วมกับชาวยิวออร์โธดอกซ์
แกนกลางของชาวยิวและคริสตินาเชื่อว่าไม่มีพระเจ้าประกอบด้วยการไม่มีพระเจ้า ดังที่สเตฟาน
ฮอว์คิงกล่าวไว้ว่า "สวรรค์เป็นเพียงตำนาน "
ทฤษฎีวิวัฒนาการของดาร์วินได้ทำลายแนวคิดเรื่องเนรมิตนิยมโดยสิ้นเชิง
และทฤษฎีการคัดเลือกโดยธรรมชาติได้พิสูจน์แล้วว่าไม่มีหลักฐานทางวิทยาศาสตร์เกี่ยวกับการดำรงอยู่ของ
พระเจ้า ฟรอยด์ถือว่า "ไม่จำเป็นต้องพิสูจน์ว่าไม่มีพระเจ้าเพราะความจริงของสิ่งนี้ปรากฏชัดในตัวเอง "
สำหรับสมเด็จพระสันตะปาปา อดอล์ฟ ฮิตเลอร์เป็น "ปาฏิหาริย์ของพระเจ้า" ดังนั้น
คริสตจักรคาทอลิกจึงยอมรับลัทธินาซีเป็นวิถีชีวิตและปฏิเสธที่จะประณามการฆ่าล้างเผ่าพันธุ์
ตำแหน่งนี้ทำให้คนจำนวนมากปฏิเสธพระเจ้า พระคริสต์ และศาสนาในยุโรปและสหรัฐอเมริกา ด้วยเหตุนี้

คริสเตียนที่เชื่อว่าไม่มีพระเจ้าจึงปฏิเสธพระคริสต์ เชื่อในพระเยซูมนุษย์เท่านั้นซึ่งไม่ใช่พระเจ้า ตำแหน่งนี้ทำให้เยาวชนมีความหวัง ชีวิตมีความหมายเมื่อพวกเขาได้รับอิสรภาพ ความยุติธรรม และความหวัง นั่นคือตำแหน่งของคณะเยสุอิตมากขึ้นเรื่อยๆ ผู้พูดกล่าวในคำกล่าวปิดท้ายของเขา

เย็นวันนั้น อาเบะคิดถึงแนวคิดที่คิซแฮคเกนเน้นย้ำอยู่เป็นเวลานาน เป็นคำพูดที่น่าสนใจและส่งผลกว้างไกลต่อจิตใจของเขา ศรัทธาในพระเยซูเป็นความจริงเชิงวิเคราะห์สำหรับเขา และพระเยซูทรงเป็นมนุษย์ พวกเยสุอิตเชื่อในศาสนาเยซูอิต ซึ่งเป็นความเชื่อในพระเยซูที่เป็นมนุษย์ซึ่งไม่ใช่พระคริสต์ ไม่ใช่พระเจ้า

อาเบะและเพื่อนๆ ของเขาได้พักผ่อนอย่างเงียบๆ เป็นเวลาหนึ่งสัปดาห์ก่อนจะกล่าวคำปฏิญาณ เกรซเป็นเพื่อนของเขาตลอดเวลาระหว่างการทำสมาธิและการสวดภาวนา และเขาชื่นชมยินดีเมื่อมีเธออยู่ด้วยการเล่นเปียโน ในที่สุด วันนั้นก็มาถึงเมื่ออาเบะและเพื่อนๆ ของเขาจะประกาศคำปฏิญาณที่จะเป็นสมาชิกสมาคมพระเยซู มีมวลชนจำนวนมาก และคณะเยสุอิตประจำจังหวัดเป็นประธานในพิธี ซิลเวสเตอร์เป็นผู้นำคณะนักร้องประสานเสียง ก่อนถวายสัตย์ปฏิญาณ เจ้าจังหวัดได้กล่าวเกริ่นนำว่า

"พี่น้องที่รัก วันนี้คุณจะได้เป็นสมาชิกของสมาคมพระเยซู ฉันขอให้คุณไตร่ตรองถึงพระเยซูและพยายามเป็นเหมือนพระองค์ เปิดใจของคุณและเฉลิมฉลองชีวิตให้เป็นเหมือนพระเยซู หากท่านต้องการความรัก จงให้ความรัก ถ้าคุณต้องการความจริง จงซื่อสัตย์ ถ้าคุณจะได้รับความเคารพก็ให้ความเคารพ สิ่งที่คุณให้กับผู้อื่นจะกลับมาหาคุณหลายเท่า และคุณจะกลายเป็นเหมือนพระเยซู"

ก่อนถวายเครื่องบูชา สามเณรทุกคนคุกเข่าหน้าแท่นบูชา หลวงพ่ออ่านบทสวดแล้วสามเณรก็กล่าวซ้ำโดยปฏิญาณว่าจะยากจน พรหมจรรย์ และเชื่อฟัง อาเบะกลายเป็นเยสุอิต เช่นเดียวกับคุณพ่อประจำจังหวัด โลโบ โจ แมทธิว ซิลเวสเตอร์ แอนโทนี และคิซแฮกคาน ในระหว่างการเทศนา โลโบกล่าวว่า "การเดินทางบางอย่างไม่จำเป็นต้องมีถนน แต่มีเพียงใจที่เต็มใจเท่านั้น" เขากล่าวต่อไปว่า "มีความเต็มใจที่จะช่วยเหลือและรับใช้ผู้คนเช่นพระเยซู"

ในคำกล่าวของเขา แมทธิวกล่าวว่า "รักผู้คน แต่ความรักที่คุณแสดงออกมา ไม่ควรเป็นเหมือนทะเลสาบที่มีน้ำสะสมโดยไม่มีทางออก ให้ความรักของคุณเป็นสายน้ำที่ไหลดับความกระหายของผู้คนมากมายทุกที่ ความรักของนิกายเยซูอิตนั้นขยายกว้างขึ้นเรื่อยๆ ไม่ได้มุ่งไปที่คนๆ เดียว"

ในบันทึกสรุป ซิลเวสเตอร์กล่าวว่า "ชายกับคนที่รักอาจมีระยะห่างที่ไม่สิ้นสุด รักระยะทางและคุณเติมเต็มความรักด้วยการสัมผัสกับคนที่คุณรักในอ้อมแขนของคุณ สำหรับเยสุอิต พระเยซูทรงเป็นที่รักของพระองค์"

พ่อจังหวัดถามว่านิกายเยซูอิตใหม่ต้องการพูดหรือไม่ และอาเบะกล่าวว่า "การรักกันเหมือนรักตัวเองเป็นงานที่ยากที่สุด แต่เมื่อฉันเห็นตัวเองเป็นอีกคนหนึ่ง การดูแลบุคคลนั้นกลายเป็นเรื่องง่าย และเมื่อฉันรักอีกคนหนึ่ง คนนั้นก็จะอยู่ในตัวฉัน" ขณะพูด อาเบะสัมผัสได้ถึงกลิ่นหอมของเกรซที่เขาสัมผัสหลายครั้งเมื่อเขายืนอยู่ใกล้เธอในห้องครัว ใกล้เตา เล่นหมากรุกกับเธอ ร้องเพลงภาพยนตร์ภาษาฮินดีขณะนั่งเคียงข้างเขา ความใกล้ชิดที่ละเอียดอ่อนเมื่อพวกเขาเดินทางด้วยกันบนรถบัส เรือเฟอร์รี่ หรือนอนเคียงข้างเธอ ระยะห่างระหว่างเขากับเกรซลดลง และเธอก็กลายเป็นส่วนหนึ่งของชีวิตเขา ก่อนออกจากโบสถ์ อาเบะมองดูภาพของเกรซ ภาพวาดของเขาที่มีผ้าคลุมศีรษะสีฟ้า รูปสาวพรหมจารีผู้เย้ายวนใจ แขวนอยู่ข้างแท่นบูชาเป็นรูปพระแม่มารี

อธิการบดีจึงประกาศให้เป็นวันหยุด ในตอนเย็น อาเบะและเพื่อนๆ ของเขาแสดงละครฉากเดียว พระเยซูทรงเลี้ยงฝูงชน และอาเบะเล่นละครพระเยซู ถ้าเกรซอยู่ที่นั่น เขาคงจะขอให้เธอร่วมแสดงในบทแมรี แม็กดาเลน เพื่อช่วยพระเยซูแจกจ่ายอาหารให้ฝูงชน

ภายในหนึ่งสัปดาห์ของพิธีสาบานตน สามเณร หลวงพ่อได้ปรึกษาหารือกับนิกายเยซูอิตใหม่ทั้งหมดอย่างยาวนาน หลังจากกล่าวคำปฏิญาณแล้ว เป็นเรื่องปกติที่จะส่งสมาชิกใหม่ไป “ผู้สำเร็จราชการ” ทำงานร่วมกับประชาชน สอนในโรงเรียนและวิทยาลัยที่ดำเนินการโดยสมาคมพระเยซูเป็นเวลาหนึ่งปี หรือทำงานในชุมชนเปิด ทางเลือกต่างๆ ได้แก่ การทำงานร่วมกับผู้คนในสลัม ผู้อยู่อาศัยบนทางเท้า คนที่ถูกทิ้งร้าง คนเร่ร่อน คนไร้เสียง ผู้ถูกกดขี่ ผู้ถูกกดขี่ และคนไร้บ้าน บางคนไปที่สถาบันที่ดำเนินการโดยองค์กรอาสาสมัคร เช่น สถานสงเคราะห์เด็ก สถานสงเคราะห์หญิงม่าย และผู้ที่มีความบกพร่องทางร่างกายและสติปัญญา บุคคลมีอิสระในการตัดสินใจตามทางเลือกของตน คณะเยสุอิตต้องการอยู่ร่วมกับผู้คน ผู้ถูกเอารัดเอาเปรียบ แบ่งปันภาระและช่วยเหลือพวกเขาให้ผ่านพ้นไป ใช้ชีวิตอย่างเรียบง่าย หลายคนเป็นนักเคลื่อนไหวและเป็นแรงบันดาลใจให้กับผู้คนจากด้านหลัง ด้วยอิทธิพลจากปรัชญาของเปาโล ไฟร์เร, เซบาสเตียน คัปเปน และซามูเอล รายาน คณะเยสุอิตจึงเข้าใจความหมายของความยากจน การไม่รู้หนังสือ และสุขภาพไม่ดี

พวกเขาไม่เคยเป็นส่วนหนึ่งของความหรูหราและความสะดวกสบาย
พวกเขาปฏิเสธที่จะปฏิเสธคนนอกศาสนาที่จะเป็นหนึ่งเดียวกับมนุษยชาติที่ต้องทนทุกข์
โดยตระหนักถึงเทววิทยาแห่งการปลดปล่อยและลัทธิคอมมิวนิสต์

อาเบะย้ายไปยังที่อยู่อาศัยแห่งใหม่ที่เรียกว่าศูนย์งานชุมชน คุณพ่อโธมัส วาดาเคน
พระสงฆ์นิกายเยซูอิตและสำเร็จการศึกษาด้านสังคมสงเคราะห์จาก Nirmala Niketan เป็นผู้จัดการศูนย์
อาเบะและคนอื่นๆ อีกสองสามคนมีส่วนร่วมในงานการกุศลต่างๆ ในส่วนต่างๆ ของเมืองและพื้นที่ชนบท
การช่วยเหลือส่วนที่ยากจนที่สุดของสังคม โดยเฉพาะอย่างยิ่งการหางาน การจัดหาอาหาร ที่พัก เสื้อผ้า
การศึกษาของเด็กๆ และการดูแลสุขภาพเบื้องต้น เป็นภารกิจหลักของนิกายเยซูอิตเหล่านั้น
วาทเคนประสานงานทุกกิจกรรมอย่างไม่มีที่ติ

คณะเยสุอิตชุดใหม่เปลี่ยนสถานที่ทำงานทุกสามเดือนเพื่อมอบประสบการณ์ที่หลากหลายแก่ผู้ที่มีส่วนร่วมใ
นองค์กรชุมชน
เหตุผลประการหนึ่งสำหรับการย้ายดังกล่าวคือคณะเยสุอิตรุ่นเยาว์ไม่พัฒนาความสนใจส่วนตัวเกินสมควรต่
อผู้คนที่พวกเขาร่วมงานด้วย นอกจากนี้
พวกเขาสามารถแยกตัวออกจากสิ่งที่พวกเขารักหรืออยากทำโดยสิ้นเชิง
การปลดประจำการถือเป็นคุณค่าที่คณะเยสุอิตหวงแหนทั้งเป็นรายบุคคลและร่วมกัน
ซึ่งสืบทอดมาจากอิกเนเชียส โลโยลา

อาเบะชอบไปอยู่ในชุมชนเปิดที่มีแรงงานข้ามชาติ เนื่องจากปูเน่เป็นเมืองที่มีการพัฒนาอย่างรวดเร็ว
อุตสาหกรรมจำนวนมากจึงเกิดขึ้นในหมู่บ้านใกล้เคียง
คนงานอพยพหลายพันคนจากทั่วประเทศอินเดียยุ่งทั้งวันทั้งคืนในการก่อสร้างศูนย์อุตสาหกรรม อาคาร
อพาร์ตเมนต์ และวิลล่าทั่วทุกมุมของเมืองที่ขยายตัวอย่างต่อเนื่อง
เศรษฐกิจกำลังเฟื่องฟูเนื่องจากโลกาภิวัฒน์ อุตสาหกรรม และการเปิดเสรี

แรงงานอพยพจำนวนมากจาก UP, พิหาร, เบงกอล, อัสสัมและโอริสสาทำงานในทุกส่วนของเมือง
แต่สิ่งอำนวยความสะดวกในการดำรงชีวิตที่มอบให้กับคนงานเหล่านั้นยังไม่เพียงพออย่างยิ่ง
จำนวนมากอาศัยอยู่ตามทางเท้าและเพิงข้างรางรถไฟและทางหลวง
แรงงานจำนวนมากที่ลอยลอยอยู่ในสถานที่ก่อสร้างในท้องถิ่นที่ยากจนกว่าของเมือง

เพื่อค้นหาที่พักกับครอบครัว คนงานส่วนใหญ่มีชีวิตที่น่าสังเวช แต่ก็ดีกว่าที่พวกเขาจะมีได้ในแคว้นมคธ UP และอุตตราขั ณ ฑ์

อาเบะเริ่มไปเยี่ยมครอบครัวต่างๆ เพื่อประเมินความหิวโหยและความยากจนในพื้นที่ที่ด้อยโอกาสที่สุด หลังจากเดินทางไปประมาณหนึ่งร้อยครอบครัวแล้ว เขาก็พบว่ามีประมาณแปดครอบครัวซึ่งมีอาหารกินน้อยมากเพราะทั้งหมดเป็นครอบครัวที่มีผู้หญิงเป็นหัวหน้า ผู้หญิงเหล่านั้นไม่มีงานทำและไม่มีอาชีพ ด้วยเหตุผลหลายประการ พวกเขาจึงไม่สามารถออกจากกระท่อมไปหางานหรือเก็บเศษเหล็กจากที่นี่ไปขายให้กับพ่อค้าเศษเหล็กและหาเลี้ยงชีพได้ แปดครอบครัวนั้นมีเด็กเล็กสิบเอ็ดคน สภาพของพวกเขาช่างน่าสมเพช คุณพ่อวาดเกนรวบรวมอาหารสำหรับเด็กๆ และสตรีผ่านหน่วยงานอุปถัมภ์ หน่วยงานตกลงที่จะจัดหาอาหารให้พวกเขาเป็นประจำเพื่อที่เด็กๆ จะได้ไม่ต้องทนหิว

ขณะเดียวกัน อาเบะค้นหางานสำหรับผู้หญิงในครอบครัวเหล่านั้น และติดต่ออาจารย์ที่วิทยาลัยสังคมสงเคราะห์ในท้องถิ่น Radha Mane ศาสตราจารย์ที่รับผิดชอบกิจกรรมภาคสนาม สัญญากับ Abe ว่าเธอจะไปเยี่ยมครอบครัวเหล่านั้นพร้อมกับนักเรียนของเธอ และภายในสองวัน Radha Mane ไปเยี่ยมครอบครัวเหล่านั้น อาเบะแนะนำเธอและนักเรียนที่มาด้วยกันให้รู้จักกับผู้หญิงในแปดครอบครัวเหล่านั้น และอาจารย์ก็พูดคุยกับพวกเธอเป็นเวลานาน ภายในหนึ่งสัปดาห์ มาเนะแจ้งให้อาเบะทราบว่า เธอได้งานสำหรับผู้หญิงทุกคน โดยมีองค์กรที่เรียกว่าศูนย์การจ้างงานตนเองสตรี (Women's Self Employment Center) เป็นพนักงานเต็มเวลาเพื่อบรรจุเมล็ดพืชและถั่วเลนทิลในห้างสรรพสินค้าสามแห่งในเมือง เนื่องจากไม่มีผู้ใหญ่ในครอบครัว เด็กๆ จึงต้องการความปลอดภัย มีทารกสี่คนอายุต่ำกว่าห้าขวบ และเด็กที่เหลือมีอายุหกถึงสิบปี ราธา มาเน ช่วยให้อาเบะรับเด็กทารกทุกคนเข้าสถานรับเลี้ยงเด็กช่วงกลางวันที่ดำเนินการโดยองค์กรเทศบาล อังกันวาดี และโรงเรียนรัฐบาลท้องถิ่น

ภายในสองเดือน อาเบะสามารถเยี่ยมครอบครัวประมาณสามร้อยห้าสิบครอบครัว และช่วยเหลือผู้หญิงและผู้ชายประมาณสี่สิบคนให้มีงานทำหรือช่วยให้พวกเขาพัฒนาสิ่งอำนวยความสะดวกในการจ้างงานตนเองได้ เนื่องจากมีครอบครัวผู้อพยพหลายพันครอบครัวไม่มีที่พัก การจ้างงาน

การดูแลสุขภาพ และสิ่งอำนวยความสะดวกด้านการศึกษาที่เหมาะสม
อาเบะจึงจัดทำแผนโดยละเอียดเพื่อช่วยเหลือพวกเขาในเรื่องนักศึกษางานสังคมสงเคราะห์ Radha Mane ส่งนักเรียนประมาณ 10 คนไปร่วมงานกับ Abe สัปดาห์ละสองครั้ง ซึ่งเป็นส่วนหนึ่งของการพัฒนาทักษะและการทำงานภาคสนาม นักศึกษาที่เรียนหลักสูตรปริญญาโทสองปีสาขาสังคมสงเคราะห์มีความมุ่งมั่นสูง พวกเขาสัญญากับอาเบะว่าพวกเขาจะทำงานกับประชากรผู้อพยพต่อไปแม้ว่าเขาจะไม่อยู่ก็ตาม วิทยาลัยสังคมสงเคราะห์ได้วางแผนและพัฒนาโครงการวิจัยภาคสนามระยะเวลา 5 ปีเพื่อเป็นประโยชน์ต่อชุมชนผู้อพยพภายในหนึ่งสัปดาห์ วิทยาลัยได้เชิญอาเบะเป็นสมาชิกขององค์กรประสานงาน

เมื่อกลางเดือนที่ 3 อาเบะก็พบครอบครัวเก้าครอบครัว ชาวมุสลิมทั้งหมดอพยพมาจากอาห์เมดาบัด รัฐคุชราตที่อยู่ใกล้เคียง ครอบครัวเหล่านี้มีลูกเล็กๆ แต่ไม่มีผู้ชายที่เป็นผู้ใหญ่เลย อาเบะพบผู้หญิงที่โตแล้วเก้าคนและเด็กยี่สิบเก้าคน เด็กบางคนไม่มีพ่อแม่ คนทั้ง 38 คนรวมตัวกันรวมตัวกันอยู่ใกล้รางรถไฟใต้ต้นไม้ใหญ่ในที่โล่ง สภาพของพวกเขาน่าสงสาร เนื่องจากไม่มีอะไรจะกิน เด็กๆ มีเสื้อผ้าน้อยมาก และไม่มีที่ให้นอน เด็กบางคนมีไข้ ไอ เป็นหวัด และมีผื่นที่ผิวหนัง และทุกคนก็อยู่ในสภาพที่น่าสังเวช เด็กและสตรีจำนวนมากได้รับบาดเจ็บและบาดแผลจากไฟไหม้ตามร่างกาย และอาเบะไม่เคยเห็นเด็กและสตรีตกอยู่ในสถานการณ์ที่น่าเศร้าเช่นนี้มาก่อน ความตายปรากฏอย่างใหญ่หลวง อย่างไรก็ตาม ผู้หญิงเหล่านี้ยังไม่พร้อมที่จะพูดคุยกับบุคคลภายนอก และอาเบะพบว่าเป็นการยากที่จะทราบสภาพที่แท้จริงของพวกเขา นอกจากนี้ ผู้หญิงทุกคนสวมฮิญาบ โดยมองเห็นได้เฉพาะใบหน้าและนิ้วมือเท่านั้น

อาเบะแจ้งราดา มาเนะทันที และเธอก็มาถึงภายในหนึ่งชั่วโมงพร้อมกับนักเรียนหญิงกลุ่มหนึ่ง พวกเขาปรึกษาหารือกับผู้หญิงและเด็กเป็นเวลานาน จากนั้น Radha บอกกับ Abe ว่าผู้หญิงและเด็กเป็นผู้ลี้ภัยจาก Ahmedabad ซึ่งหนีจากการตอบโต้ ความรุนแรง และการจลาจลของรัฐคุชราต ผู้คลั่งไคล้ศาสนาสังหารหมู่คนของพวกเขาทั้งหมด อาเบะได้อ่านเกี่ยวกับการสังหารหมู่ที่เกิดขึ้นในรัฐคุชราตเมื่อสัปดาห์ก่อน ข่าวเกี่ยวกับการสังหารหมู่ยังคงหลั่งไหลมาจากหนังสือพิมพ์และช่องทีวีบางช่อง แต่เขาไม่เคยคิดว่ามันจะรุนแรงขนาดนี้

"พวกเขาต้องการการรักษาพยาบาล อาหาร เสื้อผ้า และที่พักพิงโดยทันที" อาเบะกล่าว

"แน่นอน แต่เราต้องแจ้งให้ตำรวจทราบทันทีถึงความร้ายแรงของสถานการณ์" ราดากล่าวโทรแจ้งตำรวจ

ภายในสิบนาที ตำรวจจากสถานีตำรวจท้องที่และตำรวจรถไฟก็มาถึง

มีตำรวจหญิงสามคน และพวกเขาก็พูดคุยกับผู้หญิงเหล่านั้น จากนั้นสารวัตรตำรวจได้พูดคุยกับตำรวจรถไฟ

"พวกเขาจะถูกย้ายออกจากรางรถไฟ" ตำรวจรถไฟบอกกับอาเบะและราธา

"พวกเขาต้องการการรักษาพยาบาล อาหาร และเสื้อผ้าโดยทันที" อาเบะกล่าวกับสารวัตรตำรวจ

"คุณไม่ควรเข้าไปยุ่ง ตำรวจสามารถจัดการคดีนี้ได้อย่างสมบูรณ์แบบ" สารวัตรตอบ

"แต่นี่เป็นวิกฤตด้านมนุษยธรรม" อาเบะกล่าว

"ฉันขอให้คุณออกจากสถานที่ทันที ไม่งั้นผมต้องจับคุณข้อหาแทรกแซงการทำงานของตำรวจ"
สารวัตรพูดหยาบคาย

อาเบะออกจากสถานที่นั้นอย่างไม่เต็มใจ สารวัตรกำลังคุยกับรดา

อาเบะแจ้งให้วาดาเกนทราบถึงเหตุการณ์ดังกล่าว และในวันรุ่งขึ้น ทั้งสองก็ไปพบผู้ลี้ภัย
แต่พวกเขาไม่สามารถหาพวกเขาได้ทุกที่ อาเบะและวาดาเคนไปที่สถานีตำรวจเพื่อสอบถามเกี่ยวกับผู้ลี้ภัย
พวกเขาต้องรอประมาณสามชั่วโมงจึงจะได้พบสารวัตรตำรวจ

"ท่านครับ เราพร้อมที่จะจัดหาอาหารและเสื้อผ้าให้เพียงพอแก่ผู้หญิงและเด็กเหล่านั้น"
วาดาเกนกล่าวกับสารวัตรตำรวจ

"รัฐบาลสามารถจัดหาอาหาร เสื้อผ้า การรักษาพยาบาล การศึกษา และที่พักพิงให้กับทุกคนในอินเดีย"
สารวัตรตำรวจตอบ

"ท่านครับ เรากำลังพูดถึงผู้ลี้ภัยเหล่านั้นจากอาเมดาบัด" วาดาเกนกล่าว

"ใครบอกคุณว่าพวกเขามาจากอาเมดาบัด? พวกเขามาจากโมราดาบัดในอุตตรประเทศ
มีการต่อสู้กันระหว่างสองนิกายมุสลิม ปัญหานี้ไม่เกี่ยวข้องกับรัฐคุชราต" สารวัตรตำรวจอธิบาย

เขากำลังปรุงแต่งเรื่องราว Radha บอกเขาว่าผู้หญิงและเด็กมุสลิมเหล่านั้นมาจากอาเมดาบัด
เหยื่อของการสังหารหมู่

"ท่านครับ ไม่ว่าพวกเขาจะอยู่ที่ไหนก็ตาม พวกเขาอยู่ในสภาพย่ำแย่ เราพร้อมที่จะช่วยเหลือพวกเขา หน่วยงานสนับสนุนบางแห่งได้ตกลงที่จะจัดหาอาหาร เสื้อผ้า และการรักษาพยาบาลให้พวกเขาร่วมกันเป็นเวลาหลายเดือน" อาเบะชี้แจง

"คุณไม่ควรเข้าไปยุ่งเกี่ยวกับงานของรัฐบาล คุณทั้งสองสามารถออกจากสถานที่ได้ทันที

ท่าน" วาดาเกนอยากจะพูดอะไรบางอย่าง

"ฉันบอกให้คุณออกไป" สารวัตรตำรวจคำราม "เรารู้ว่าคุณคริสเตียนมีเงินทุนเพียงพอ คุณได้รับเงินหลายล้านรูปีทุกเดือนจากยุโรปและอเมริกา คุณให้อาหาร เสื้อผ้า และการดูแลทางการแพทย์แก่คนยากจนเพื่อดึงดูดพวกเขาให้มานับถือศาสนาคริสต์และเปลี่ยนใจเลื่อมใส การเปลี่ยนศาสนาเป็นแรงจูงใจของคุณ ออกไปจากที่นี่ กลับไปที่โรม ถ้าผมเจอคุณอีก คุณจะต้องติดคุก" สารวัตรตำรวจตะโกน

วาดาเกนและอาเบะไม่รู้ว่าต้องทำอย่างไร พวกเขาต้องการค้นหาผู้หญิงและเด็กที่ได้รับบาดเจ็บ ผู้ลี้ภัยพวกเขาจะพินาศถ้าไม่ได้รับอาหารและการรักษาพยาบาลทันที ความคิดนั้นหลอกหลอนอาเบะ

อาเบะโทรหา Radha และโทรศัพท์ของเธอก็หมั้นอยู่ เมื่อไม่มีสายโทรกลับ เขาจึงโทรหาเธออีกครั้งหลังจากผ่านไปหนึ่งชั่วโมง และมันก็ดังขึ้น แต่เธอไม่รับสาย ผ่านไปหนึ่งชั่วโมง อาเบะก็โทรหาเธออีกครั้ง และราธาก็อยู่อีกด้านหนึ่ง

"สวัสดีอับราฮัม" ราธากล่าว

"สวัสดีศาสตราจารย์มาเน่; มีคนย้ายผู้หญิงและเด็กจากอาเมดาบัดไปยังสถานที่ที่ไม่รู้จัก เราจำเป็นต้องค้นหาพวกเขาและช่วยเหลือพวกเขา" อาเบะกล่าว

"ดูเถิด อับราฮัม ฉันได้รับคำสั่งจากอาจารย์ใหญ่วิทยาลัยของฉัน ฉันไม่จำเป็นต้องเข้าไปยุ่งเกี่ยวกับกิจกรรมของตำรวจและหน่วยงานของรัฐ ฉันขอโทษ ฉันไม่สามารถช่วยคุณในเรื่องนี้ได้" Radha ตอบ

"นั่นสินะ" อาเบะกล่าว

แต่คำตอบของ Radha ก็น่าตกใจ ในฐานะงานภาคสนามที่รับผิดชอบวิทยาลัยสังคมสงเคราะห์ เธอน่าจะช่วยฟื้นฟูผู้ลี้ภัยชาวมุสลิมที่ตกเป็นเหยื่อของความรุนแรง การทรมาน การลอบวางเพลิง และการสังหารหมู่

การถือปืน ดาบ ระเบิด และกระบอง มีอบ และผู้คลั่งไคล้ศาสนา โจมตีชาวมุสลิมในอาห์เมดาบัด สุรัต และเมืองอื่นๆ ในรัฐคุชราต บ้าน อาคาร สถาบัน และสถานที่สักการะของชาวมุสลิมถูกรื้อถอนและเผา ความรุนแรงประปรายยังคงดำเนินต่อไป ผู้ชาย ผู้หญิง และเด็กตกเป็นเหยื่อของความเกลียดชังทางศาสนา และการข่มขืนหมู่ถือเป็นเรื่องปกติในเมืองต่างๆ ตามที่นักข่าวและผู้สังเกตการณ์ที่เป็นกลางระบุว่า ผู้นับถือนิกายฟันดาเมนทัลลิสท์ได้สังหารผู้คนไปมากกว่าสองพันคนในระหว่างการสังหารหมู่นี้ และตำรวจประมาณสองร้อยนายที่ปกป้องชาวมุสลิมเสียชีวิต

ผู้คนมากกว่าหนึ่งแสนห้าหมื่นคนต้องพลัดถิ่นหรือถูกบังคับให้หนีออกจากรัฐคุชราต นักข่าว ผู้สังเกตการณ์ และผู้พิพากษาที่เกษียณอายุราชการที่เคารพนับถือกล่าวโทษรัฐบาลคุชราตที่ให้การสนับสนุนผู้ก่อการจลาจลโดยปริยาย "รัฐบาลไม่ได้ทำอะไรเลยเพื่อระงับความรุนแรง" ผู้สังเกตการณ์บางคนกล่าว "กลุ่มผู้ก่อเหตุรุนแรงนำรายชื่อผู้มีสิทธิเลือกตั้งไปค้นหาครอบครัวมุสลิมและละแวกใกล้เคียง" นักข่าวบางคนพบ อาเบะรู้ว่าผู้หญิงที่เขาเห็นบนรางรถไฟเมื่อวันก่อนมาจากอาห์เมดาบัด ตามที่ราชามาเนยืนยันหลังจากพูดคุยกับผู้หญิงเหล่านั้น

หัวของเขาเดือดและหัวใจก็ระเบิด อาเบะต้องการทราบว่าผู้หญิงและเด็กเหล่านั้นอยู่ที่ไหน เขาไปที่รางรถไฟอีกครั้ง

หลังจากสอบถามเกี่ยวกับผู้ลี้ภัยกับเจ้าของร้านและผู้อยู่อาศัยในพื้นที่ใกล้เคียงจำนวนมาก อาเบะพบว่าพวกเขาไม่รู้จักผู้หญิงและเด็กเหล่านั้น

ใครสนใจความเจ็บปวดและความทุกข์ทรมานของเหยื่อจลาจลในรัฐคุชราต โดยเฉพาะกลุ่มคนแปลกหน้า? พวกเขาไม่ได้มีอยู่สำหรับพวกเขาเนื่องจากพวกเขาไม่เคยมีปฏิสัมพันธ์แบบเห็นหน้ากัน

พ่อค้าเหล่านั้นไม่รู้สึกกังวลเกี่ยวกับการสังหารหมู่ผู้คนมากกว่าสองพันคนโดยผู้คลั่งไคล้ศาสนา เนื่องจากพวกเขาไม่เคยรู้จักเหยื่อเลย

ผู้คนปฏิเสธที่จะเห็นอกเห็นใจผู้ถูกสังหารเมื่อมีคนพยายามที่จะบรรลุความรุ่งโรจน์ที่ยิ่งใหญ่กว่าด้วยการจัดการสังหารหมู่ ซึ่งควบคุมตำรวจและข้าราชการและอาจมีอิทธิพลต่อรัฐบาลเพื่อนบ้านได้

ความคิดครอบงำอาเบะและปราบปรามความรู้สึกของเขา แต่ควรมีทางแก้ไขมีทางออก

ผู้เสียหายจำเป็นต้องรู้ว่ามีบางคนพร้อมที่จะช่วยเหลือพวกเขาและพวกเขาจะต้องมีชีวิตอยู่ต่อไป หากเป็นไปได้ อาชญากรที่อยู่เบื้องหลังความรุนแรงและการข่มขืนจำเป็นต้องถูกดำเนินคดีและลงโทษพร้อมกับผู้บงการสังหารหมู่ เขาตัดสินใจช่วยให้พวกเขามีชีวิตรอด

อาเบะวางแผนสถานการณ์และความเป็นไปได้ทั้งหมดทางจิตใจเพื่อช่วยพวกเขาและช่วยชีวิตพวกเขา

ขณะเดินผ่านรางรถไฟประมาณหนึ่งชั่วโมง อาเบะสังเกตเห็นเด็กชายอายุประมาณ 12 ถึง 14 ปีเก็บเศษเหล็กซึ่งอยู่ห่างออกไปเล็กน้อยที่อีกด้านหนึ่งของรางรถไฟ อาเบะข้ามมันไปและไปถึงที่ที่เด็กชายอยู่ ทันทีที่เด็กชายเห็นอาเบะ เขาก็เริ่มวิ่ง และกระเป๋าของเขาก็ห้อยจากด้านหนึ่งไปอีกด้านหนึ่งบนหลังของเขา อาเบะตามทันเด็กชายภายในห้านาทีโดยวิ่งเร็วขึ้น และถามเด็กชายว่าทำไมเขาถึงวิ่ง เขาตอบว่าเขาคิดว่าอาเบะมาจากตำรวจรถไฟและกลัวการฟาดฟันอย่างไร้ความปราณี เขากล่าวเพิ่มเติมว่าเขามาจากแคว้นพิหาร ซึ่งเป็นสถานที่ยากจนที่สุดของประเทศ เขาเก็บเศษซากจากรางรถไฟเพื่อหาเลี้ยงชีพมาสี่ปีแล้ว พ่อแม่ของเขาและพี่น้องทั้งสามของเขามาที่ปูเน่เพื่อหางานทำ พ่อของเขาเป็นช่างก่ออิฐตกจากอาคารหลายชั้นและทำให้กระดูกสันหลังของเขาหัก เขาต้องล้มป่วยล้มป่วยเป็นเวลาสามปีและไม่เคยได้รับค่าตอบแทนจากบริษัทก่อสร้างที่เขาทำงานอยู่เลย แม่ของเขาขนโคลนและอิฐไปที่ไซต์ก่อสร้าง แต่ค่าจ้างของเธอไม่เพียงพอสำหรับค่าอาหารของพวกเขา

อาเบะถามว่าเขาอาศัยอยู่ที่ไหน และเด็กชายบอกว่าเขาอยู่ห่างจากที่นั่นประมาณ 25 กม. บนพื้นที่แห้งแล้ง ซึ่งไม่มีสิ่งอำนวยความสะดวก เช่น น้ำประปา ไฟถนน ห้องน้ำ หรือแม้แต่ถนน ผู้อพยพหลายร้อยคนจากแคว้นเบงกอลและแคว้นมคธอาศัยอยู่ที่นั่นเหมือนวัวควาย เด็กๆ ไม่เคยไปโรงเรียน เนื่องจากไม่มีโรงเรียน ทุกๆ วัน เด็กชายจะมาที่เมืองและเก็บเศษขยะจากรางรถไฟ ซึ่งมีปริมาณมากเพราะผู้โดยสารโยนทุกอย่างลงบนรางรถไฟ เขาสามารถเก็บขยะเต็มกระสอบได้ในตอนเย็น ขายให้กับคนขายเศษเหล็ก และนั่งรถไฟไปที่บ้านของเขาในตอนเย็น เด็กชายต้องเลี้ยงอาหารพ่อและน้องชายอีกสองคน และช่วยแม่ตักน้ำจากลำธารอันห่างไกล

ทำไมพวกเขาไม่กลับไปที่แคว้นมคธ อาเบะถาม? เด็กชายตอบว่าพวกเขาจะตายเพราะไม่มีอะไรกินในแคว้นมคธ นอกจากนี้ การทุจริตครั้งใหญ่ ความไร้กฎหมาย และความรุนแรงได้เปลี่ยนแคว้นมคธให้กลายเป็นนรกที่มีชีวิต อาเบะถามว่าตำรวจเคยจับเขาหรือไม่ และเด็กชายบอกว่าเขาถูกตำรวจจับมาสองสามครั้งแล้วและถูกตำรวจทุบตีอย่างรุนแรง เพราะพวกเขาชอบทุบตีเด็กและคนที่ทำอะไรไม่ถูก ตำรวจเหล่านั้นหลายคนเป็นพวกซาดิสม์ พวกเขาได้รับค่าจ้างต่ำและได้รับการปฏิบัติเหมือนเป็นทาสโดยผู้บังคับบัญชาของพวกเขา

และตำรวจก็โจมตีใครก็ตามที่พวกเขาจับได้ โดยไม่สนใจการละเมิดกฎหมายของผู้มีอำนาจและคนรวย และไม่เคยกล้าแตะต้องพวกเขาเลย

อาเบะถามเด็กชายว่าเขาเคยเห็นกลุ่มผู้หญิงและเด็กในสถานที่เดียวกันเมื่อวันก่อนหรือไม่ เด็กชายตอบว่าเขาเคยเห็นผู้หญิงสวมฮิญาบและเด็กมากกว่ายี่สิบคน ในใจของอาเบะสั่นสะเทือนและมีแสงแห่งความหวังว่าเขาจะสามารถค้นพบพวกเขาได้ อาเบะถามว่าเด็กชายรู้หรือไม่ว่าพวกเขาไปที่ไหน และเด็กชายตอบว่าเห็นรถตู้ตำรวจ 2 คัน และผู้หญิงและเด็กทั้งหมดถูกตำรวจผลักเข้าไปในรถ

"คุณได้ดูเหตุการณ์ทั้งหมดหรือไม่" อาเบะถาม

"ฉันวิ่งหนีจากสายตาตำรวจ เพราะกลัวว่าพวกเขาจะจับฉันแล้วทิ้งฉันไปกับพวกเขาในศิลาซาตาน" เด็กชายกล่าว

"คุณรู้ไหมว่าพวกเขาถูกจับไปที่ไหนในรถตู้ตำรวจ" อาเบะถาม

"มีที่รกร้างอยู่ห่างจากที่นี่ไปประมาณสี่สิบห้ากิโลเมตร เต็มไปด้วยหิน พุ่มไม้หนาม และต้นกระบองเพชร ปกติแล้วตำรวจจะทิ้งคนที่ไม่พึงประสงค์ไว้ที่นั่น โดยเฉพาะขอทานแก่ๆ และผู้ป่วยโรคเรื้อน ซึ่งจวนจะเสียชีวิต" เด็กชายกล่าว

อาเบะรู้สึกสั่นในหัว การทิ้งคนที่ไม่พึงประสงค์ คนแก่ คนป่วย และไม่มีประสิทธิผลให้ตายอย่างน่าสังเวชนั้นอยู่นอกเหนือความเข้าใจของเขา

"คุณเคยไปที่นั่นหรือเปล่า" อาเบะถาม

"ไม่เคยไป.. สถานที่นั้นเรียกว่าศิลาของซาตาน มีบางคนไปที่นั่นแล้ว คนที่อยู่ที่นั่นตอนกลางคืนบอกว่ามีแต่โครงกระดูกมนุษย์" เด็กชายตอบ

นั่นเป็นการละเมิดสิทธิมนุษยชนอย่างร้ายแรง ตำรวจทิ้งคนไร้หนทางในทะเลทรายจนเสียชีวิต และไม่มีใครรับผิดชอบ ตำรวจอาจอ้างว่าพวกเขาเพิกเฉยต่อเหตุการณ์ดังกล่าว และบางคนอาจไปที่นั่นด้วยความเต็มใจที่จะตาย นั่นอาจเป็นข้อแก้ตัวที่ตำรวจและข้าราชการกำลังทำอาหารอยู่ เป็นเรื่องปกติสำหรับนักการเมืองและผู้คลั่งไคล้ศาสนาบางคน

"จะไปที่นั่นได้ยังไง" อาเบะถาม

" Satan's Rocks อยู่ห่างจากที่เราพักประมาณ 20 กม. คุณต้องมียานพาหนะเพื่อไปถึงที่นั่น" เด็กชายกล่าว

จากนั้นเขาก็บอกชื่อหมู่บ้านของเขาให้อาเบะฟัง และอธิบายวิธีไปถึงหินของซาตาน เพราะเด็กชายเชื่อใจเขาในขณะที่เขาถามเกี่ยวกับครอบครัวของเขา อาเบะกลับไปที่บ้านของเขาและหารือกับวาดาเกน ทั้งคู่เริ่มต้นที่ Satan's Rock ด้วยรถตู้ขนาดใหญ่ พวกเขาขนอาหาร น้ำ ผ้าห่ม เสื้อผ้า และยารักษาโรค ถนนอยู่ในสภาพแย่มากและการขับรถก็รุนแรง ตำรวจไปถึงศิลาของซาตานเพื่อทิ้งมนุษย์ที่ไม่ต้องการได้อย่างไร

เวลาบ่ายสองโมงแล้ว

"เราต้องไปให้ถึงที่นั่นโดยเร็วที่สุด" วาดาเกนกล่าว

"ใช่. เราจำเป็นต้องช่วยเหลือผู้หญิงและเด็กเหล่านั้นให้พ้นจากความตาย" อาเบะกล่าว

"เรื่องแบบนี้เกิดขึ้นบ่อยครั้ง และรัฐบาลที่อ่อนไหวก็หลีกหนีจากความรับผิดชอบของตน" วาดาเกนกล่าว

"รัฐบาลหลบหนีเพราะไม่มีการต่อต้านที่รุนแรง มีเพียงไม่กี่คนเท่านั้นที่ท้าทายรัฐบาล มีผู้ประณามมากมาย ไม่เพียงแต่ในระบบราชการเท่านั้น แต่ยังรวมถึงในหนังสือพิมพ์และโทรทัศน์ด้วย บางคนบูชาอาชญากร" อาเบะกล่าว

"เมื่อข้าราชการ ทนายความ และนักข่าวที่มีอำนาจได้รับการสนับสนุนและล่อลวงให้เป็นพวกพ้อง โดยคำนึงถึงศาสนา เงินทอง และความสะดวกสบาย มีเพียงไม่กี่คนที่กล้ายืนหยัดเพื่อความยุติธรรม" วาดาเกนกล่าว

"อาชญากรได้ยกย่องการฆ่าชนกลุ่มน้อยที่เปราะบางและประเทศนี้ไม่เคยเห็นความขุ่นเคืองเช่นนี้มาก่อน แต่ฉันแน่ใจว่าในระยะยาว กฎหมายจะจับพวกเขาและลงโทษพวกเขา" อาเบะกล่าว

"ประการแรก ผู้รับผิดชอบจะต้องถูกลงโทษสำหรับอาชญากรรมที่น่าสยดสยองนี้ มันควรเป็นบทเรียนสำหรับคนรุ่นต่อๆ ไปและนักการเมืองผู้กระทำความผิดที่ยุยงให้เกิดความรุนแรงในนามของศาสนาและเชือดเนื้อคนไร้หนทาง พวกที่ฆ่าผู้หญิงและเด็กไม่เคยสมควรได้รับความเมตตาเลย" วาดาเกนพูดเสียงดังมาก

"นักการเมืองเหล่านั้นสร้างรัฐตามระบอบประชาธิปไตย และสร้างศัตรูขึ้นมา ซึ่งควรจะยืนหยัดต่อสู้กับเป้าหมายของคนส่วนใหญ่เพื่อให้บรรลุเป้าหมายนั้น

โดยบอกพวกเขาว่าการกำจัดชนกลุ่มน้อยนั้นจำเป็นต่อการไปถึงจุดหมาย ที่ซึ่งทุกสิ่งจะเป็นสวรรค์ พวกอาชญากรจากคุชราตเสนอสวรรค์เช่นนั้น" อาเบะกล่าว

ประมาณห้าโมงเย็นพวกเขาก็มาถึงศิลาของซาตาน ใจของพวกเขาจมลงเมื่อเห็นผู้หญิงและเด็กเหล่านั้น เด็กบางคนหมดสติ และคนอื่นๆ ร้องไห้และอยู่ในสภาพสิ้นหวังโดยไม่มีน้ำและอาหาร

วาดาเกนและอาเบะเลี้ยงอาหารพวกเขา และมีน้ำเพียงพอสำหรับดื่ม

เด็กทุกคนถูกคลุมด้วยผ้าห่มและย้ายไปที่ยานพาหนะ โดย Abe และ Vadaken อุ้มพวกเขาไปหนึ่งคน

พวกเขาบอกและโน้มน้าวผู้หญิงว่าพวกเขาจะพาพวกเขาไปยังสถานที่ที่พวกเขารู้สึกปลอดภัยและปลอดภัย

การรองรับคนทั้ง 38 คนในรถตู้นั้นน่าเบื่อ และพวกเขาก็เริ่มเดินทางกลับภายในหนึ่งชั่วโมง

ประมาณเก้าโมงก็มาถึงศูนย์งานชุมชน

ทันใดนั้นพวกเขาก็พาเด็กสิบสี่คนและผู้หญิงสองคนไปโรงพยาบาลทันที

แพทย์หญิงสองคนและแพทย์ชายหนึ่งคนมาถึงศูนย์เพื่อตรวจคนไข้ที่เหลืออย่างละเอียด

เนื่องจากไม่มีพื้นที่คุ้มครองเพียงพอสำหรับการนอนหลับ

อาเบะและวาดาเคนจึงเปลี่ยนโบสถ์น้อยเป็นหอพัก และจัดเตียงชั่วคราวสำหรับทุกคน พยาบาล 3 คนถูกเรียกออกจากโรงพยาบาลเพื่อดูแลสตรีและเด็กในเวลากลางคืน

วันรุ่งขึ้น อาเบะและวาดาเกนได้ย้ายผู้ลี้ภัยไปยังสถานที่สำหรับผู้หญิงและเด็ก

ซึ่งดำเนินการ โดยทีมสามีและภรรยาขององค์กรฆราวาส

สถานประกอบการแห่งนี้มีโครงการการจ้างงานสำหรับผู้หญิงที่สามารถหาเลี้ยงชีพด้วยการทำงาน

วาดาเกนได้จัดเตรียมการศึกษาให้กับเด็กทุกคนในวัยเข้าโรงเรียน

อาเบะรู้สึกอิ่มเอมใจ

เขาไม่เคยคิดเลยว่าจะสามารถช่วยชีวิตคนสามสิบแปดคนจากความตายที่หลีกเลี่ยงไม่ได้

อาเบะเฉลิมฉลองสิ่งนี้ในใจเป็นเวลาหลายวันด้วยกัน และสัมผัสได้ถึงความสุขภายในแม้ในขณะที่เขาหลับ

เขาระบุความรับผิดชอบต่อโศกนาฏกรรมของมนุษย์ต่อรัฐบาล อย่างไรก็ตาม

เขาตระหนักดีว่าชนชั้นปกครองสามารถล้างมือได้อย่างง่ายดาย

เนื่องจากปัญหาการฆ่าล้างเผ่าพันธุ์และการละเมิดสิทธิมนุษยชนได้หมดไปจากจิตสำนึกของประชาชนภายในระยะเวลาอันสั้น

หลายคนไม่ต้องการติดตามเรื่องนี้เพราะพวกเขากลัวการท้าทายรัฐบาลที่ใจแข็งและโหดร้าย

อาเบะทำสิ่งนี้เพราะได้รับแรงบันดาลใจจากเกรซ
งานที่เขาทำร่วมกับวาดาเคนตำรวจอาจเรียกได้ว่าน่าสงสัย
แต่อาเบะสามารถเอาชนะความตั้งใจของตำรวจได้
การช่วยเหลือของเด็กชายในการรวบรวมเศษเหล็กเพื่อความอยู่รอดของครอบครัวนั้นน่าทึ่งมาก
ตำรวจสามารถตามหาอาเบะได้ แต่พวกเขาไม่รู้ว่าเขาย้ายผู้หญิงและเด็กเหล่านั้นออกจากโทษประหาร
ซึ่งเป็นค่าย Auschwitz เพียงเล็กน้อย เนื่องจากไม่มีหลักฐานว่าตำรวจทิ้งเหยื่อในศิลาซาตานโดยตำรวจ
ตำรวจจึงไม่สามารถตำหนิใครก็ได้ที่ช่วยเหลือพวกเขา แต่อาเบะไม่ต้องการมีความขัดแย้งกับตำรวจ
เนื่องจากกลุ่มผู้คลั่งไคล้สามารถกำจัดเขาออกไปได้

เอ็มม่า

หัวใจของอาเบะส่งเสียงโหยหวนเพื่อเกรซ มันไม่ใช่ความรู้สึกฉับพลัน แต่เป็นการปะทุอันยาวนาน นั่นคืออารมณ์ที่ถูกระงับไว้ซึ่งก่อตัวอยู่ข้างใต้ และเธอก็รู้สึกแสบร้อน เป็นร่องรอยจากอดีตของเขา และคณะเยสุอิตไม่สามารถลบรอยเท้าของเธอที่ประทับอยู่ในหัวใจของเขาได้ อิทธิพลของนิกายเยซูอิตนั้นแข็งแกร่งแต่คงอยู่ชั่วคราวในชีวิตของเขา แต่ของเกรซนั้นไม่ธรรมดา และความประทับใจของเธอต่อชีวิตของเขามักจะทำให้เขาเปียกโชกไปด้วยความทรงจำอันยาวนาน มันค่อนข้างยากสำหรับเขาที่จะละทิ้งภาพของเธอไปจากใจและละทิ้งเธอไปจากชีวิตของเขา เธอพัฒนาไปสู่ความรู้สึกที่ไม่หยุดหย่อนของจิตวิญญาณของเขา และการกระทำทั้งหมดของเขาก้องกังวานไปตามความคิดของเธอ เกรซไม่เคยปล่อยให้จิตใจของเขาเฉื่อยชา และเขาต้องทนทุกข์ทรมานจากการนอนไม่หลับเป็นเวลาหลายเดือน

“เกรซ คุณอยู่ไหน" อาเบะก็ร้องไห้

เขาได้ยินเสียงเธอร้อง: “อาเบะ ฉันตามหาเธอตั้งแต่ฉันจากเธอไป ฉันทนความเหงาไม่ได้ การไม่มีคุณ"

“เกรซ กลับมาเถอะ บอกฉันว่าคุณอยู่ที่ไหน ฉันสามารถติดต่อคุณได้โดยเร็วที่สุด"

"ฉันรอคุณอยู่; การที่ต้องอยู่ห่างจากคุณมันช่างเจ็บปวด" คำพูดของเธอดังและแผ่วเบา

อาเบะพยายามควบคุมจิตใจที่ขมุกขมัวของเขาแต่ล้มเหลว วันแล้ววันเล่า คืนแล้วคืนเล่า แถะเดือนแล้วเดือนเล่า เขาคิดถึงเกรซ ค้นหาเธอ และจิตวิญญาณของเขาก็ร้องไห้เพราะเธอ ชีวิตขาดความกระตือรือร้นสำหรับอาเบะ แต่วิญญาณที่ทุกข์ระทมของเขาฟื้นขึ้นมาเมื่อเกรซรุกล้ำเข้ามาในหัวใจของเขาจนหมดสิ้น ในความฝัน เขาโบกมือให้เกรซ แต่เขาคิดว่าเธอไม่สามารถแยกแยะคลื่นได้ เนื่องจากเธออาจรู้สึกว่ามันคือใบตาลที่ห้อยอยู่

อาเบะรู้สึกเศร้าหมอง และเขาก็ตกตะลึง งานชุมชนหนึ่งปีของเขาจบลงแล้ว และเขาได้พบกับวาทเกนและบอกว่าเขารู้สึกหดหู่ใจอย่างยิ่ง วาทเกนรู้สึกประหลาดใจที่เห็นอาการของเขาจึงถามว่าเหตุใดเขาจึงรกร้างและเศร้าหมอง

“ฉันคิดว่าคุณมีส่วนร่วมอย่างเต็มที่ในงานชุมชน และพยายามช่วยให้ผู้คนหลุดพ้นจากความหิวโหย ความยากจน ความทุกข์ยาก และการไร้หนทาง แต่คุณอาจมีช่วงเวลาที่ท้อแท้” วาดาเกนกล่าว

“ผมได้มีส่วนร่วมกับประชาชน ชุมชน และสถาบันต่างๆ ฉันชอบทำงานกับผู้คนมาตลอดชีวิต”

“แล้วคุณกินอะไรมาบ้าง” วาทเกนเอ่ยถาม

“คุณอาจจะรู้; ฉันพักอยู่กับคนที่ชื่อเกรซในกัวมาประมาณเก้าเดือนแล้ว แม้ว่าฉันไม่เคยแตะต้องเธอ แต่ฉันก็รักเธออย่างลึกซึ้ง ฉันเคารพเธอและอยากอยู่กับเธอไปตลอดชีวิต” อาเบะกล่าว

“นั่นเป็นเรื่องธรรมชาติ เยสุอิตทุกคนมีประวัติการมีส่วนร่วมกับผู้หญิงในฐานะเพื่อนที่แยกจากกันไม่ได้ แต่เกือบทุกคนละทิ้งผู้เป็นที่รักและเริ่มต้นชีวิตใหม่เพื่อศักดิ์ศรีอันยิ่งใหญ่ของมนุษย์ คือการช่วยให้สังคมมีชีวิตที่ดีขึ้น เป้าหมายของเราคือการมุ่งมั่นเพื่อสวัสดิภาพของมนุษย์” Vadaken อธิบายในการตอบกลับของเขา

“ฉันรู้แล้ว ฉันก็ทิ้งทุกอย่างเช่นกัน ฉันจะทิ้งเกรซตลอดไป แต่ฉันพบว่ามันยาก ยากเกินไป แม้แต่ในความฝัน เธอก็กลับมาหาฉัน วันคืนเต็มไปด้วยความทรงจำ ความคิดของเธอ ฉันไม่สามารถทิ้งเธอได้ ฉันซาบซึ้งในความทรงจำของเธอ เพลิดเพลินไปกับความใกล้ชิดของเธอ” อาเบะกล่าว

“มันเป็นความรู้สึกที่สวยงาม เป็นมนุษย์โดยสมบูรณ์ คุณต้องเพลิดเพลินไปกับความทรงจำของเกรซ อย่าพยายามแยกพวกเขาออกจากคุณ เธอคือคุณ” วาดาเกนวิเคราะห์

"คุณเข้าใจฉัน. แต่ปัญหาของฉันคือฉันรักเกรซมากกว่ารักพระเยซูมาก” อาเบะพูดอย่างตรงไปตรงมา

“อาเบะ นั่นก็เป็นเรื่องปกติเช่นกัน มันเป็นมนุษย์ พระเยซูทรงเป็นอุดมคติ ไม่ใช่บุคคล อุดมคตินั้นคือจิตวิญญาณที่ขับเคลื่อนของเราในการทำงานเพื่อความก้าวหน้าและการพัฒนาของมนุษย์”

“คุณบอกฉันว่ามีอะไรอยู่ในใจของฉัน คุณสามารถอ่านหัวใจของฉันได้ ฉันชอบชีวิตที่มีพระคุณมากกว่าสวรรค์กับพระเยซู” อาเบะกล่าว

“อาเบะ สวรรค์เป็นเพียงแนวคิดของชีวิตที่ดีเท่านั้น นั่นคือสวรรค์ของคุณ ถ้าคุณอยู่กับเกรซ” วาดาเคนตอบ

“ฉันอยากจะออกจากสมาคมพระเยซูไปอยู่กับเกรซ” อาเบะพูดอย่างตรงไปตรงมา

"ฉันขอแนะนำให้คุณลาออกจากสมาคมพระเยซูและอยู่กับเกรซตราบเท่าที่คุณต้องการ แล้วกลับมาถ้าคุณต้องการที่จะกลับมา ไม่เช่นนั้นก็จงเพลิดเพลินไปกับสวรรค์กับคนที่คุณรัก" วาดาเคนกล่าว

"ฉันจะขอบคุณสำหรับความเปิดกว้าง ความเข้าใจในความรู้สึก ความตั้งใจ และความปรารถนาดีของฉันได้อย่างไร" อาเบะตอบ

"อาเบะ เยสุอิตทุกคนก็เหมือนคุณ คุณเองก็เป็นเยสุอิตหลังจากทำตามคำปฏิญาณแล้ว เราทุกคนทำงานเพื่อสวัสดิภาพของมนุษย์และพยายามทำความเข้าใจมนุษย์ในฐานะองค์รวม ความสุข ความสมหวัง จุดประสงค์ของชีวิต และความเป็นมนุษย์ทั้งหมดของคุณมีความสำคัญต่อสังคมของพระเยซู คุณเป็นคนที่มีความรู้สึก อารมณ์ ความรัก ความไว้วางใจ ความโศกเศร้า ความวิตกกังวล ความกังวล ความหดหู่ ความเหงา ความสุข และความสนุกสนาน เราต้องการคุณในฐานะมนุษย์ ไม่ว่าคุณจะอยู่ที่ไหน ทำอะไร เราก็มีความสุขกับคุณ แต่ไปพบเจ้าเมืองและหารือเรื่องนี้กับเขา" วาดาเกนเสนอ

อาเบะรู้สึกโล่งใจและพบกับความสุขที่หาได้ยาก
เขาเตรียมพบกับคุณพ่อคูเรียนประจำจังหวัดเพื่อบอกเขาว่าเขารักเกรซมากกว่าที่เขารักพระเยซูมาก การประชุมได้รับการแก้ไขในช่วงเย็น และทางจังหวัดก็แสดงท่าทีกระตือรือร้นที่จะรับฟังเขาเป็นอย่างมาก

"อาเบะ ฉันดีใจมากที่คุณทำงานเพื่อชุมชนเสร็จแล้ว วาดาเคนบอกฉันว่าคุณทำงานได้อย่างยอดเยี่ยม โดยช่วยเหลือเหยื่อจลาจล และผู้พิการทางร่างกายและสติปัญญาภายใต้การดูแลของสถาบัน" คูเรียนกล่าว

"ฉันรู้สึกขอบคุณที่คุณให้โอกาสที่หลากหลายในการทำงานร่วมกับผู้คน ฉันได้รับอะไรมากมายจากประสบการณ์หนึ่งปี" อาเบะตอบ

"งานเป็นส่วนที่สำคัญที่สุดในชีวิตของคณะเยสุอิต การฝึกอบรมที่ยาวนานหลายปีช่วยให้บุคคลอุทิศตนอย่างเต็มที่เพื่อการพัฒนาที่ดีขึ้นของผู้คนซึ่งคือสิ่งที่เรามุ่งเน้น นับตั้งแต่ก่อตั้งสมาคมพระเยซู ผู้ก่อตั้งได้ให้ความสำคัญกับงานและการอธิษฐาน อิกเนเชียส โลโยลาและฟรานซิส ซาเวียร์มีจรรยาบรรณในการทำงานและสภาพแวดล้อมทางศาสนาที่ชัดเจน" พ่อประจำจังหวัดอธิบาย

"สหายของพระเยซูเชื่อในการใช้เวลาช่วยเหลือผู้คน พวกเขามีภารกิจ" อาเบะกล่าว

"โลกทัศน์ของบิดาผู้ก่อตั้งสมาคมพระเยซูและสมาคมของเราเปลี่ยนแปลงไปอย่างมาก สำหรับพวกเขา มันเป็นโลกปิด และโลกแบน ซึ่งเป็นศูนย์กลางของจักรวาลที่เรารู้จัก มีดาวดวงเล็กๆ ซึ่งพระเจ้าทรงวางไว้บนท้องฟ้า ดวงอาทิตย์ และดวงจันทร์ พระเจ้าทรงสถิตอยู่ในวัง ด้วยความสง่างามและสง่าผ่าเผย ทรงเพลิดเพลินกับสิ่งฟุ่มเฟือย ได้รับการยกย่องจากเหล่าทูตสวรรค์และนักบุญผู้ร้องเพลงสรรเสริญพระองค์อยู่เสมอ พระเจ้าทรงเป็นกษัตริย์ผู้เผด็จการและลงโทษทุกคนที่ทำบาปต่อพระองค์ และค่าเสียหายของบาปคือความตาย พระผู้เป็นเจ้าทรงขอให้โมเสสสังหารผู้หญิงและเด็กหลายพันคน การฆ่าเป็นงานอดิเรกสำหรับพระเจ้าจนถึงยุคเรอเนซองส์" คูเรียนอธิบาย

"ใช่แล้ว แนวคิดเรื่องพระเจ้า สวรรค์ บาป และชีวิตเปลี่ยนแปลงไปอย่างมาก เรามาถึงจุดที่เราจัดลำดับความสำคัญของการคิดและวิทยาศาสตร์ที่ชัดเจนจากนิทานและจินตนาการของโลกที่เป็นตำนาน มนุษย์ปฏิเสธทุกความคิดเกี่ยวกับการดำรงอยู่ของพระเจ้า ซึ่งไม่สามารถทนต่อการทดสอบของการสังเกตและการตรวจสอบได้ ปัญญาประดิษฐ์ช่วยให้เราละทิ้งความเชื่อมากมายที่เราคิดว่าศักดิ์สิทธิ์ในโลกยุคก่อน"

"คุณพูดถูกอาเบะ มนุษย์ละทิ้งทุกสิ่งที่ขัดแย้งกับเหตุผลและตรรกะ นั่นคือเหตุผลที่เราไม่ต้องการให้พระเจ้าประทับอยู่บนท้องฟ้า เราได้ทิ้งแนวคิดของพระบิดา พระบุตรและพระวิญญาณบริสุทธิ์ ลงในกระป๋องกระดาษที่แหลกเป็นนิตย์ เช่นเดียวกันกับการประสูติ การอัศจรรย์ และการฟื้นคืนชีพของพรหมจารี"

"ทั้งหมดนี้เป็นเพียงสมมติฐานและยืมความเชื่อมาจากศาสนาและตำนานอื่นๆ พวกเขาต้องไป พวกเขาไม่มีที่ในสังคมที่รู้แจ้ง เนื่องจากเราจำเป็นต้องเขียนแนวคิดเรื่องพระเจ้าใหม่" อาเบะกล่าว

"พระเจ้าคืออะไร? หลายคนถามคำถามนี้เป็นครั้งคราว เขาเป็นบุคคลผู้สร้างจักรวาลและ โฮโมเซเปียนซึ่งเป็นนิติบุคคลที่แยกจากกันหรือไม่? หากพระเจ้าแตกต่างจากจักรวาล จักรวาลกำเนิดและมนุษย์ดำรงอยู่ได้อย่างไร? สำหรับไกวัลยะอุปนิษัท *ทุกสิ่งปรากฏอยู่ในเรา ล้วนดำรงอยู่ และมาหาเรา ทุกสิ่งกลับคืนมา* ดังนั้นจักรวาลและพระเจ้าจึงเป็นสิ่งเดียวกัน แม้ว่าศาสนาเซมิติก ศาสนายิว คริสต์ และศาสนาอิสลาม จะยืมแนวคิดนี้มา แต่พวกเขาก็สนับสนุนหลักคำสอนของการสร้างสรรค์อย่างเหนียวแน่น ตรงกันข้ามกับลัทธิเนรมิต พระเยซูตรัสว่า *เราเป็นเถาองุ่น และพระองค์เป็นกิ่งก้าน* แต่ศาสนาคริสต์กล่าว ว่า: *พระเจ้าสร้างโลก* โดยปฏิเสธพระเยซูว่าเถาองุ่นและกิ่งก้านของมันเป็นคนละส่วนกัน

ดังนั้นนักครีเอชั่นนิสต์อ้างว่าพระเจ้าและจักรวาลเป็นสองความเป็นจริงที่แยกจากกัน" เมื่อมองไปที่อาเบะ คูเรียนก็อธิบาย

"นักวิทยาศาสตร์ตั้งคำถามถึงลัทธิเนรมิตเพราะมันเป็นเพียงนิทานเท่านั้น" อาเบะตอบ

"ถูกต้องแล้วอาเบะ ในสหัสวรรษนี้ เรายอมรับว่าจักรวาลกำเนิดจากบิ๊กแบงที่เสนอโดยนักบวชคาทอลิก Georges Lemaitre นักดาราศาสตร์และศาสตราจารย์ฟิสิกส์ที่มหาวิทยาลัย Louvain เลอไมเตอร์ ซึ่งเป็นบุคคลร่วมสมัยของไอน์สไตน์
ได้เสนอแนวคิดทางวิทยาศาสตร์เกี่ยวกับการขยายจักรวาลจากอะตอมดึกดำบรรพ์หรือไข่จักรวาล ต่อมา เฟรด ฮอยล์ ผู้เสนอทฤษฎีสภาวะคงตัว เรียกการขยายตัวของบิกแบงอย่างเหน็บแนมของ Primaeval Atom ในปี ค.ศ. 1951 สมเด็จพระสันตะปาปาปิอุสที่ 12
ได้ประกาศให้บิ๊กแบงเป็นหลักฐานแห่งปฐมกาลอย่างมีอำนาจ ดังนั้นจึงมีผู้สร้าง ดังนั้นพระเจ้าจึงมีอยู่จริง ดังนั้นบิ๊กแบงจึงกลายเป็นจุดเริ่มต้นของการสร้างสรรค์สำหรับสมเด็จพระสันตะปาปา" คูเรียนกล่าว

"โรเจอร์ เพนโรส เสนอว่าจักรวาลทนทานต่อวัฏจักรของบิ๊กแบงและบิ๊กครันช์อย่างต่อเนื่อง จักรวาลปัจจุบันมีต้นกำเนิดมาจากจักรวาลก่อนหน้า และจะมีจักรวาลนับไม่ถ้วนเรียงต่อกัน จักรวาลโดยสมบูรณ์นั้นอยู่เหนือกาลเวลาและอวกาศ ในสถานการณ์เช่นนี้ ไม่มีผู้สร้าง เนื่องจากจักรวาลเป็นนิรันดร์" อาเบะวิเคราะห์

"สิ่งที่เพนโรสแนะนำนั้นสมเหตุสมผล เนื่องจากเขาได้พิสูจน์ผ่านการค้นคว้าของเขาแล้ว จักรวาลของเราผุดขึ้นมาจากความตายของจักรวาลก่อนหน้า
ปรากฏการณ์นี้เกิดขึ้นไม่รู้จบและจะเกิดขึ้นไม่รู้จบ ดังนั้นจึงไม่มีจุดเริ่มต้นและจะไม่มีวันสิ้นสุด เวลาและพื้นที่มีอยู่ภายในจักรวาลเท่านั้น ไม่ใช่สำหรับจักรวาล" คูเรียนกล่าว

"ในการจัดเตรียมนั้น พระเจ้าไม่มีที่อยู่ พระเจ้า ไม่ว่าวิญญาณหรือสสาร ไม่มีเหตุผลที่จะสร้าง หากพระเจ้าสร้างสิ่งทรงสร้าง พระองค์ก็ไม่ใช่พระเจ้าเนื่องจากพระองค์ทรงเป็นผลจากเวลาและสถานที่ ดังนั้นเขาจึงไม่สมบูรณ์ มีเพียงพระเจ้าที่ไม่สมบูรณ์เท่านั้นที่หลงระเริงไปกับการสร้างสรรค์" อาเบะตอบ

"คุณพูดถูก
หลักฐานทางวิทยาศาสตร์ล่าสุดแสดงให้เห็นว่าบิ๊กแบงเกิดขึ้นเมื่อประมาณหนึ่งหมื่นสี่พันล้านปีก่อน ระบบสุริยะของเราเกิดขึ้นเมื่อประมาณเจ็ดพันล้านปีก่อน และประมาณสี่พันล้านปีก่อน สิ่งมีชีวิตบางชนิดบนโลกเกิดขึ้นจากการรวมกันของโมเลกุลบางชนิด

ดังนั้นระบบทางชีววิทยาจึงได้รับการพัฒนาในโลกทางกายภาพเนื่องจากการเปลี่ยนแปลงทางเคมี ดังนั้นเรื่องราวของวิวัฒนาการจึงเริ่มต้นขึ้น คำถามก็คือ ทำไมพระเจ้าผู้ไม่ใช่ทั้งวิญญาณและวัตถุจึงควรสร้างโลกทางกายภาพและสิ่งมีชีวิตทางชีววิทยาขึ้นมา" ข้อโต้แย้งของคูเรียนนั้นอธิบายได้ชัดเจน

"นักมานุษยวิทยากล่าวว่ามนุษย์วิวัฒนาการมาจากออสตราโลพิเทคัสในแอฟริกาตะวันออกเมื่อสามถึงสี่ล้านปีก่อน มีมนุษย์หลากหลายสายพันธุ์ จนกระทั่งประมาณหนึ่งหมื่นห้าพันปีก่อน

มนุษย์เหล่านี้อาศัยอยู่ในส่วนต่างๆ ของโลก

พระคัมภีร์กล่าวว่าพระเจ้าทรงสร้างอาดัมและต่อมาจากซี่โครงของเขาคือเอวาซึ่งเป็นมนุษย์กลุ่มแรกตามพระฉายาของพระเจ้า พระเจ้าทรงสร้างพวกเขาในสวนเอเดนซึ่งอยู่ในเมโสโปเตเมีย

แต่เราไม่แน่ใจว่าพวกมันเป็นมนุษย์สายพันธุ์ไหน พวกเขาอาจเป็น Homo erectus หรือการรวมกันของ Homo erectus และ Homo neanderthalensis เพราะ Homo erectus

เป็นประชากรหลักของเมโสโปเตเมียโดยมี Homo *neanderthalensis* กลุ่มเล็กๆ

อาณาเขตของสวนเอเดนมีแม่น้ำสี่สาย ได้แก่ แม่น้ำไทกริส ยูเฟรติส แม่น้ำปิโชน และแม่น้ำกีโฮน

มีต้นไม้สองประเภทในสวนเอเดน ต้นไม้แห่งชีวิต และต้นไม้แห่งความรู้ดีและความชั่ว

นอกจากนี้ยังมีงูที่สามารถพูดได้เหมือนอาดัมและเอวา วันหนึ่งพระเจ้าตรัสกับอาดัมว่า "*เจ้ากินต้นไม้ทุกต้นในสวนได้จริงๆ แต่ไม่ใช่ต้นไม้แห่งความรู้ดีและ ความชั่วที่เจ้าจะกินได้" เพราะในวันที่คุณกิน คุณถึงวาระที่จะตาย"* อาเบะเล่าเรื่องราว

"เรื่องราวของเจเนซิสนั้นน่าหลงใหล แต่ขาดเหตุผลและสามัญสำนึก เนื่องจากอดัมเป็นมนุษย์เพียงคนเดียว เขาจึงรู้สึกเหงา ดังนั้น ขณะหลับใหล พระเจ้าได้สร้างผู้หญิงขึ้นมา

และอดัมตั้งชื่อเธอว่าเอวาจากกระดูกซี่โครงของเขา

จากนั้นงูก็ล่อลวงเอวาให้กินผลจากต้นไม้แห่งความสำนึกในความดีและความชั่ว เอวาให้ผลไม้นั้นแก่อาดัมและทั้งสองคนก็กินมัน ทันใดนั้นดวงตาของพวกเขาก็เปิดขึ้น และพวกเขาก็ตระหนักว่าพวกเขาเปลือยเปล่า

พวกเขาจึงเย็บใบมะเดื่อติดกันและคลุมตัวไว้

แล้วพวกเขาก็ได้ยินเสียงของพระเจ้าเดินเล่นในสวนในเวลาเย็น และพวกเขาก็ซ่อนตัวจากพระเจ้า และเขาก็เรียกอาดัมและพูดกับเขาว่า: *คุณอยู่ที่ไหน?* อาดัมกล่าว *ว่า : ฉันได้ยินเธออยู่ในสวนและฉันกลัวเพราะฉันเปลือยเปล่า ฉันจึงซ่อนตัว* จากนั้นพระเจ้าก็ทรงลงโทษอาดัมและเอวา

เป็นศรัทธาพื้นฐานและเป็นศูนย์กลางของศาสนาคริสต์ ดังนั้น

อาดัมและเอวาจึงทำบาปต่อพระเจ้าและไม่สามารถช่วยตนเองให้พ้นจากบาปอันร้ายแรงจากการกินผลไม้นั้

นได้ จากนั้นพระเจ้าทรงสัญญากับอาดัมและเอวาว่าจะส่งผู้ช่วยให้รอดมาปกป้องพวกเขาจากบาป และพระเจ้าทรงบังเกิดเป็นมนุษย์ในพระเยซูคริสต์ และชาวโรมันได้แขวนพระองค์บนไม้กางเขน และพระเยซูสิ้นพระชนม์เพื่อบาปของอาดัมและเอวา
พระเจ้าทรงทำให้เขาฟื้นจากความตายและพาเขาขึ้นสวรรค์และประทับ ณ เบื้องขวาของพระเจ้า"
คูเรียนเล่าเรื่องราวในพระคัมภีร์เพิ่มเติม

"เรื่องราวของอาดัมกับเอวานั้นไม่มีเหตุผล
มีความจำเป็นที่พระเจ้าไม่มีอยู่จริงจะต้องมาเป็นมนุษย์ในพระเยซูและช่วยมนุษยชาติให้พ้นจากบาป
การกินผลจากต้นไม้โดยมนุษย์กลุ่มแรกถือเป็นบาปร้ายแรงหรือไม่?
ความบาปของพ่อแม่จะถูกส่งต่อไปยังลูกเหมือน DNA หรือไม่? ถ้าไม่มีการทรงสร้างโดยพระเจ้า
อะไรคือความเกี่ยวข้องของการสิ้นพระชนม์ของพระเยซูบนไม้กางเขนในประวัติศาสตร์ของมนุษย์?
นอกจากนี้ พระเยซู ซึ่งเป็นสมาชิกของสายพันธุ์ Homo Sapiens
สิ้นพระชนม์เพราะบาปหรือการไม่เชื่อฟังของอาดัมและเอวา ซึ่งส่วนใหญ่อาจเป็น Homo *erectus* หรือ
Homo *neanderthalensis* มนุษย์กลุ่มแรกปรากฏตัวเมื่อประมาณหนึ่งล้านปีก่อน
และพวกเขาอาจไม่เชื่อฟังพระเจ้าด้วยการกินผลไม้นั้นเมื่อประมาณหนึ่งล้านปีก่อน
น่าเสียดายที่พวกเขายังคงอยู่ในบาปจนกระทั่งพระเยซูเสด็จมาเมื่อประมาณสองพันปีก่อน
หรือประมาณสิบปีหลังจากการไม่เชื่อฟังพระเจ้า
เหตุใดพระเจ้าจึงรอนานที่จะส่งบุตรชายคนเดียวของพระองค์เพื่อช่วยมนุษยชาติจากบาปที่กระทำโดยอาดัม
และเอวา" อาเบะถามคำถามบางอย่าง

"คำถามเหล่านี้เกี่ยวข้องกันอาเบะ เราจำเป็นต้องไตร่ตรองเกี่ยวกับตำนานเหล่านี้
เราจะเชื่อมโยงเรื่องราวของอาดัม อีฟ
และการประสูติและการสิ้นพระชนม์ของพระเยซูในบริบทของบิ๊กแบงที่เสนอโดยเลอไมตรี
ซึ่งสมเด็จพระสันตะปาปาปิอุสที่สิบสองตั้งชื่อว่า *การสร้างสรรค์* ได้อย่างไร
สมมติว่าเรื่องราวของการทรงสร้าง อาดัมและเอวาไม่มีรากฐานที่เป็นข้อเท็จจริง
คริสเตียนควรเข้าใจเทววิทยาของพระเจ้าโดยการกลายเป็นมนุษย์เพื่อช่วยมนุษยชาติให้รอดพ้นจากการลงโ
ทษที่พระเจ้าประทานให้สำหรับบาปจากการกินแอปเปิ้ลได้อย่างไร? สำหรับการไม่เชื่อฟังง่ายๆ
พระเจ้าทรงลงโทษอาดัมและเอวาและขับไล่พวกเขาออกจากสวนเอเดน
และพระเจ้าทรงตัดสินใจที่จะกลายเป็นมนุษย์และสิ้นพระชนม์บนไม้กางเขนเพื่อช่วยมนุษยชาติให้พ้นจากบ

าปดั้งเดิม แต่มันฟังดูเหลือเชื่อ เรารู้แน่ว่าเรื่องราวการทรงสร้างในหนังสือปฐมกาลเป็นนิทานพื้นบ้านและคำสัญญาของผู้ช่วยให้รอดในพระเยซูคริสต์ตามตำนานนั้นก็เป็นตำนานเช่นกัน" เมื่อมองไปที่อาเบะ คูเรียนอธิบาย

“ดังนั้น เทววิทยาคริสเตียนทั้งหมดจึงมีพื้นฐานอยู่บนความเข้าใจผิด ในศตวรรษแรก ในซีเรีย ชายชาวยิวคนหนึ่งชื่อพอลแห่งทาร์ซัส พลเมืองโรมันผู้ไม่เคยเห็นพระเยซูมาก่อน ได้ถักทอศาสนศาสตร์ในพระนามของพระเยซูและส่งมอบให้กับผู้ติดตามกลุ่มเล็กๆ เปาโลยกย่องพระเยซูชาวนาซาเร็ธให้เป็นพระคริสต์พระเมสสิยาห์ หลักคำสอนของเขากลายเป็นกระดูกสันหลังของศาสนาคริสต์ คอนสแตนตินสังหารพี่น้องของเขาเพื่อชิงบัลลังก์จักรพรรดิในกรุงโรมในสามร้อยยี่สิบเอ็ดปี ภรรยาของเขาทำให้เขาเชื่อ; เขาเป็นหนี้ชัยชนะต่อพระเจ้าของชาวคริสต์ เพื่อแสดงความขอบคุณ เขาได้ประกาศว่าศาสนาคริสต์เป็นหนึ่งในศาสนาที่ได้รับอนุญาตในจักรวรรดิโรมัน คอนสแตนตินได้รับบัพติศมาและเข้าเป็นคริสเตียนบนเตียงมรณะ หลังจากนั้นศาสนาคริสต์ก็เจริญรุ่งเรืองเป็นเวลาหลายศตวรรษในยุโรป แอฟริกา อเมริกา และบางส่วนของเอเชีย" คูเรียนเข้าสู่ประวัติศาสตร์ของศาสนาคริสต์โดยสังเขป

“ในศตวรรษที่ 20 ถึง 21 ศาสนาคริสต์ล้มเหลวอย่างน่าสังเวชในการตอบคำถามมากมายเกี่ยวกับพระเจ้า การสร้าง บาปดั้งเดิม การประสูติของหญิงพรหมจารี การฟื้นคืนพระชนม์ และพันธกิจในการช่วยให้รอดของพระเยซู โดยนักคิดและนักวิทยาศาสตร์ ทั้งหมดนี้ไม่สมเหตุสมผลสำหรับคนฉลาด ส่งผลให้ศาสนาคริสต์หายไปจากหลายประเทศ โบสถ์ อาสนวิหาร คอนแวนต์ เซมินารี อาราม และสถาบันทางศาสนาอื่นๆ หลายแห่งถูกปิดตัวลงหรือดัดแปลงเป็นห้างสรรพสินค้าและศูนย์กลางธุรกิจ"

“ใช่แล้ว อาเบะ คริสต์ อิสลาม และศาสนายิวไม่สามารถดำรงอยู่ได้ยาวนาน ภายในสองถึงสามร้อยปีสิ่งเหล่านี้ทั้งหมดจะหายไป พวกเขาไม่สามารถต้านทานการตรวจสอบทางวิทยาศาสตร์และเหตุผลได้" คูเรียนกล่าวถึงอนาคตของศาสนาเซมิติก

“คนที่คิดตั้งคำถามถึงการมีอยู่ของพระเจ้า ในขณะที่คนเคร่งศาสนาเต็มไปด้วยความมั่นใจ คนฉลาดมีความสงสัยไม่รู้จบ ในขณะที่คนโง่เดือดพล่านอย่างมั่นใจ" อาเบะให้ความเห็น

“นั่นคือเหตุผลว่าทำไมในสมัยของอิกเนเชียส โลโยลา ฟรานซิส ซาเวียร์ และสหายของพวกเขา และตลอดสองสามศตวรรษ เยสุอิตทุกคนจึงเป็นพวกนิกายฟันดาเมนทัลลิสท์และคลั่งไคล้ แต่ตอนนี้พวกเขาส่วนใหญ่ไม่เชื่อพระเจ้า" คูเรียนออกแถลงการณ์

“คณะเยสุอิตรู้ว่าเวลาไม่มีอยู่จริง และเช่นเดียวกับพระเจ้า แต่มนุษย์ดำรงอยู่และความสัมพันธ์ของพวกเขา" อาเบะกล่าว

“พวกเราเยสุอิตเปลี่ยนใจเมื่อข้อเท็จจริงที่ไม่มีปัญหานำเสนอต่อเราซึ่งขัดแย้งกับความเชื่อของเรา พระเยซูทรงมีความเข้าใจน้อยมากเกี่ยวกับจักรวาล อิกเนเชียส โลโยลาและฟรานซิส ซาเวียร์ไม่รู้ทฤษฎีวิวัฒนาการ หากความเชื่อของพวกเขาขัดแย้งกับวิทยาศาสตร์ เราก็ปฏิเสธความเชื่อของพวกเขา" คูเรียนเป็นคนเคร่งครัด

“นั่นเป็นคุณสมบัติที่หาได้ยาก เป็นตำแหน่งที่ซื่อสัตย์และกล้าหาญ" อาเบะกล่าว

“อาเบะ หลวงพ่อวาดาเก็นเคยเล่าเรื่องท่านและพระคุณของท่านให้ข้าพเจ้าฟัง คุณมีสิทธิ์ที่จะฝันถึงชีวิตร่วมกับเธอทุกประการ ฉันเคารพเหตุผลของคุณ ไปข้างหน้า. ขอบคุณสำหรับสี่ปีของคุณกับเรา การมีส่วนร่วมของคุณต่อคณะเยสุอิตนั้นยิ่งใหญ่มาก และคุณคือแรงบันดาลใจ คุณจะประสบความสำเร็จทุกที่ที่คุณไป และผู้คนจะได้รับประโยชน์จากคุณ ขอให้โชคดีนะ" คูเรียนพูดพร้อมลุกขึ้นจับมือกับอาเบะ

“ขอขอบคุณคุณพ่อสำหรับความมีน้ำใจ กำลังใจ และการสนับสนุนของท่าน ฉันชื่นชมวันเวลาเหล่านั้นที่ได้อยู่กับคณะเยสุอิต" อาเบะกล่าวแสดงความขอบคุณ

“วันนี้ ข้าพเจ้าจะส่งจดหมายถึงท่าน การลาจากสมาคมพระเยซู" คุณพ่อประจำจังหวัดกล่าว

อาเบะเริ่มต้นชีวิตใหม่เมื่อเขาไม่ใช่เยซูอิตอีกต่อไป หัวใจของเขาเต็มไปด้วยเกรซ และเขาเดินทางไปไกลแสนไกล ปรารถนาที่จะพบเธอที่ไหนสักแห่ง เขามั่นใจว่าวันหนึ่งเขาจะได้พบเธอ โดยมองตาเธอแล้วถามเธอว่า "เกรซ *คุณ* อยู่ที่ไหน *" ทำไมคุณถึงจากไป ทิ้งฉันไว้คนเดียว?* แต่เขาไม่เคยรู้ว่าเธออยู่ที่ไหน เขาปรารถนาที่จะบอกเธอว่าเขารักเธอ เพราะภาพลักษณ์อันเจิดจ้าของเธอไม่อาจแยกออกจากใจของเขาได้

อาเบะพเนจรเหมือนคนเร่ร่อนตามหาเกรซในเมืองและถนน เมืองและหมู่บ้าน วินธยาและเทือกเขาหิมาลัย ทะเลทรายราชสถานและที่ราบสูงเดคคาน ริมฝั่งแม่น้ำและชายทะเล

เขาค้นหาเกรซที่รักของเขามานานหลายปี ความกตัญญูของเขาไม่มีความชัดเจน
ในขณะที่เขาตอบแทนความรักของเธอโดยรวม
และเขาต้องการบอกเธอว่าเขามีความรักมากขึ้นในหัวใจของเขา

อาเบะไม่เคยเบื่อหน่ายกับการเดินทาง
และในบางครั้งเขาก็นึกถึงชีวิตของเขาในสมาคมพระเยซูขณะเดินทางไกล หนึ่งปีในฐานะผู้สำเร็จราชการ
สองปีในสามเณร และหนึ่งปีในงานชุมชน เป็นชีวิตที่น่าตื่นเต้นกับคณะเยสุอิต ผู้ที่มีการศึกษาสูง
เปิดใจกว้าง และมีเหตุผลเชิงปรัชญา พร้อมด้วยความเชื่ออย่างแรงกล้าในความรุ่งโรจน์ของมนุษย์
คณะเยสุอิตเป็นผู้ไม่เชื่อในพระเจ้าที่มีความซับซ้อน พวกเขาเปลี่ยนแปลงไปตามสัญญาณแห่งกาลเวลา
ไม่มีความกลัวและความไม่แน่นอนในการยึดเอาวิสัยทัศน์ของผู้ก่อตั้งมาครบวงจร และแทนที่ The
Spiritual Practice ด้วย The God Delusion เป็นสิ่งที่หลีกเลี่ยงไม่ได้
เนื่องจากพวกเขาต้องการทำงานและภารกิจต่อไปโดยมีรากฐานที่แข็งแกร่ง วิสัยทัศน์ของพวกเขาน่าทึ่งมาก
และงานของพวกเขาก็ไม่ธรรมดา ด้วยความมุ่งมั่นในแก่นแท้ ปราศจากความเกลียดชังและความโศกเศร้า
คณะเยสุอิตกำลังเดินไปข้างหน้าเพื่อความรุ่งโรจน์ของมนุษย์
ในขณะที่พระเจ้าและพระคริสต์ได้หายสาบสูญไปในอดีตอันเลือนลางที่พัวพันกับตำนานและเวทมนตร์
แม้ว่าภายนอกนิกายเยสุอิตจำนวนมากจะนิ่งเงียบต่อศรัทธาของตนในชีวิตประจำวันและพันธกิจของตน
แต่ภายในพวกเขาก็ประกาศถึงหนังสือรับรองที่ไม่เชื่อของตน

คณะเยสุอิตมุ่งมั่นที่จะก้าวไปข้างหน้า
พวกเขามีความเปิดกว้างและกล้าหาญที่จะเข้ามาแทนที่ระบบความเชื่อที่พวกเขายึดถือมานานหลายศตวรรษ
ในฐานะผู้สังเกตการณ์ความเป็นจริงอย่างเฉียบแหลม
ลัทธิอื่นก็พุ่งเข้ามาจากสังคมรอบตัวพวกเขาโดยอาศัยการค้นพบทางวิทยาศาสตร์
พวกเขาตั้งคำถามกับตัวเอง วิสัยทัศน์และพันธกิจ ความเกี่ยวข้องและตำแหน่งในสังคม
มันเป็นการตระหนักว่าการเปลี่ยนแปลงมีความจำเป็น ไม่เปลี่ยนแปลง และหลีกเลี่ยงไม่ได้
ซึ่งจะช่วยให้การเปลี่ยนแปลงยังคงเกี่ยวข้องและไม่อยู่ในถังขยะแห่งประวัติศาสตร์
ความเชื่อใหม่ฟังดูมีเหตุผลและมีพลัง
โดยแทนที่แนวคิดที่เก่าแก่โดยไม่มีรากฐานและคำตอบที่น่าสนใจสำหรับคำถามที่เกิดขึ้นระหว่างการไกล่เกลี่ยและการสนทนา พระคริสต์ในเทพนิยายไม่เกี่ยวข้องกับคณะเยสุอิต
โดยแทนที่พระองค์ด้วยมนุษย์ธรรมดา คนไร้เสียง คนไม่รู้หนังสือ คนป่วย คนหิวโหย และคนเปลือยเปล่า

สำหรับนิกายเยซูอิตจำนวนมาก เกรซไม่ใช่นิทาน เกือบทุกคนมีประสบการณ์เกรซ นั่นคือสาเหตุที่อาเบะออกจากสมาคมพระเยซู มีความขัดแย้งระหว่างของจริงกับของไม่จริง ประสบการณ์ชีวิตกับนิทาน เกรซยังคงอยู่ในจิตสำนึกของเขาในฐานะผู้สร้างแรงบันดาลใจ การแสดงออกถึงความรักที่มีชีวิตชีวาและกล้าหาญที่น่าทะนุถนอมและเพลิดเพลินในชีวิตประจำวัน เป็นการห่อหุ้มความฝันที่ไม่อาจลืมเลือนได้อย่างสมบูรณ์และไม่อาจย้อนกลับได้ พระเยซูทรงสวมกอดมารีย์ชาวมักดาลาหลังจากการฟื้นคืนพระชนม์ และอาเบะกับเกรซก็เช่นกัน

อาเบะไปเยี่ยมชมวัด Konark, Brihadeeshwara, Somnath, Kedarnath, Madurai Meenakshi, Padmanabhaswami, Vaishnavodevi, Ramtek และ Khajuraho เพื่อค้นหาพระคุณ เขาค้นหาภายในรูปปั้นและงานแกะสลักที่สลับซับซ้อนเพื่อดูใบหน้าของผู้เป็นที่รักของเขา ระหว่างทางไปวัด Badrinath Abe ได้พบกับ *Aghori Sadhus* พระภิกษุชาวฮินดูที่เปลือยเปล่าแห่งเทือกเขาหิมาลัย อาเบะรู้ว่าพวกเขาสละโลกแล้วและอยู่ด้วยกันหลายปีในถ้ำเพื่อทำให้พระอิศวร เทพเจ้าผู้ยิ่งใหญ่แห่งความโกรธ ความอิจฉาริษยา การทำลายล้าง และความตาย พระศิวะเต้นรำอย่างยืดเยื้อด้วยความโกรธและความโศกเศร้าเป็นเวลาหลายพันปี เมื่อเขาได้ยินข่าวการตายของภรรยาของเขา สติ การที่พระศิวะเป็นที่พอพระทัยเป็นสิ่งจำเป็นยิ่งสำหรับมนุษย์ในการดำรงชีวิตอย่างสงบสุข และพวก *อัมโฮริ ซาธุส* ก็ปรากฏตัวขึ้นเพื่อทำหน้าที่นั้น

พระภิกษุที่เปลือยเปล่าคือชาว Shaivite ซึ่งเป็นนิกายของชาวฮินดูที่นับถือพระศิวะ พวกเขาถือตรีศูลเจาะด้วยกะโหลกศีรษะมนุษย์ที่เก็บมาจากเมรุเผาศพในเมืองพาราณสีหรือโรงเผาศพของชาวฮินดู และเดินทางไปทั่วอินเดีย บางคนเชื่อว่า *Aghori Sadhus* มีพลังโยคะในการเคลื่อนย้าย [illegible] พวกเขามี *สุขมาสาริรา* ซึ่งเป็นร่างกายที่บอบบางซึ่งสามารถเดินทางล่องหนและไปถึงจุดหมายปลายทางได้ภายในไม่กี่วินาที พวกเขาสามารถควบคุมเวลาและสถานที่และทำทุกอย่างได้ตามต้องการ พระภิกษุที่เปลือยเปล่าส่วนใหญ่อาศัยอยู่ในถ้ำ เอาขี้เถ้าทาตัว ไม่สวมเสื้อผ้า และมีผมพันกัน อาเบะเคยเห็นพวกเขาสูบกัญชาเมื่อเขาไปที่นาซิก อาคธากุมภเมลา *Aghori Sadhus* หลายร้อยคนมารวมตัวกันที่ Ujjain ในช่วงศิวะราตรี เมื่อ Abe อยู่ในวัด Mahakaleshwar เพื่อตามหาพระคุณ นอกจากนี้เขายังเคยเห็นพระภิกษุเปลือยเหล่านั้นเมาเหล้าใน Devghar ระหว่างเทศกาล

Shravan Mela ซึ่งเป็นเทศกาลวัดในเดือนกรกฎาคมถึงสิงหาคม ซึ่งสนุกสนานกันเป็นกลุ่มใหญ่ แต่อาเบะก็ไม่พบพระคุณของเขาเลย

" *Aghori Sadhus* เป็นคนโสด ยกเว้นที่วัด Kamakhya ในรัฐอัสสัม" เอ็มมากล่าว "ผู้คนหลายร้อยคนเยี่ยมชมวัดแห่งนี้เพื่อสักการะช่องคลอดของเทพธิดาศักติ พระสนมของพระศิวะ หรือที่รู้จักกันในชื่อตริปุระ ซุนดารี หรือปาราวตี พวก *Aghoris* ให้กำเนิดบุตรกับผู้สักการะหญิงที่อ้อนวอนขอลูกชายที่มีรูปร่างเหมือนพระอิศวร มีความเชื่อลึกลับว่าการมีเพศสัมพันธ์กับพระภิกษุเปลือยที่วัด Kamakhya จะให้ลูกชายกับผู้หญิงที่ไม่มีบุตรและรักษาเธอให้หายจากความเจ็บป่วยทั้งหมด การดำเนินการให้กำเนิด*ของ Aghori* เป็นการรวมตัวกันทางจิตวิญญาณกับผู้วิงวอน คืนแล้วคืนเล่า พวกเขาแสดงความสามัคคีทางจิตวิญญาณกับผู้หญิงที่แสวงหาลูกชายซึ่งเดินทางจากทั่วอินเดียและเนปาลไปยังคามาคยา" เอ็มมากล่าวต่อ

เอ็มมากำลังค้นคว้าเรื่อง *เพศและจิตวิญญาณในหมู่ Aghori Sadhus: พระภิกษุเปลือยของอินเดีย* ตอนที่อาเบะพบเธอที่วัดคามาคยา

นานๆ ครั้งจะเห็นเอ็มม่าจากเนเธอร์แลนด์กับพระภิกษุเปลือยหน้าตาดุร้าย นักบวชมี *จาตา* เดรดล็อคงูเห่าที่มีรูม่านตากลม เกล็ดเรียบ และมีหมวกคลุมขนาดใหญ่รอบคอ เอ็มมาเปิดเผยกับอาเบะว่าเธอได้สนทนากับอาโกริ ซาธุเป็นเวลานาน และโน้มน้าวให้เขาคุยกับเธอเกี่ยวกับชีวิตทางเพศของ *ชาวอาโกริส* เธอกล่าวว่าบางคนแสดง *เป็นสาวใช้* คำภาษาสันสกฤตใช้สำหรับความสัมพันธ์ลับๆ *ของอาโกรี ซาธุ* กับผู้หญิงที่มีความเป็นส่วนตัวสูง เพื่อแสดงความซาบซึ้งอย่างสุดซึ้งต่อผู้หญิงคนนั้น เป็นการกระทำที่หาได้ยาก และ *Aghori Sadhu* มักจะหลีกเลี่ยงการทำเช่นนั้น จำเป็นต้องมีการเตรียมการเจ็ดวัน การอดอาหาร การปลงอาบัติ และ *การงู้จี้* บูชางูเห่าโดยผู้หญิงเพื่อสหภาพ ในระหว่าง *พิธีใช้ พระศิวะ* และพระนางจะแปลงร่างเป็นพระศิวะและพระปาราวตี *Sadhu* แสดง *ธันดวา* ซึ่งเป็นการเต้นรำของพระศิวะก่อนการรวมตัว ซึ่งกินเวลาประมาณหกชั่วโมง หลังจากนั้น *Sadhu* ก็จะพร้อมที่จะบรรลุความปรารถนาของผู้หญิงทุกคนด้วยการมีส่วนร่วมในการใช้ *สาวใช้*

คำพูดอันสง่างามของเอ็มมาเป็นแรงบันดาลใจให้อาเบะวาดภาพพระภิกษุที่ดูดุร้ายที่สุดเท่าที่เขาเคยเห็นมา และเขาเชื่อว่าเอ็มมาสามารถขี่ *Sadhu* มาโพสท่าต่อหน้าเขาเป็นเวลาหลายวันเพื่อวาดภาพของเขาได้

จากยุโรปและอเมริกา นักท่องเที่ยวจำนวนมากต่อสู้กันเพื่อให้มีโอกาสสังเกตเห็นพระภิกษุที่นุ่งห่มขี้เถ้า ผมหยิกฟู ซึ่งไม่เคยอาบน้ำเลย ยกเว้นในพิธีกุมภเมลา ผู้หญิงจำนวนมากจากตะวันตกอาศัยอยู่กับผู้สวดมนต์ที่เปลือยเปล่าซึ่งเมากัญชาเพื่อให้ได้รับความชื่นชมจากพระสงฆ์

ก่อนที่จะไปถึงวัด Kamakhya อาเบะอยู่ที่ Haridwar Kumbh Mela ซึ่งผู้ศรัทธาปฏิบัติต่อ *Aghori Sadhus* เสมือนพระศิวะที่ยังมีชีวิตอยู่ อาเบะใช้เวลาหลายวันที่นั่นท่ามกลางผู้แสวงบุญหลายล้านคนซึ่งเป็นผู้สักการะพระศิวะ อาเบะกำลังตามหาเกรซ แม้ว่าเขาจะผิดหวังกับการไม่มีเธอ แต่เขาไม่เคยสูญเสียความหวัง เพราะเขามักจะเก็บวันอันเงียบสงบที่เขาใช้กับเธอในกัวไว้ในใจเสมอ

เป็นเวลากว่าหกเดือนที่ Abe อยู่ในเมือง Prayag ระหว่างและหลัง Kumbh Mela และมองดูใบหน้าหลายพันหน้าในหมู่ *Sadhvis* ซึ่งเป็นแม่ชีชาวฮินดู คิดถึงความสุขที่ได้ค้นพบร่างที่น่ารักที่สุดของ Grace ในทันที แต่สำหรับเขา เธอปรากฏตัวเกินกว่าการรับรู้ของเขา

เอ็มม่าถามอาเบะว่าทำไมเขาถึงเร่ร่อนด้วยกันมานานหลายปี และอาเบะบอกเธอว่าเขาตามหาเกรซผู้เป็นที่รักของเขา เอ็มมารู้สึกตื่นเต้นมากที่ได้ทราบเรื่องราวของอาเบะ และกล่าวว่าความรักดังกล่าวพบเห็นได้เฉพาะใน Gita Govindam แห่ง Jayadeva เท่านั้น เอ็มมาบอกเขาอีกว่าเกรซหลงรักอาเบะอย่างสุดซึ้ง และเธอจะตามหาเขาตั้งแต่วันที่เธอออกจากกัว เกรซอาจกลับมาที่กัวภายในสองสามวันเพื่อตามหาเขา เนื่องจากเกรซอาจตระหนักว่าชีวิตที่ไม่มีอาเบะนั้นจืดชืด นอกจากนี้เธออาจจะเศร้าโศก เศร้า และสิ้นหวัง มีความประหลาดใจที่อาเบะได้ยินคำพูดของเอ็มม่าเมื่อเขาตระหนักว่ามีเพียงผู้หญิงเท่านั้นที่สามารถเข้าใจอารมณ์อันลึกซึ้งของผู้หญิงอีกคนได้ ความเข้าใจของเขาเกี่ยวกับท่าทาง คำพูด ความคิด ความปรารถนา และการแสดงออกของผู้หญิงยังไม่สมบูรณ์หรือเป็นเด็ก และเขาล้มเหลวที่จะเข้าใจความรู้สึกในการกระทำและความตั้งใจของเกรซ

เอ็มมาเป็นนักวิชาการในภาษาสันสกฤต บาลี และแพรคริต อยู่ในอินเดียเป็นเวลาสี่ปีและค้นคว้าเรื่องเพเทลโกวินดัมเพื่อการศึกษาระดับปริญญาเอกของเธอ ในผลงานชิ้นเอกของเขา Jayadeva ซึ่งอาศัยอยู่ในศตวรรษที่ 12 บรรยายถึงความสัมพันธ์ระหว่างพระกฤษณะ คนเลี้ยงวัว และ *โกปิกา* สาวใช้รีดนมในวรินดาวัน ขณะที่ *Raas Leela* เกมรักที่หลงใหลในธรรมชาติอันสูงสุด

แม้ว่าจะแต่งงานกับรุกมินีและสัตยาภามา พระกฤษณะยังรักราธา หนึ่งในสาวใช้นมมากกว่าหัวใจของเขา Gita Govindam เป็นบทกวีเกี่ยวกับความรักที่สวยงามและลึกซึ้งที่สุดที่เขียนในภาษาใด ๆ บรรยายถึงความทุกข์ทรมานของพระกฤษณะอันเนื่องมาจากการแยกทางของ Radha และความสุขที่สมบูรณ์แบบของการอยู่ร่วมกันของพวกเขา

ด้วยความรัก ราธากลายเป็นพระกฤษณะ และพระกฤษณะกลายเป็นราดา การแยกจากกันของ Radha และ Krishna เป็นส่วนสำคัญของสหภาพของพวกเขา ดังนั้น Radha จึงกลายเป็นความสุขอันเปี่ยมล้นของพระกฤษณะ และพระกฤษณะก็แปรสภาพเป็นองค์รวมของ Radha ทั้งสองคนก็เหมือนกัน เอ็มมาอธิบายว่าการที่ Radha กับพระกฤษณะเป็นความสุขอันบริสุทธิ์ จุดสุดยอดของความรักของมนุษย์ พวกเขาแสดงออกผ่านการเต้น การร้องเพลง การแบ่งปัน และการเกี้ยวพาราสี

"ที่จริงแล้วการแยกทางของคุณจากเกรซคือการรวมตัวกับเกรซ" เอ็มมากล่าว

"เมื่อฉันค้นหาเกรซ ฉันสัมผัสได้ถึงการมีอยู่ของเธอ และฉันก็ไม่มีตัวตนอื่นใดนอกจากเกรซ" อาเบะตอบ

"ความปรารถนาอันเป็นที่รักทั้งหมดคือความปรารถนาในความรักและการพบปะกับผู้เป็นที่รัก" เอ็มม่าแสดงความคิดเห็น

"ฉันค้นหาเกรซในใจ และฉันอดทนต่อความเจ็บปวดจากการพลัดพราก แต่ในขณะเดียวกันก็สัมผัสกับความสุขที่เกิดขึ้นในการค้นหา"

"ใน Gita Govindam พระกฤษณะและ Radha เหมือนกัน ในความรักที่แท้จริง การพลัดพรากจากกันถือเป็นช่วงของการรวมกันเป็นหนึ่ง พวกเขารวมคนรักและความรักเข้าด้วยกันเป็นหนึ่งเดียวและกลายเป็นหนึ่งเดียว" เอ็มม่าวิเคราะห์

อาเบะมองไปที่เอ็มม่า

"คำพูดของคุณฟังดูเหมือนเกรซ แม้ว่าคุณจะดูแตกต่างออกไปก็ตาม" อาเบะกล่าว

"คุณพูดถูก ความรักก็เหมือนกันทุกที่ เมื่อคนสองคนรักกัน และความสัมพันธ์ที่แยกจากกันไม่ได้ ความรักของพวกเขาก็เติบโตขึ้นตามที่พวกเขารัก และมันพัฒนาเป็นเอนทิตี ดังนั้นความรักจึงกลายเป็นคน" เอ็มมาตอบ

"นี่คือเหตุผลที่พระกฤษณะกลายเป็นราธา และราธากลายเป็นกฤษณะในความรักหรือเปล่า?
และสุดท้ายความรักก็ยิ่งใหญ่กว่าคนที่รักกัน" อาเบะถาม

"คุณพูดถูก ความรักที่คุณมีต่อเกรซก็คือเกรซ" เอ็มม่าตอบ

"ฉันรู้ว่าความรักของฉันคือเกรซ และเกรซก็คือความรัก และความรักที่ฉันมีต่อเกรซก็กลายเป็นบุคคลที่สาม เกรซ ความรักของเราและฉันเหมือนกัน หลังจากค้นหามานานหลายปี การค้นหาเองก็กลายเป็นเอนทิตี ความโหยหาความรักได้กลายเป็นตัวตนของความรัก" อาเบะกล่าว

"ตอนนี้คุณกลายเป็นผู้ลึกลับเหมือน Jayadeva แล้ว" เอ็มมากล่าว

"บางครั้ง ฉันคิดว่าฉันคือพระกฤษณะ เกรซคือราธาของฉัน หรือกฤษณะคือฉัน และราธาคือเกรซ
ความปวดร้าวในการพลัดพรากของเรานั้นเป็นเพียงความสุขในการอยู่ร่วมกันของเรา
ทุกสิ่งที่ฉันทำย่อมเป็นผลจากความทุกข์ระทมเช่นนี้ และความหวังที่จะให้เกิดผลในการพบปะผู้เป็นที่รัก
ความสุขของการพบปะเพื่อเป็นหนึ่งเดียวกับเกรซนั้น ไม่อาจปฏิเสธได้
และการอยู่คนเดียวของฉันกับเธอกลายเป็นความจริง
เป็นการแสดงออกถึงการดำรงอยู่ของเธออย่างแท้จริงในตัวฉันและนอกเหนือจากฉัน
ในทุกช่วงเวลาของชีวิต ฉันได้สัมผัสมัน ประสบการณ์นั้นก็คือเกรซที่รักของฉัน"

เอ็มม่ามองไปที่อาเบะ

"คุณสัมผัสเธอทั้งภายในและรอบตัวคุณ และคุณกลายเป็นเกรซ การค้นหาเกรซของคุณ
แท้จริงแล้วคือการค้นหาตัวคุณเอง" เอ็มมากล่าว

"ฉันรู้สึกมากจนไม่มีใครสามารถแยกเกรซไปจากฉันได้ แม้แต่ฉันก็ทำไม่ได้
ฉันไม่สามารถแยกตัวเองออกจากฉันได้"

"พูดคุยกับเธออย่างไม่หยุดหย่อนในใจของคุณแม้ว่าเธออยู่ไกล ระยะทางไม่ได้แยกผู้คน แต่เป็นความเงียบ"
เอ็มมากล่าว

"ฉันรู้ว่าเธอสื่อสารกับฉันตลอดเวลา Sadhu สื่อสารกับเทพีแห่งวัด Kamakhya เช่นเดียวกับ Aghori "
Abe ให้ความเห็น

"ตื่นมาทุกเช้าก็คิดถึงเธอ กอดเธอด้วยความหลงใหล
ทำให้คนที่คุณรักมีความสุขและเติบโตไปพร้อมกับเธอ" เอ็มม่าแนะนำ

อาเบะก็ยิ้ม และเขารู้ว่าเอ็มมามีความรู้มากมายเกี่ยวกับพระกฤษณะและราธาและความรักของพวกเขา
เอ็มมายังมีความเชี่ยวชาญอย่างลึกซึ้งเกี่ยวกับ *อาโกริ ซาธุส*
ขณะที่เธอย้ายไปอยู่กับพวกเขาในช่วงสองปีที่ผ่านมา
เธอต้องการผลิตงานวิจัยทางวิทยาศาสตร์โดยมีข้อค้นพบที่ถูกต้องเกี่ยวกับพระภิกษุที่เปลือยเปล่า
เนื่องจากไม่มีใครสามารถเข้าถึงชีวิตของพระภิกษุเหล่านั้นได้เหมือนที่เอ็มมาทำ

Aghoris Sadhus มีมาตั้งแต่สมัยโบราณ Emma กล่าวถึงคำถามของ Abe
เกี่ยวกับที่มาของพระภิกษุเปลือยเปล่า ในถ้ำหิมาลัยมีหลายพันคนในปัจจุบัน ในช่วง *Kumbh Melas* ที่
Nashik, Ujjain, Haridwar และ Prayag เกือบทุกคนเฉลิมฉลองความยิ่งใหญ่อันยิ่งใหญ่ของพระศิวะ
Kumbh Mela กินเวลานานหลายเดือน และ *Aghori Sadhu*
เดินเปลือยกายท่ามกลางผู้สักการะและแสดงมายากลท่ามกลางพิธีกรรม วัด Kamakhya
เป็นสถานที่พิเศษสำหรับพวกเขา โดยที่พวกเขาให้กำเนิดพระศิวะเหมือนโอรสและมี *สาวใช้*
เอ็มมากล่าวเพิ่มเติม

"เหตุใดคุณถึงหลงใหล *อาโกริ ซาธุส* "

"เป็นเวลาหลายปีหลังจากมาอินเดีย ฉันหมกมุ่นอยู่กับความรักระหว่างพระกฤษณะกับราธาแห่งคีตา
โกวินดัม ดังที่ชัยเดวาพรรณนา เมื่อฉันสำเร็จการศึกษาและส่งเข้ามหาวิทยาลัยเพื่อรับปริญญาเอก
ฉันรู้สึกว่างเปล่าที่จะรู้มากขึ้นเกี่ยวกับอินเดีย ฉันเริ่มอ่านเกี่ยวกับความรักของพระศิวะและปาราวตี
ซึ่งฉันพบว่าลึกซึ้งและน่าตื่นเต้น เหมือนกับพระกฤษณะและราธา เป็นการรับรู้ครั้งใหม่ว่ากลุ่ม *Aghoris*
มุ่งมั่นต่อพระศิวะ พวกเขาอาจจะแบ่งปันความรักระหว่างพระศิวะและปาราวตี ฉันไม่ผิด
เพราะพวกเขาบางคนตามใจ *สาวใช้* กับคนที่พวกเขาชื่นชมอย่างสุดซึ้ง" เอ็มมาอธิบาย

"แต่พวกเขาโสด" อาเบะออกแถลงการณ์

"ใช่ พวกเขาเป็นโสด" การที่ให้กำเนิดผู้หญิงที่ไม่มีบุตรไม่ได้ต่อต้านการถือโสด ไม่ใช่การเกี้ยวพาราสี
แต่เป็นหน้าที่ที่มีความสำคัญสูงสุดในชีวิต ในทำนองเดียวกัน *สาวใช้*
ไม่ใช่การกระทำที่เป็นการต่อต้านการถือโสด
มันตอบสนองความต้องการและความปรารถนาที่แสดงออกมาของผู้ศรัทธา
พระอิศวรสั่งให้พวกเขาปฏิบัติหน้าที่นี้ และ *Aghori Sadhus*

ไม่สามารถเพิกเฉยต่อความปรารถนาอันแรงกล้าของผู้ติดตามพระอิศวรได้
คุณสามารถเห็นเหตุการณ์ดังกล่าวในรูปแบบของการปฏิบัติหน้าที่ในมหากาพย์ของอินเดีย" เอ็มมากล่าว

"บุคคลจะกลายเป็น *Sadhu* ได้อย่างไรและเมื่อใด"

" *พวกอกอริส* ทดสอบบุคคลอย่างเข้มงวดก่อนที่จะรับเขาเข้าเรียนใน *อัครา ซึ่ง*
เป็นโรงเรียนฝึกของพระภิกษุที่เปลือยเปล่า ผู้ประสงค์จะ *บวช* เป็นพระภิกษุ
เป็นการเริ่มต้นโดยคุรุของศิษยาซึ่งเป็นลูกศิษย์
ชิชียะละทิ้งทุกสิ่งทุกอย่างและไปร่วมกับคุรุผู้ยอมรับเขาในฐานะลูกชายและทาส เพื่อเรียนรู้ *คุรุมันตรา*
นอกจากนี้ เขายังได้รับการตั้งชื่อใหม่จากกูรูอีกด้วย" เอ็มมาอธิบายอย่างละเอียด

"คุรุมันตราคืออะไร"

"มนต์ของคุรุเป็นคำสำคัญที่คุรุมอบให้กับชิชายะ โดยปกติจะเป็นพระนามของพระเจ้า
และสาวกควรจะท่องชื่อนี้ไม่หยุดหย่อน เหมือนคุณเรียกชื่อที่รักซ้ำๆ อยู่เสมอ
คุณมักจะร้องเพลงชื่อเกรซเสมอ" เอ็มม่าอธิบาย

อาเบะมองไปที่เอ็มม่า "คุณให้ตัวอย่างอันล้ำค่าแก่ฉัน เกรซเป็นคุรุของฉันเสมอที่รักของฉัน"

"ผู้หญิงสามารถเป็นแรงบันดาลใจให้ผู้ชายได้ เกรซคือแรงบันดาลใจของคุณ ฉันเป็นแรงบันดาลใจให้กับ
Aghori Sadhu ที่ฉันบูชา ฉันเรียกเขาว่า *บาบา* และเขาก็เรียกฉันว่า *ศักติ* และบางครั้งก็เรียกเขาว่า
ปาราวตีเทวี หรือ *ตริปุระ ซุนดารี* เขาคิดว่าฉันเป็นภรรยาของเขา
ฉันจะเขียนหนังสือเกี่ยวกับเขาเมื่อฉันกลับไปเนเธอร์แลนด์" เอ็มมากล่าว

"ชิชายะทำอะไรให้คุรุของเขาบ้าง"

"สำหรับชิชายะ เป็นการอุทิศตนอย่างไม่เห็นแก่ตัวต่อคุรุ
ลูกศิษย์ทำการปลงอาบัติและทำพิธีกรรมสุดท้ายของเขา ได้แก่ *ปินดา ดาน* และ *Shraddha*
และคิดว่าตัวเองตายเพื่อพ่อแม่และสมาชิกครอบครัวคนอื่นๆ
นอกจากนี้เขายังสละสมบัติทางโลกทั้งหมดเพื่อเป็นลูกศิษย์และในที่สุดก็ยกระดับตัวเองเป็น *Aghori Sadhu* " เอ็มมาอธิบายอย่างละเอียด

"กระบวนการของการเป็นคืออะไร และต้องใช้เวลานานเท่าใดในการเป็น *อาโกริ ซาธู* "

"อา *โกริซาธู* หรือที่รู้จักในชื่อ *นาคซาธู* ถอดเสื้อผ้าออกอย่างถาวร กินทุกอย่างที่เสนอให้ และนอนโดยไม่มีเปล เตียง หมอน และผ้าปูที่นอนบนพื้น โดยปกติจะใช้เวลาสิบถึงสิบห้าปีในการฝึกอบรมอย่างเข้มงวด การทดสอบความโสดเป็นเวลาหลายปีก็เป็นส่วนหนึ่งของการทดสอบ คุรุจะยอมรับลูกศิษย์ก็ต่อเมื่อเขาเก่งในเรื่องความเป็นโสด การเชื่อฟัง และการสละเท่านั้น ดังนั้น ความรู้สึกเร้าอารมณ์จึงเป็นเรื่องแปลกสำหรับ *Aghori Sadhus* " เอ็มมากล่าว

"ทำไมพวกเขาถึงเก็บผมที่มัดไว้ไว้ล่ะ?"

"ชาว *Aghori Sadhus* เชื่อว่าเดรดล็อคให้พลังลึกลับแก่พวกเขา พลังแห่งชีวิตนั่งอยู่บนศีรษะ และเส้นผมที่พันกันช่วยปกป้องและทำให้บุคคลมีความแข็งแกร่งทางร่างกายและจิตใจ การมีผมปมจะช่วยป้องกันไม่ให้พลังงานแห่งชีวิตหลุดออกไป เหตุผลที่สำคัญที่สุดก็คือ ผมที่มัดเป็นก้อนทำให้รู้สึกว่า *Sadhu* นั้นเป็นอวตารของพระศิวะ และให้พลังเหนือธรรมชาติเช่นเดียวกับพระศิวะ พวกเขาทั้งหมดถือว่าความน่ากลัวเป็นเรื่องธรรมชาติสำหรับเส้นผม ดังนั้นพวกเขาจึงบิดผมที่หลวมจนกลายเป็นรูปทรงคล้ายเชือก โดยปกติแล้วจะใช้เวลาประมาณหนึ่งปีกว่าจะกลัวเส้นผม" เอ็มมาอธิบาย

"จุดมุ่งหมายของชีวิต *อาโฆริ ซาธุ* คืออะไร"

"มันเป็นเรื่องท้าทายที่จะบอกว่าเป้าหมายของชีวิตของพวกเขาคืออะไร หลายคนบอกว่า *มุกติ* หรือ *โมกษะ* คือความหลุดพ้นจากชีวิตทางโลก พวกเขาเงียบเกี่ยวกับพระเจ้า หลายคนไม่เชื่อพระเจ้า" เมื่อมองไปที่อาเบะ เอ็มม่ากล่าว

"ทำไมพวกเขาถึงเดินเปลือยกาย"

" *พวกอกโฮริ* สะทุสละทิ้งสิ่งทางโลกโดยสิ้นเชิง ดังนั้นการเปลือยเปล่าจึงเป็นสัญญาณของการละทิ้งสิทธิในการครอบครอง จึงไม่ตกแต่งร่างกายของตน เป็นสัญลักษณ์ของอิสรภาพอันสมบูรณ์ซึ่งเป็นสถานะดั้งเดิมของมนุษย์ ภาพเปลือยท้าทายพระเจ้า เนื่องจากพระเจ้าเปลือยเปล่า และมนุษย์ต้องการเป็นเหมือนพระองค์ ซึ่งเขารังเกียจ ด้วยความเปลือยเปล่าบุคคลจะเติบโตเป็นพระเจ้าและบรรลุพลังเหนือธรรมชาติทั้งหมด มันลบล้างอำนาจของพระเจ้าและทำให้เขากลายเป็นมนุษย์ บุคคลเมื่อเปลือยเปล่าย่อมปราศจากความละอาย

ความปรารถนา ความริษยา ความเย่อหยิ่ง และความเกียจคร้าน และเอาชนะกฎเกณฑ์ทั้งมวลของมนุษย์และที่พระผู้เป็นเจ้าทรงสร้างไว้ คนเปลือยเปล่าบรรลุมิติของชีวิตที่แตกต่างไปจากศาสนา ศีลธรรม และกฎหมายแพ่งหรืออาญา ไม่มีโรคจิตและโรคจิตเภทในหมู่ Aghoris ซึ่งเป็นปรากฏการณ์ที่ควรค่าแก่การศึกษา ประเพณีที่ไม่ขาดตอน ได้แก่ การเก็บชาตาและเดรดล็อค และทาร่างกายด้วยขี้เถ้า การสวมลูกปัด *Rudraksha* หนึ่งร้อยแปดเส้นถือเป็นการกระทำอันศักดิ์สิทธิ์ สวมใส่เพื่อสัมผัสถึงความสงบ ความสุข และความสงบ *Rudraksha* เป็นเมล็ดพันธุ์ของต้นไม้ชื่อ Elaeocarpus Garnitures" เอ็มมากล่าว

"ปกติแล้วพวกเขาจะจัดการอย่างไร และพวกเขาอาศัยอยู่ที่ไหน"

" *อโฆริ ซาธุส* เป็นที่รู้จักในนาม *คุนจวาเล บาบา* พวกมันลึกลับ มหัศจรรย์ และแหวกแนว พวกเขาถือตรีศูลที่สวมมงกุฎด้วยกะโหลกศีรษะมนุษย์ และไม่ได้อาศัยอยู่ในเมือง เมือง และหมู่บ้าน ยกเว้นเมื่อพวกเขาเข้าร่วม *Kumbh Mela* หรือเยี่ยมชมวัด"

"พวกเขาเดินทางไกลขนาดนั้นได้อย่างไร เช่น จากเทือกเขาหิมาลัยถึงคามาคยา" อาเบะอยากรู้อย่างยิ่ง

"พวกเขาเดินทางโดยการเทเลพอร์ตแบบโยคะ เนื่องจาก Aghori Sadhus มี *Sushma Sarira* ซึ่งเป็นร่างกายที่บอบบาง พวกมันจึงเดินทางจากที่หนึ่งไปยังอีกที่หนึ่งภายในไม่กี่วินาที *Sadhus* ที่มีประสบการณ์สูงและอาวุโสสามารถควบคุมเวลาและสถานที่ได้" เอ็มมาอธิบาย

"พวกเขากินอะไร."

"พวกเขากินทุกอย่างที่มี รวมถึงเนื้อสัตว์ด้วย แต่กินได้วันละครั้งเท่านั้น หากไม่มีอาหาร *Aghoris* จะต้องอดอาหารด้วยกันเป็นเวลาหลายวัน"

อาเบะใคร่ครวญสิ่งที่เอ็มม่าพูด ชีวิตของ *Aghori Sadhus* นั้นน่าทึ่งมาก เนื่องจากการสละการครอบครองและความสุขทางโลกทำให้เกิดความเข้มแข็งและพลังเวทย์มนตร์ พวกเขาประสบกับความใจเย็น ความรู้สึกที่เหลือเชื่อยิ่งกว่าความสุขและความสุข ภาพเปลือยของพวกเขา ซึ่งเป็นสถานะที่ยอดเยี่ยมของกระบวนการวิวัฒนาการของบุคคล เป็นการแสดงออกถึงอิสรภาพ การหลุดพ้นจากความปรารถนาและเพศ *Sadhus* กลายเป็นอุดมคติของ Abe เนื่องจากพวกเขาสามารถเข้าใจความไร้จุดหมายของชีวิตได้ดีกว่าใครๆ ความปรารถนาที่ก่อตัวขึ้นในตัวเขาที่จะยอมรับทุกสิ่งที่ *Aghori Sadhu* ทำ เป็นเหมือนพวกเขาที่มี *จาตะ* เดรดล็อกส์ ตรีศูลที่มีกระโหลกมนุษย์ มีงูเห่าคล้องคอ และร่างที่สวมชุดขี้เถ้า

การนั่งสมาธิเหนือจักรวาลในถ้ำของเทือกเขาหิมาลัย การเยี่ยมชม Kumbh Melas และการแช่ตัวอันศักดิ์สิทธิ์ในแม่น้ำคงคา Godavari และ Brahmaputra กลายเป็นความปรารถนาอันแรงกล้า

เขาต้องการที่จะไปไกลกว่าร่างกายที่เน่าเปื่อยของเขาและเริ่มต้นการเดินทางไปยังอาณาจักรแห่งความดำรงอยู่ที่ไม่เน่าเปื่อย ความเชื่อและความศรัทธาภายนอก ความสบายและความสุข เพศและความปรารถนา อาหารและความโอชะ กฎหมายและข้อบังคับ เทพเจ้าและเทวดา เขาได้วาดภาพตัวเองนับพันภาพในฐานะ *อาโกริ ซาธู* ในจินตนาการของเขา และอุทิศภาพเหล่านั้นทั้งหมดให้กับพระคุณอันเป็นที่รักของเขา ผู้ไม่เชื่อในพระเจ้าได้พัฒนาความคิดและการกระทำของเขา และอาเบะเดินทางเหมือนอา *โกริ ซาธุ* ใน *สุชมา ซารีรา* ที่ซึ่งจิตใจของเขาสัมผัสกับความเป็นอมตะ การดำรงอยู่นั้นไร้แก่นสาร

เจ้าแม่กามัคยา

เอ็มม่าและอาเบะกลายเป็นเพื่อนที่ดีต่อกันภายในสามเดือน อาเบะวาดภาพเหมือนของเอ็มมา ซึ่งใช้เวลาประมาณสองเดือนจึงจะเสร็จสมบูรณ์ ใบหน้าในภาพมีลักษณะหลายอย่างของเกรซ และเอ็มมาสามารถสังเกตเห็นการเปลี่ยนแปลงที่ซับซ้อนเหล่านั้น และเธอก็รู้ว่ามันเป็นใบหน้าของเธอที่ผสมผสานกับของเกรซ อาเบะตั้งชื่อภาพนี้ *ว่า A Friend of the Naked Monk* อาเบะลงนามในงานศิลปะ: *Celibate* และภายใต้ลายเซ็นนั้น เขาเขียน *ถึงเอ็มม่า เพื่อนของฉัน* และมอบเป็นของขวัญให้กับเธอ เอ็มมารู้สึกตื่นเต้นมากที่ได้รับมัน และเธอสัญญากับอาเบะว่าเธอจะแสดงภาพเหมือนแก่พระภิกษุที่เปลือยเปล่าซึ่งเธอเรียกว่า *บาบา*

อาเบะบอกเอ็มมาว่าเขามีความปรารถนาอย่างจริงใจที่จะวาดภาพเหมือนของ *บาบา*

"แต่ *บาบา* ไม่ชอบการประชาสัมพันธ์ เขาไม่ชอบใครสักคนที่ก้าวก่ายชีวิตส่วนตัวของเขา" เอ็มมากล่าว

"ฉันรู้ว่าเขาเป็นผู้อุทิศตน อย่างไรก็ตาม ฉันมีความปรารถนาอย่างแรงกล้าที่จะวาดภาพเหมือนของเขาทันทีที่ได้พบเขา เขามีบุคลิกที่เป็นเอกลักษณ์ มีลักษณะเหมือนพระอิศวร แม้ว่าเขาจะดูดุร้าย แต่เขาอาจมีจิตใจเมตตา" อาเบะกล่าว

"ฉันจะพยายามโน้มน้าวเขาให้ดีที่สุด" เอ็มมาให้ความมั่นใจ

หลังจากสนทนากันเป็นเวลาหนึ่งสัปดาห์ อาเบะเห็น *บาบา* กำลังเดินไปที่วัดจากระยะไกล และเอ็มมาก็อยู่ข้างเขา บาบาหยุดเดินทันทีที่บาบาเห็นอาเบะ จึงยืนครู่หนึ่งแล้วมองดูอาเบะ อาเบะสังเกตว่าผมที่มัดไว้ของ *Sadhu* เป็นสีทอง และร่างกายของเขาปกคลุมไปด้วยขี้เถ้า เชือก *รุทรักษา* ที่มีลูกปัดหนึ่งร้อยแปดเม็ดแตะที่สะดือของเขา ภาพเปลือยของบาบามีเสน่ห์ ทำให้เขาดูสง่างามเนื่องจากอาเบะไม่เคยพบกับบุคลิกที่โดดเด่นเช่นนี้มาก่อน ทันใดนั้น *บาบา* ก็เดินต่อไปและเข้าไปในวิหาร

เอ็มมาบอกอาเบะว่าเธอได้นำภาพเหมือน *"เพื่อนของพระเปลือย"* ไปให้ *บาบา* ดู แล้วเขาก็มองดูครู่หนึ่งแล้วบอกเธอว่าภาพนั้นดูเหมือนจริงและเป็นสัญลักษณ์

ซึ่งเป็นการผสมผสานระหว่างคนสองคน ศิลปินต้องการเห็นผู้หญิงที่เขารักต่อหน้าเพื่อนของพระ เขากล่าวเพิ่มเติมว่าศิลปินเป็นคนเก็บตัวที่ชาญฉลาด

อาเบะไตร่ตรองถึงคำพูดของ *บาบา*

"คุณบอกเขาเกี่ยวกับความปรารถนาของฉันที่จะวาดภาพเหมือนของเขาหรือเปล่า?" อาเบะถาม

"ใช่. แต่ *บาบา* บอกว่าเรื่องแบบนี้ไม่เคยเกิดขึ้นมาก่อน อย่างไรก็ตาม สิ่งใหม่ๆ ก็อาจเกิดขึ้นได้ในอนาคต ชีวิตเป็นสิ่งใหม่อยู่เสมอ และเขามีอิสระที่จะละทิ้งสิ่งเก่า"

ความปรารถนาของอาเบะที่จะได้พบกับ *บาบา* และวาดภาพเหมือนของเขาเริ่มรุนแรงขึ้น จิตใจของเขาเต็มไปด้วย *Aghori Sadhu* และ Abe ก็จินตนาการว่าเขาจะวาดภาพร่างที่ดูดุร้ายด้วยเดรดล็อคงูเห่ารอบคอ ร่างที่มีขี้เถ้าเปื้อน และภาพเปลือยของเขาได้อย่างไร รูปลักษณ์ของเขาดูน่าดึงดูด สง่างาม และน่าหลงใหล

เอ็มมาบอกเขาว่าพระภิกษุอื่นๆ ทั้งหมดเคารพ *บาบา*
และเขาก็มีความอมตะทั้งในด้านความคิดและการกระทำ
สำเร็จการศึกษาระดับหลังปริญญาด้านฟิสิกส์จากสถาบันวิทยาศาสตร์ บังกาลอร์
และปริญญาเอกสาขาฟิสิกส์ควอนตัมจากสถาบันเทคโนโลยีแห่งอินเดีย
เขาสละอาชีพของเขาในฐานะศาสตราจารย์และความมั่งคั่ง มาเป็นผู้รักษาความสงบสุขกับจักรวาล

"สำหรับเขา การดำรงอยู่ของมนุษย์ไม่มีจุดประสงค์พิเศษ และไม่มีวิญญาณ ไม่มีชีวิตหลังความตาย วิวัฒนาการมีเป้าหมายที่จำกัด: ทุกสิ่งนำไปสู่ *Shunya* ความว่างเปล่า หรือความว่างเปล่า จักรวาลจะหายไป จักรวาลอื่นจะปรากฏขึ้นพร้อมกับกฎที่แตกต่างไปจากเดิมอย่างสิ้นเชิง และมันจะเป็นกระบวนการต่อเนื่อง ในการปรากฏตัวครั้งต่อไปทั้งหมดจะแตกต่างกันและไม่มีใครคาดเดาได้ว่าจะเกิดอะไรขึ้น
แต่การทำนายเป็นไปได้ขึ้นอยู่กับประวัติของสิ่งที่เกิดขึ้นและสิ่งที่เกิดขึ้นที่นี่และขณะนี้เท่านั้น ไม่มีความดี ไม่มีความชั่วในตัวเอง ไม่มีพระเจ้าหรือมารร้าย"

คำพูดของเอ็มม่าสร้างแรงบันดาลใจ อาเบะค้นพบความหมายใหม่ในชีวิตของเขาเมื่อเทียบเคียงกับ *อาโกริ ซาธู* ความเคารพ *บาบา* ของเขาเพิ่มมากขึ้น ต้องการพูดคุยกับเขาและวาดภาพเหมือนของเขา

หลังจากผ่านไปสามวัน อาเบะก็เห็น *บาบา* เดินไปที่วัดพร้อมกับเอ็มมา ร่างสูงเปลือยเปล่า
รูปร่างดีของเขาทำให้อาเบะหลงใหล เขาต้องการจับภาพเขาให้เต็มอิ่มในภาพบุคคล
มันจะเป็นความพยายามครั้งแรกของใครก็ตาม และมันจะเป็นสิ่งที่ไม่เหมือนใคร

หลังจากนั้นไม่นาน อาเบะก็เห็นเอ็มม่าเดินมาหาเขา

“อาเบะ *บาบา* ต้องการพบคุณ" มากับฉันสิ" เธอพูด

“เขาอยู่ที่ไหน" อาเบะถามขณะเดินไปกับเธอ

“ท่านนั่งสมาธิอยู่ใต้ต้นไทร ฉันได้พูดคุยเกี่ยวกับความปรารถนาของคุณในการวาดภาพเหมือนของเขา เขาบอกฉันว่าเขาจะคุยกับคุณเรื่องนี้" เอ็มมาอธิบายขณะที่เธอกำลังเลี้ยวไปทางขวาของวิหาร ต้นไทรขนาดใหญ่แผ่กระจายไปทั่วบริเวณอันกว้างใหญ่ อาเบะเห็น *บาบา* นั่งอยู่ใต้ต้นไม้จึงกำลังนั่งสมาธิ

เอ็มมาและอาเบะไปถึงที่ที่ *บาบา* นั่งอยู่ เขานั่งยองๆ บนที่สูงซึ่งล้อมรอบต้นไม้ มีผู้นับถือศรัทธาและผู้สักการะมากมายอยู่ที่นั่น บางคนกำลังนั่งสมาธิ *พระบาบา* ประทับอยู่ใน *ปัทมาสนะ ซึ่ง* เป็นท่าดอกบัวในโยคะ และพระเนตรของพระองค์ก็ปิดลง

อาเบะและเอ็มมายืนอยู่หน้า *บาบา* ขณะที่เขานั่งอยู่ในที่สูง อาเบะก็เงยหน้าขึ้นเล็กน้อยเพื่อดูหน้าของเขา

“คุณเป็นคนโสด" ทันใดนั้นอาเบะก็ได้ยิน *บาบา* พูดกับเขา ดวงตาของเขายังคงปิดอยู่

“ครับ *ท่านบาบา* " อาเบะกล่าว

“แต่คุณไม่ใช่ *Sadhu* ที่จะเป็นคนโสด การอยู่เป็นโสดนั้นขัดต่อเป้าหมายชีวิตของคุณ คุณต้องให้กำเนิด นั่นคือจุดประสงค์ในชีวิตของคุณ" *บาบา* กล่าว

“ทำไมฉันจะเป็นโสดต่อไปไม่ได้" อาเบะถาม

“คำถามนั้นไม่เกี่ยวข้อง คุณอยู่ในโลกนี้เพื่อให้กำเนิด เมื่อพ่อแม่ของคุณให้กำเนิดคุณ คุณจะต้องให้กำเนิดลูก ๆ ของคุณ" *บาบา* กล่าว

อาเบะมองดู *บาบา* และพบว่าเขาสะท้อนอยู่ลึกๆ แต่สัมผัสได้ถึงจิตสำนึกภายในของบาบากำลังพูดกับเขา

“ผู้ไม่สร้างชีวิตใหม่ย่อมไม่มีวันได้รับความหลุดพ้น เขาไม่มี *มุกติ* และไม่มี *โมกษะ* พระองค์จะทรงบังเกิดใหม่ครั้งแล้วครั้งเล่าจนกว่าพระองค์จะทรงสร้างชีวิตมนุษย์ คุณคือพระเจ้าของคุณและทำหน้าที่ของคุณ แม้แต่คนโสดก็จำเป็นต้องสร้างลูกหลานของเขา มันเป็นหน้าที่ของเขา" *บาบา* อธิบาย

“ฉันเข้าใจแล้ว *บาบา* " อาเบะกล่าว

มีความเงียบยาวนาน อาเบะยืนนิ่งและเห็น บาบา หายใจโดยไม่มีเสียงใดๆ
และเขายังคงนั่งเหมือนพระพุทธรูป อาเบะคิดว่า บาบา ได้ห่อหุ้มจักรวาลทั้งหมดไว้ในตัวเขา
และแสงสว่างที่เกิดขึ้นในกระบวนการนี้ก็ห่อหุ้มอาเบะไว้

" *ท่านพ่อ ข้าทนไม่ไหวแล้ว*" อาเบะพูดเสียงดัง

"อะไร?" *บาบา* ถาม

"แสงที่สะท้อนจากคุณ" อาเบะตอบ

"แสงสว่างคือการสร้างจิตใจของคุณ มันไม่ใช่ภายนอก แต่เป็นภายใน คุณคือแสงสว่าง ใจเย็น
มองเข้าไปในตัวเอง และสัมผัสประสบการณ์การมีอยู่ของคุณ สังเกตตัวเอง เปลื้องผ้า ดูนิ้วเท้า ขา ต้นขา
อวัยวะเพศ สะดือ ท้อง หน้าอก คอ ไหล่ กราม ปาก จมูก หู แก้ม ตา หน้าผาก และเส้นผม
สัมผัสอวัยวะภายในของคุณ พวกเขากำลังสั่น คุณคืออวัยวะของคุณ รู้สึกและรักพวกเขา
ตระหนักว่าคุณเปลือยเปล่าเหมือนทารกแรกเกิด ซึ่งเป็นธรรมชาติที่แท้จริงของคุณ รักร่างกายของคุณ
เพลิดเพลินกับภาพเปลือยของคุณ ชื่นชมความเป็นอยู่ของคุณ ขอบคุณความรู้สึกของตัวเอง.
มาเป็นหนึ่งเดียวกับคุณและควบคุมจิตใจของคุณ มีสมาธิกับคุณเพราะคุณเป็นกูรูของคุณ" อาเบะได้ยิน
บาบา เสียงของเขาเหมือนฟ้าร้อง

อาเบะยืนนิ่งและเป็นสื่อกลางเหนือ บาบา เขาลบกระบวนการคิดของเขาออกจากใจ
การให้เหตุผลกลับว่างเปล่า ความว่างเปล่าช่างน่ายินดี น่ายินดี
และอาเบะก็รู้ว่าเขาอยู่คนเดียวโดยไม่มีผู้ร่วมเดินทางด้วย จักรวาลอยู่ในตัวเขา เขาอยู่ในจักรวาล
ราวกับว่าการมีส่วนร่วมของความเป็นหนึ่งเดียวกับจักรวาลทั้งหมด ประสบการณ์ที่ยอดเยี่ยม
การตรัสรู้ในความสันโดษ ความเวิ้งว้างล้อมรอบเขา และเขาก็พัฒนาเป็นอะตอมที่ไม่มีน้ำหนักและมวล
มีความใหญ่โตอยู่ภายในนั้น พระองค์ทรงเป็นขีดจำกัด ความไร้ขีดจำกัด และความว่างเปล่า
มีแสงสว่างนิรันดร์ ไม่มีแม้แต่เศษเสี้ยวของความมืด และพระองค์ทรงเดินทางด้วยแสงสว่างเหนืออวกาศ
เวลา และการรับรู้ เข้าสู่ห้วงแห่งจิตสำนึก ตรัสรู้ อาเบะเป็นแสงสว่าง ดำรงอยู่ในจิตสำนึก

อาเบะอาจจะใช้เวลานานแบบนั้น เมื่อเขาลืมตาขึ้น บาบา ไม่อยู่ที่นั่น และเอ็มมาก็ไปแล้ว
เขายืนอยู่ที่นั่นนานกว่าเก้าชั่วโมงโดยไม่ได้รับรู้ถึงโลกเลย ทันใดนั้นอาเบะก็เข้าใจว่าการทำสมาธิคืออะไร
และแม้แต่ในก้าวแรกเขาก็สามารถสัมผัสได้ถึงความมึนงง มันเป็นการเรียนรู้ธรรมชาติของขั้นตอนต่างๆ
ที่ติดอยู่กับมนต์สะกด ความสิ้นสุดของการไตร่ตรอง ตลอดสี่ปีของการฝึกฝนอย่างเข้มข้นกับคณะเยสุอิต

เขาไม่เคยมีประสบการณ์เช่นนี้มาก่อน และเกรซก็อยู่ในใจของเขาตลอดเวลา แม้แต่นักบุญเทเรซาแห่งอาวีลาหรือนักบุญฟรานซิสแห่งอัสซีซีก็อาจไม่เคยรู้สึกถึงความรู้สึกลึกซึ้งเช่นนี้มาก่อน การทำสมาธิคือการเดินทางผ่านตัวตน มันเป็นประสบการณ์ของบุคคลนั้น มันกำลังควบคุมอัตตา ละทิ้งความคิดทางโลกทั้งหมด และโอบกอดความว่างเปล่า เป้าหมายสูงสุดคือการทำให้ตัวเองว่าง การปลดปล่อย *มุกติ โมคชา* และโลกของ *ชุนยา*

หลังจากนั้นสองวัน เอ็มมาได้พบกับอาเบะและถามว่า "ประสบการณ์การพบกับ *บาบา* เป็นอย่างไรบ้าง"

"มันเยี่ยมมาก เป็นประสบการณ์ที่ลึกลับจริงๆ การพาฉันไปสู่อาณาจักรที่ไม่มีตัวตนคือการเดินทางครั้งแรกของฉันที่จะอยู่เหนือกาลเวลาและอวกาศ" อาเบะตอบ

"วันนั้น ฉันรอคุณมาสองชั่วโมง แต่คุณอยู่ในภวังค์ และยืนอยู่ที่นั่นโดยไม่มีการเคลื่อนไหวใดๆ โดยไม่รู้ว่าเกิดอะไรขึ้นรอบๆ" เอ็มมากล่าว

"ใช่ ฉันอยู่ที่นั่นนานกว่าเก้าชั่วโมงแล้ว" อาเบะตอบ

"นี่คือจิตวิญญาณและการทำสมาธิของชาวพุทธ คุณไม่จำเป็นต้องมีพระเจ้าเพื่อที่จะเป็นผู้วิเศษ*บาบา* ได้รับอิทธิพลอย่างมากจากพุทธศาสนา แม้ว่าเขาจะเป็นผู้ศรัทธาในพระศิวะก็ตาม การกระทำของเขาขึ้นอยู่กับการค้นหาตนเอง เจาะลึกตัวเอง เข้าใจตนเอง และรู้จักตนเอง ครูผู้ยิ่งใหญ่ถือปฏิบัติในพุทธศาสนานิกายหินยาน ซึ่งพระเยซูทรงเรียนรู้ในอินเดีย" เอ็มมากล่าว

"คุณเชื่อมโยงพระเยซูกับพุทธศาสนาอย่างไร" อาเบะถาม

"มีความเชื่ออย่างแรงกล้าว่าพระเยซูทรงเป็นพระภิกษุ เขาได้เรียนรู้หลักการและปรัชญาของพุทธศาสนาขณะอยู่ในอินเดียประมาณยี่สิบปี พระเยซูเสด็จมาที่นี่พร้อมกับพ่อค้าเมื่ออายุ 12 ปี และทรงศึกษากับอาจารย์ชาวพุทธและฮินดู เขาอยู่ในอินเดีย เช่นเดียวกับชุมชนชาวยิวจำนวนมากอยู่ที่นี่ โดยเฉพาะในแคชเมียร์และชายฝั่งมาลาบาร์ นักวิชาการกล่าวว่าพระเยซูอยู่ที่มหาวิทยาลัยนาลันทาเป็นเวลานาน" เอ็มมาออกแถลงการณ์

จากนั้น อาเบะและเอ็มมาก็นั่งอยู่ใต้ต้นไทรแบบเห็นหน้ากัน

"มีหลักฐานทางประวัติศาสตร์เกี่ยวกับการเสด็จเยือนอินเดียของพระเยซูหรือไม่" อาเบะถาม

“ไม่มีหลักฐาน. แม้แต่เรื่องพระชนม์ชีพและสมัยของพระเยซูก็ไม่มีหลักฐานทางประวัติศาสตร์ ชาวโรมันผู้ปกครองปาเลสไตน์ไม่ได้เขียนอะไรเกี่ยวกับพระเยซูเลย แม้ว่าพวกเขาจะพิถีพิถันในการบันทึกเหตุการณ์ที่เกิดขึ้นในอาณาจักรของพวกเขาก็ตาม แต่มีประเพณีที่เข้มแข็ง พระเยซูเสด็จมาอินเดียเพื่อเรียนรู้คุณค่า ความคิด และคำสอนของพระพุทธเจ้า เขากลายเป็นพระภิกษุผู้มีความสำคัญเป็นอันดับสองในพระพุทธศาสนารองจากพระพุทธเจ้า" เอ็มมาอธิบาย

“คุณกำลังบอกว่าพุทธศาสนามีอิทธิพลต่อศาสนาคริสต์" อาเบะแสดงความคิดเห็น

“มันเป็นมากกว่าแค่อิทธิพล ศาสนาคริสต์เป็นสำเนาของพุทธศาสนา หลังจากกลับจากอินเดียไปยังปาเลสไตน์ พระเยซูไม่ได้เทศนาเรื่องศาสนา แต่ทรงดำเนินชีวิตแบบใหม่สำหรับชาวยิว พระเจ้าที่พระเยซูทรงพยากรณ์ไว้ในข่าวประเสริฐของมัทธิวแตกต่างอย่างสิ้นเชิงจากพระเจ้าในพันธสัญญาเดิม พระเยซูทรงเปิดเผยพระเจ้าผู้เปี่ยมด้วยความรักและความเมตตา พระเจ้าผู้ทรงให้อภัยและให้กำลังใจ ในพันธสัญญาเดิม พระเจ้าทรงเป็นทรราชที่โหดร้าย" เอ็มมาวิเคราะห์

“พระเยซูได้แนวคิดเรื่องพระเจ้าผู้เปี่ยมด้วยความรักและความเมตตามาจากไหน?" อาเบะเอ่ยถาม

“สำหรับพระเยซู พระเจ้าทรงเป็นสัญลักษณ์ของความดี ความเป็นน้ำหนึ่งใจเดียวกันและความเมตตา ไม่ใช่บุคคล ไม่ใช่ตัวตน สมมติว่าคุณอ่านหนังสือ *ลลิตาวิสตรา* ซึ่งเป็นชีวประวัติของพระพุทธเจ้าที่เขียนเป็นภาษาสันสกฤตทันทีหลังพระพุทธเจ้าปรินิพพาน คุณจะได้เรียนรู้หลายสิ่งหลายอย่างในพระกิตติคุณที่ผู้เขียนยืม คัดลอก และยกมาจาก *ลลิตาวิสตารา* ฉันสามารถยกตัวอย่างให้คุณได้สองสามตัวอย่าง ใน *สมัยลลิตวิสเตร พระพุทธเจ้าประสูติกับหญิงพรหมจารีและเป็นที่รู้จักในนามบุตรมนุษย์* พระพุทธเจ้าทรงคัดเลือกสาวกของพระองค์จากคนทั่วไปและเสด็จไปทั่วอินเดียตอนเหนือ พระเยซูก็ทรงบังเกิดจากหญิงพรหมจารีเช่นกัน พระองค์ทรงเลือกสาวกของพระองค์จากชาวบ้านทั่วไปและเดินทางไปทั่วดินแดนปาเลสไตน์ พระพุทธเจ้ามีชีวิตอยู่ก่อนพระเยซูห้าร้อยปีและทรงแสดงปาฏิหาริย์มากมายเช่นเดียวกับปาฏิหาริย์ของพระเยซู พระพุทธเจ้าทรงรักษาคนป่วย ให้คนตาบอดมองเห็น ช่วยคนหูหนวกให้ได้ยิน รักษาคนโรคเรื้อนให้หาย และพระเยซูก็ทรงทำเช่นนี้ด้วย พระพุทธเจ้าทรงรักษาผู้พิการทางร่างกายและขอให้พระองค์เดินแบกเปลของพวกเขา และพระเยซูก็ทรงทำเช่นเดียวกัน พระพุทธเจ้าเสด็จข้ามน้ำคงคา

เหล่าสาวกของพระองค์คิดว่าเป็นวิญญาณที่กำลังเดินอยู่ พระเยซูทรงดำเนินข้ามทะเลสาบกาลิลี และเหล่าสาวกคิดว่าพระองค์เป็นวิญญาณ" เอ็มมาอธิบายเพิ่มเติม

"น่าประหลาดใจที่พระกิตติคุณคัดลอกเหตุการณ์และกิจกรรมมากมายของพระเยซูจากหนังสือและวรรณกรรมศักดิ์สิทธิ์ทางพุทธศาสนา ดูเหมือนว่า" อาเบะแสดงความคิดเห็น

"ใน *ลลิตาวิสตาระ* มีเรื่องราวของหญิงม่ายคนหนึ่งถวายเหรียญเล็กๆ ในวิหาร และในข่าวประเสริฐตามที่มาระโกกล่าวไว้ พระเยซูทรงยกย่องหญิงม่ายคนหนึ่งซึ่งเสนอเหรียญเล็กๆ ให้เธอ พระพุทธเจ้าทรงเพิ่มพูนอาหารและทรงเลี้ยงคนหลายพันคน และพระเยซูทรงกระทำเช่นเดียวกันมากกว่าหนึ่งครั้ง มีเหตุการณ์เช่นนี้อีกมากมายที่พระพุทธเจ้าทรงกระทำและเลียนแบบโดยพระเยซู เทววิทยาของศาสนาคริสต์คือพุทธศาสนาซึ่งพระเยซูทรงได้รับเมื่อพระองค์อยู่ในอินเดีย แนวคิดและการปฏิบัติเกี่ยวกับการทำสมาธิ การสวดมนต์ การฝึกจิตวิญญาณ การอดอาหาร และการปลงอาบัติของชาวคริสต์ยุคแรกถูกละทิ้งไปจากพุทธศาสนา" เมื่อมองไปที่อาเบะ เอ็มมากล่าว

"คุณไปเอาข้อมูลทั้งหมดนี้มาจากไหน" อาเบะถาม

"ฉันได้อ่านวรรณกรรมสันสกฤต บาลี และพระกฤษณะต้นฉบับมาแล้วหลายฉบับ ฉันเปรียบเทียบคำสอนและปาฏิหาริย์ของพระพุทธเจ้ากับพระเยซู ไม่มีใครสามารถซ่อนอิทธิพลของพระพุทธเจ้าที่มีต่อพระเยซูได้เนื่องจากไม่อาจปฏิเสธได้ พระภิกษุดำรงชีวิตโดยสละโดยสิ้นเชิงโดยอาศัยบิณฑบาตที่ได้รับจากผู้คน เช่นเดียวกับพระภิกษุในศาสนาคริสต์ยุคแรก พระสงฆ์เป็นนักพรต นักปราชญ์ และนักปรัชญาผู้ยิ่งใหญ่ นักวิชาการบางคนค่อย ๆ ยกพระพุทธเจ้าขึ้นเป็นพระเจ้าในศาสนาพุทธมหายาน สิ่งเดียวกันนี้เกิดขึ้นในศาสนาคริสต์ เช่นเดียวกับนักบุญเปาโลผู้เปลี่ยนพระเยซูให้เป็นพระคริสต์ พระเจ้า แต่พระพุทธเจ้าและพระเยซูไม่เคยอ้างว่าพวกเขาเป็นพระเจ้า" เอ็มมากล่าว

อาเบะสอบถามเกี่ยวกับที่อยู่ของบาบา *และ* เอ็มมาบอกเขาว่าบาบาไปที่หริดวาระและไปเยี่ยมเมืองปรายักอุจเจน และกลับมาในเช้าวันเดียวกัน อาเบะมองเอ็มม่าด้วยความประหลาดใจ และเอ็มม่าบอกเขาว่า *บาบา* ใช้การเคลื่อนย้ายมวลสาร และเขาใช้เวลาเดินทางไม่นาน เอ็มมาแจ้งให้อาเบะทราบว่าบาบาได้แสดงความตั้งใจที่จะโพสท่าต่อหน้าอาเบะเพื่อถ่ายภาพในวันรุ่งขึ้น ได้ยินอาเบะก็ตื่นเต้นมาก ความสงบที่หาได้ยากอยู่ในใจของอาเบะ ความหวังเบ่งบานในใจของเขา และเขาแสดงความกระตือรือร้นที่จะพบกับ *บาบา*

วันรุ่งขึ้น อาเบะเริ่มวาดภาพเหมือน *พระบาบา* นั่งอยู่ใต้ต้นไทรบน *เมืองปัทมาสนะ* ความสงบและความสามัคคีสะท้อนให้เห็นบนใบหน้าของเขาแม้ว่าเขาจะหลับตาลง และดูเหมือนว่าเขากำลังทำสมาธิอย่างลึกซึ้ง แต่สำหรับอาเบะ ดวงตาของเขาเบิกกว้างเหมือนแสงอาทิตย์ยามเช้าเหนือพรหมบุตร *Rudraksha* ของเขากระพริบตา และงูที่คอของเขายืนนิ่ง เดรดล็อกส์นั้นงดงามมาก และพระจันทร์เสี้ยวแรกที่ปรากฏเหนือศีรษะของเขานั้นมีแสงแววววาวที่หาได้ยากราวกับว่าเขากำลังนั่งอยู่ใต้ไซซีจี แสงออโรร่านั้นไม่มีตัวตน *บาบา* ดูเหมือนเป็นการผสมผสานระหว่างพระศิวะและพระพุทธเจ้า

อาเบะทำงานทุกวันเป็นเวลาสามถึงสี่ชั่วโมงทุกวัน

เอ็มมาบอกเขาว่าบาบากำลังเยี่ยมชมวัดพระศิวะทั่วอินเดีย พูดคุยกับพระพุทธเจ้า ครูผู้ยิ่งใหญ่คนอื่นๆ ของศาสนาพุทธ พระฤาษีในศาสนาฮินดู หรือพระเยซูชาวนาซาเร็ธในช่วงเวลานั้น อาเบะมองเห็น *บาบา* ในภาพเสมือนจริงของเขา ซึ่งสะท้อนถึงจิตสำนึกและการดำรงอยู่ของเขา ไม่มีใครอื่นนอกจากอาเบะที่จะเห็นเขานั่งอยู่ข้างต้นไทร เมื่อเขาเดินไปรอบๆ วัด เขายังคงเป็น *Adurshya* ซึ่งไม่มีใครมองเห็น สำหรับทุกคน ยกเว้นคนที่ *บาบา* คิดว่าเหมาะสมที่จะมองเห็นเขา

ภาพวาดดำเนินต่อไปหลายสัปดาห์ และในเวลาว่างของอาเบะ เอ็มมามาเยี่ยมเขา

เอ็มมาและอาเบะพูดคุยกันมานานเกี่ยวกับพระศิวะ ลัทธิไศวนิกาย หินยาน มหายาน เอสเซน ชาวนาซารีน และชุมชนคริสเตียนดั้งเดิมอื่นๆ นอกเหนือจากปรัชญากรีกและการเมืองโรมัน อาเบะพบว่าความรู้ของเอ็มมาเกี่ยวกับวรรณกรรมสันสกฤต บาลี และพระกฤษณะ และความเข้าใจของเธอเกี่ยวกับพระศิวะ พระกฤษณะ พระพุทธเจ้า และพระเยซูนั้นไม่มีใครเทียบได้

"เอ็มม่า คุณไม่ชอบอะไรมากที่สุด" ทันใดนั้น อาเบะก็ถามคำถามที่หลุดไปจากประเด็นหลักของการสนทนาของพวกเขา

เธอมองไปที่อาเบะและพูดด้วยน้ำเสียงแผ่วเบา:

"ฉันไม่ชอบพวกที่นับถือศาสนานิกายฟันดาเมนทัลลิสท์และผู้คลั่งไคล้ศาสนา
ฉันไม่ชอบนักการเมืองที่ไม่มีความเห็นอกเห็นใจและไม่ซื่อสัตย์ โหดร้าย และกดขี่ข่มเหง
ฉันไม่ชอบคนที่ละทิ้งภรรยาของตน"

"ดังนั้น ผู้นำศาสนาและนักการเมืองส่วนใหญ่จึงจัดอยู่ในประเภทเหล่านี้" อาเบะกล่าว

"จริงสิ" เอ็มม่าตอบ

“คุณเชื่ออะไรเอ็มม่า" อาเบะถามอีกครั้ง

“ฉันเชื่อในความเห็นอกเห็นใจ ความเมตตา ตรรกะ ความมีเหตุผล ความเสมอภาค การเอาใจใส่ ศักดิ์ศรีและสิทธิของมนุษย์และสัตว์" เอ็มมากล่าว

“ดูเหมือนว่าคุณต้องการพูดอะไรบางอย่างมากกว่านี้" อาเบะกล่าว

“ครับ คุณอาเบะ" ฉันรักเซ็กส์ นั่นคือการเกี้ยวพาราสีอย่างบริสุทธิ์กับบุคคลที่ฉันรักอย่างสุดซึ้งและชื่นชม มันเป็นความสุขสูงสุด เป็นการกระทำที่สวยงามที่สุดในโลกนี้" เอ็มมากล่าว

“การเกี้ยวพาราสีเป็นการกระทำที่สวยงามเหรอ?" อาเบะถาม

"แน่นอน. อาเบะ คุณเป็นคนโสด และคุณไม่เคยมีประสบการณ์มาก่อน
มันเป็นความสุขอย่างแท้จริงหากคุณรักใครสักคน ด้วยความรัก ความชื่นชมย่อมมา ด้วยความชื่นชม
สหภาพเกิดขึ้น คุณสามารถมีเพศสัมพันธ์ได้มากกว่าหนึ่งคนหากคุณรักพวกเขาอย่างเต็มเปี่ยม
ความรักของใครหลายๆคนเป็นไปได้ถ้าคุณไม่เห็นแก่ตัว ดูสิ พระกฤษณะชอบ *ราสลีลา*
การเกี้ยวพาราสีอย่างแท้จริงกับ *โกปิกา* มากมาย สาวใช้รีดนม
แม้ว่าเขาจะมีภรรยาสองคนและรักพวกเขาอย่างสุดซึ้งก็ตาม
พระองค์ทรงรักราธาซึ่งเป็นสาวใช้รีดนมคนหนึ่งอย่างสุดซึ้ง กฤษณะกลายเป็น Radha
และเขาคิดว่าการเกี้ยวพาราสีกับเธอเป็นการประสานกันที่สมบูรณ์แบบของร่างกายและจิตวิญญาณของพวกเขา และทั้งคู่ต่างก็ชื่นชมมันอย่างมาก" เอ็มมากล่าว

“เซ็กส์ การเกี้ยวพาราสี เป็นประสบการณ์ทางจิตวิญญาณหรือเปล่า" อาเบะถาม

“แนวคิดเรื่องจิตวิญญาณนั้นไร้ค่าและจอมปลอมเพราะมันไม่สามารถดำรงอยู่ภายนอกมนุษย์ได้
และภายในสิ่งเหล่านั้น มันยอมจำนนต่อคุณสมบัติอื่นๆ ของมนุษย์
หากคุณเป็นคนดีที่ไม่ทำร้ายผู้อื่นแสดงว่าคุณจริงใจ มันเหนือกว่าจิตวิญญาณ
เพศคือการรวมตัวกันของคนสองคนที่มีความรัก พร้อมที่จะแบ่งปันร่างกายและความรู้สึกจากภายในสุด
ความสามัคคีดังกล่าวเป็นที่น่าพึงพอใจ มีความหมาย และยั่งยืน ไม่มีจิตวิญญาณใดสามารถให้ได้
มันไม่ได้เรียกร้องให้คุณแต่งงานกับบุคคลนั้น เพราะการแต่งงานเป็นอุปสรรคต่อความรัก
คุณต้องรักเหมือนมนุษย์ที่เป็นอิสระ ปราศจากความผูกพันใดๆ ขณะเดียวกันก็ผูกพันและรักอย่างสุดซึ้ง"
เอ็มม่าพูดอย่างเด็ดขาด

อาเบะคิดอยู่ครู่หนึ่งแล้วถามว่า "คุณรักและชื่นชมมากมายไหม?"

"ฉันรักและชื่นชมพระศิวะ พระกฤษณะ พระพุทธเจ้า และพระเยซูชาวนาซาเร็ธ ถ้าฉันอยู่กับพระกฤษณะ ฉันคงขอให้พระกฤษณะถือว่าฉันเป็น *โกปิกา* และสำหรับพระเยซู ฉันคือชาวมักดาเลนของพระองค์" เอ็มมากล่าว

"อย่างไรก็ตาม บางคนก็เป็นบุคคลในตำนาน" อาเบะแสดงความคิดเห็น

"ใช่แล้ว มหาภารตะและพระคัมภีร์ไม่ใช่เรื่องราวที่เกิดขึ้นจริง ส่วนใหญ่เป็นเรื่องจริง เราไม่จำเป็นต้องถือว่ามันเป็นข้อเท็จจริง ปัญหาเริ่มต้นขึ้นเมื่อผู้คนเชื่อและยอมรับตำนานว่าเป็นความจริงและวิทยาศาสตร์เวทมนตร์ แต่ตัวละครในจินตนาการนั้นมีธรรมชาติที่แท้จริง เพราะเราสร้างตัวละครเหล่านั้นจากภูมิหลังส่วนบุคคล สังคม จิตวิทยา และเศรษฐกิจ สิ่งเหล่านี้เกิดจากความเชื่อ ความปรารถนา ความกลัว ความล้มเหลว และความบกพร่องของเรา พวกเขาเป็นตัวแทนของเรา ปกป้อง พูดและต่อสู้เพื่อเรา เรายอมรับพวกเขาในฐานะบุคคลจริง และพวกเขาจะค่อยๆ เติบโตเร็วกว่าเรา ครอบงำเรา และพัฒนาเป็นวีรบุรุษ อุดมคติ รากฐานของความศรัทธาและเทพเจ้าของเรา พวกมันรวบรวมความมั่งคั่ง ความศักดิ์สิทธิ์ และอำนาจ ซึ่งไม่อาจลบล้างได้ พวกเขาตัดสินค่านิยม นิสัย กฎเกณฑ์และกฎหมายของเรา การพูดใส่ร้ายพวกเขาเป็นบาปและเป็นอาชญากรรม พวกเขาลงโทษเราผ่านทางมนุษย์คนอื่น และการลงโทษมักมีอันตรายถึงชีวิตโดยการตัดศีรษะ การยิง หรือแขวนคอ มนุษย์มีอายุประมาณ 10 แสนปี แต่ไม่มีเทพเจ้าองค์ใดในยุคปัจจุบันที่มีอายุไม่เกิน 5,000 ปี เพื่อโค่นล้มเหล่าทวยเทพ จำเป็นต้องมีอารยธรรมอื่นเกิดขึ้น ครั้งหนึ่งเคยเป็นปัจจัยที่ทรงพลังและตัดสินใจได้มากที่สุดในชีวิตมนุษย์ เทพเจ้าแห่งเมโสโปเตเมีย อียิปต์ และกรีซ ก็หายสาบสูญไป เทพเจ้าในปัจจุบันของเราจะหายไปเมื่อมนุษย์ดิจิทัลปรากฏตัวขึ้นเนื่องจากเทพเจ้าไม่มีบทบาทในโลกใหม่ การบูชาและจิตวิญญาณจะกลายเป็นเรื่องราวในอดีต" เอ็มม่าอธิบาย

"บาบาเป็นพระเจ้าเหรอ?"

" *บาบา* เป็นผู้ไม่เชื่อในพระเจ้า เขาไม่ใช่ตำนาน เขามีอยู่จริง ฉันรักและชื่นชมเขา ฉันไม่เคยถามเกี่ยวกับภูมิหลังหรืออายุของเขาเลย ตอนนี้ฉันรักและชื่นชมอีกคนแล้ว" เมื่อมองไปที่อาเบะ เอ็มม่าพูด

"คุณรักฉัน ชื่นชมฉันไหม" อาเบะก็ออกแถลงการณ์เหมือนเป็นคำถาม

"แน่นอน" เอ็มม่าตอบ

"แต่ฉันเป็นคนโสดและหลงรักเกรซอย่างสุดซึ้ง ฉันแน่ใจว่าเธอรอฉันมาตลอดสิบปีที่ผ่านมา" อาเบะกล่าว

"ทุกคนเป็นโสดก่อนที่จะมีเพศสัมพันธ์ครั้งแรก
คุณยังคงรักเกรซได้อย่างสุดซึ้งแม้ว่าจะได้คบหากับคนที่รักคุณเช่นฉันแล้วก็ตาม"
เอ็มม่าเปิดกว้างและกล้าหาญ

"ขอฉันคิดดูก่อน" อาเบะกล่าว

"การมีเพศสัมพันธ์กับคุณคือความปรารถนาอันแรงกล้าของฉัน" เอ็มม่าพูดยิ้ม

รอยยิ้มของเธอเหมือนกับรอยยิ้มของเกรซ เอ็มมาเป็นคนฉลาด มีเหตุผล กล้าหาญ
และชาญฉลาดเหมือนกับเกรซ และมีคุณสมบัติหลายอย่างที่เธอแบ่งปัน เกรซเป็นอีกส่วนหน้าของเอ็มมา
ที่มองไม่เห็น ไม่พูด ไม่แสดงออก และหมดสติ ถ้าเอ็มมาอยู่ในซินเกริม เธอคงจะประพฤติเหมือนเกรซ
และถ้าเกรซอยู่กับ *บาบา* ที่คามาคยา เธอคงจะประพฤติเหมือนเอ็มมา
แต่ความบังเอิญของคำเชิญของเอ็มม่าได้บุกรุกตัวตนภายในของอาเบะ
และก่อให้เกิดความขัดแย้งภายในร่างกาย เช่น คำเชิญของเกรซให้อยู่กับเธอสักคืน
ไม่มีความแตกต่างเนื่องจากความตั้งใจก็เหมือนกัน เกรซไม่ได้สัมผัสใด ๆ
เหมือนกับกอดเธอพันครั้งในกระบวนการคิด โดยอุ้มเธอไว้ในอ้อมแขนราวกับอัญมณีล้ำค่า
เอ็มม่าแสดงอารมณ์ของเธออย่างเปิดเผย แต่เกรซแสดงออกมาอย่างละเอียด

บุคลิกที่มีเสน่ห์ของเกรซยังคงเอาชนะอาเบะได้อย่างสมบูรณ์ สิบปีที่ผ่านมาเขาตามหาเธอ
เขาตระหนักว่าเขาได้ให้คำมั่นว่าจะรักษาพรหมจรรย์ในสมาคมของพระเยซู
และทันทีที่เขาออกจากคณะเยสุอิต คำสัญญาก็ไม่มีพันธะและซ้ำซ้อน
แต่ความรักที่เขามีต่อเกรซดึงดูดให้เขาใช้ชีวิตต่อไปโดยปราศจากการมีเพศสัมพันธ์กับใครเลย
แม้ว่าเขาจะอายุสามสิบห้าปีแล้วก็ตาม อาเบะถกเถียงข้อดีข้อเสียของคำเชิญของเอ็มมาเป็นเวลาหลายวัน

เมื่อใดก็ตามที่เขาพบกับเอ็มมา พวกเขาก็เกรงใจกัน ยิ้ม และแบ่งปันเรื่องราวดีๆ และเรื่องราวต่างๆ
คำขอของเธอที่จะมีสหภาพกับเธอไม่ได้ส่งผลกระทบต่อความสัมพันธ์ของทั้งคู่เนื่องจากพวกเขาเคารพซึ่งกั
นและกัน นอกจากนี้อาเบะยังชื่นชมความรู้ของเธอเกี่ยวกับภาษาสันสกฤต พุทธศาสนา และคีตาโกวินทัม
เขาหลีกเลี่ยงการพูดถึงเรื่องการเกี้ยวพาราสี แม้ว่าเขาจะมีความสุขุมรอบคอบและยึดมั่นในความคิดก็ตาม

อย่างไรก็ตาม เซ็กส์กลายเป็นเรื่องที่ไม่เกี่ยวข้องและเกี่ยวข้องกับชีวิตของเขา เพราะเขากลัวว่าจะสูญเสียความเป็นโสด

พระเปลือยโพสท่าให้อาเบะทุกวันอย่างไม่ขาดสาย เขายังคงนั่งสมาธิในขณะที่อาเบะวาดภาพ วันหนึ่ง พระภิกษุก็พูดขึ้นทันทีว่า ดวงตาของเขาเหมือนดวงอาทิตย์ที่อยู่เหนือวิหารกามัคยาว่า "คนโสดอยู่ในความปฏิเสธ" อาเบะมองไปที่พระภิกษุ เขานั่งนิ่งอยู่ใน *ปัทมาสนะ* อาเบะสงสัยว่า ซาธู พูดหรือไม่ เพราะคำพูดนั้นราวกับเสียงฟ้าร้องดังกึกก้องไปไกล

". *บาบา* คุณพูดอะไรหรือเปล่า" อาเบะถามด้วยเสียงแผ่วเบา โดยมีแปรงอยู่ในมือ เอ็มม่ายืนอยู่ใกล้อาเบะ

"มนุษย์ทุกคนมีพลังสำคัญบางอย่าง และคนโสดก็ปฏิเสธสิ่งเหล่านั้น" *บาบา* กล่าว

คำพูดเหล่านั้นตรงเข้าไปในใจของอาเบะ *ฉันกำลังปฏิเสธพลังสำคัญของฉันหรือไม่?* อาเบะถามตัวเอง

เอ็มม่ามองไปที่อาเบะ ดวงตาของเธอกำลังลุกไหม้ อาเบะสังเกตเห็น

" *บาบา* ฉันกำลังเปลืองตัวเหมือนผู้ชายหรือเปล่า?" อาเบะถาม

"คนโสดไม่เคยมีความสุขกับความสมบูรณ์ของการดำรงอยู่ของเขา" *บาบา* พูดต่อไป เขาไม่ตอบคำถามของอาเบะ แต่พูดราวกับอยู่ในภวังค์และกำลังนั่งสมาธิ

"ฉันมีความปรารถนาอย่างแรงกล้าที่จะเพลิดเพลินไปกับความสมบูรณ์ของชีวิต โปรดบอกทางแก่ฉันด้วย" อาเบะกล่าว

"หากเจ้ายังโสดอยู่ เจ้าจะไม่มีวันบรรลุ *สยุจยะ* ความหลุดพ้นจากการเกิดและการเกิดใหม่" *บาบา* พูดอย่างสง่างาม คำพูดของเขาดูน่าเชื่อถือแต่ฟังดูเหมือนสึนามิจากอ่าวเบงกอล

"การทะนุถนอม *สยุจยะ* เป็นความต้องการของมนุษย์ของฉัน และฉันไม่ชอบที่จะเกิดใหม่ครั้งแล้วครั้งเล่า" อาเบะพึมพำ

อาเบะไม่สามารถทำงานมากนักในวันนั้น เนื่องจากเขารู้สึกไม่สบายใจและเป็นกังวล เขารู้ว่าไม่มีวิญญาณและการเกิดใหม่ ดังนั้นคำพูดของ *บาบา* อาจมีความหมายแฝงที่แตกต่างออกไป อาเบะไม่ได้พูดถึงความหมายของสิ่งที่ *บาบา* พูด อาเบะชอบเอ็มมาแต่ไม่อยากทิ้งความเป็นโสดของเขาไป

สิบสองวันต่อมา *บาบา* ไม่ได้พูดอะไรเลย เขาอยู่ในสมาธิ แต่จู่ๆ วันหนึ่ง เขาก็พูดว่า: "หากไม่คลอดบุตร หลังจากความตาย วิญญาณของเจ้าก็จะท่องไปตามหาเทพธิดา แต่เธอจะปฏิเสธคุณ" อาเบะรู้ว่าคำพูดของเขาไม่มีความหมาย เนื่องจากเป็นเพียงการประโคมข่าว *บาบา*

อาจพยายามสร้างความสับสน แต่เขาจะทำอย่างนั้นได้อย่างไร? บาบาไม่ควรพูดถึงจิตวิญญาณและการเกิดใหม่ในฐานะที่ไม่เชื่อพระเจ้า

อาเบะคิดถึง *บาบา* อยู่หลายวัน บางครั้งแม้แต่ผู้ยิ่งใหญ่ก็ยังพูดเรื่องโง่ๆ อาเบะปลอบใจ *บาบา* ในทางจิตใจ เพราะเขาอาจจะพูดเกินจริงเพื่อละทิ้งความเป็นโสดของเขา แต่มีความจริงบางอย่างในสิ่งที่เขาพูด เนื่องจากเป้าหมายของชีวิตคือการให้กำเนิด

อาเบะวาดภาพเหมือนของ *บาบา* เสร็จไปแล้วสองเดือนแล้ว และเขาพอใจกับความก้าวหน้าของงาน เขามั่นใจว่าเขาจะสามารถทำให้เสร็จได้ภายในหนึ่งเดือน *บาบา* นั่งสมาธิเป็นเวลาหลายวัน และเอ็มมายืนอยู่ข้างเขาขณะที่อาเบะวาดภาพเหมือน

เอ็มม่าให้กำลังใจอาเบะอยู่เสมอและชื่นชมความก้าวหน้าของเขา คำพูดของเธอดูผ่อนคลายและห่วงใย อาเบะพบ และเขาขอบคุณเธอที่เธออยู่ด้วย เขารู้ว่าเป็นเพราะเธอ *บาบา* จึงตัดสินใจโพสท่าถ่ายภาพบุคคล และเอ็มมาเพียงคนเดียวเท่านั้นที่เป็นเหตุผลที่ได้รับโอกาสเช่นนี้ในการวาดภาพนักบวชที่เปลือยเปล่า

"เอ็มม่า ฉันรู้สึกขอบคุณคุณเสมอสำหรับความมีน้ำใจ กำลังใจ และโน้มน้าวให้ *บาบา* มาถ่ายรูป"

"มันคือความรักที่ฉันมีต่อคุณ อาเบะ; มันเป็นหน้าที่ของฉันและฉันต้องทำมัน"

"ฉันซาบซึ้ง" เมื่อมองไปที่เอ็มม่า อาเบะก็พูด

เอ็มม่ายิ้ม รอยยิ้มของเธอเหมือนกับของเกรซไม่มากก็น้อย เธอพูดเหมือนเกรซ และเสียงสะท้อนของเธอสร้างภาพลักษณ์ของเกรซ เอ็มม่าค่อยๆ พัฒนาเป็นเกรซ

"เอ็มม่า คุณเข้าใจฉันมากกว่าใครๆ และฉันก็ประสบกับมันมากขึ้นเรื่อยๆ ในช่วงสองปีที่ผ่านมา ตอนนี้ฉันกำลังมีประสบการณ์กับเกรซกับคุณ"

"นั่นเป็นเพราะคุณค่อยๆพัฒนาความรักและความชื่นชมต่อฉัน เกรซคือภาพลักษณ์แห่งความดี ความรัก และความหวังที่ดีที่สุดของคุณ สิบปีที่ผ่านมาคุณตามหาเธอ คุณอาจคิดว่าการค้นหาของคุณไร้ประโยชน์ ดังนั้นคุณอยากเห็นเกรซในตัวฉัน แต่อย่าเห็นเกรซในตัวฉัน ฉันเป็นคนอิสระ สมมติว่าเราอยู่ด้วยกัน และถ้าคุณไม่พบเกรซในตัวฉัน คุณจะต้องผิดหวัง สำหรับคุณ ฉันต้องเป็นเอ็มม่า ไม่ใช่เกรซ"

"คุณพูดถูก เอ็มม่า; คุณมีบุคลิกที่เป็นเอกลักษณ์ คุณมีความแตกต่างในด้านความอ่อนไหว การรับรู้ ค่านิยม และการประเมิน คุณเป็นหนึ่งในบุคลิกที่หายากที่ฉันเคยพบ ตรงไปตรงมาและจริงใจ คุณให้ความสำคัญกับความสัมพันธ์และหวงแหนมิตรภาพ ฉันชื่นชมคุณ"

"ขอบคุณอาเบะสำหรับความเข้าใจของคุณ ฉันก็ชื่นชมมันเหมือนกัน"

ระหว่างสัปดาห์ *บาบา* ก็นิ่งเงียบ เขาไม่เคยพูดคุยกัน แต่อาเบะและเอ็มมาสามารถสัมผัสถึงความโดดเดี่ยวของเขา การพึมพำการทำสมาธิ และรูปแบบความคิดเกี่ยวกับสิ่งเหล่านั้น วันหนึ่ง *บาบา* กล่าวว่า "ท่านขี้อายและอ่อนแอ"

ทันใดนั้นอาเบะก็จำเกรซได้ว่าเขาเป็นคนเก็บตัว

" *ท่านพ่อ* มันเป็นเรื่องจริง" อาเบะกล่าว

"คุณปฏิเสธที่จะยอมรับแก่นแท้ของคุณ" อาเบะได้ยินอีกครั้ง

"คุณพูดถูก *บาบา* มันเกิดขึ้นกับฉันหลายครั้งแล้ว"

"คุณแสดงตนเป็นคนไร้ความสามารถต่อหน้าผู้หญิง"

"ฉันเหรอ? คุณคิดว่าไงเอ็มม่า" อาเบะถาม

"ใช่ อาเบะ" มีผู้หญิงคนหนึ่งที่รักคุณ ชื่นชมคุณ และปรารถนาที่จะอยู่กับคุณ แต่คุณคิดว่าคุณเป็นคนไร้ความสามารถทางเพศ" เธอตอบ

"ฉันควรทำอย่างไรดี?" อาเบะถาม

"ตอบแทนความรู้สึกของฉันที่มีต่อคุณ มันจะทำดีสำหรับคุณ คุณจะรู้สึกถึงแก่นแท้และความเป็นตัวตนของคุณ"

"แต่ฉันไม่สามารถละทิ้งความเป็นโสดของฉันได้" อาเบะกล่าว

"คุณกำลังแสดงอารมณ์ของตัวเองผิด ๆ และบอกผู้หญิงที่รักคุณว่าคุณสามารถปฏิเสธความต้องการทางเพศของคุณได้ชั่วนิรันดร์"

ทันใดนั้นอาเบะก็ได้ยิน *บาบา* พูด

มันมากเกินไปสำหรับอาเบะ เขาตัวสั่นด้วยความวิตกกังวล ความโศกเศร้า และสิ้นหวัง

"อาเบะ มันเป็นเรื่องจริง คุณไม่สามารถละทิ้งความรู้สึกทางเพศของคุณได้ตลอดไป อย่าระงับอารมณ์ของคุณและอย่าทำลายตัวเอง" เอ็มม่ากล่าว

"คุณเป็นคนหน้าซื่อใจคด เป็นคนอารมณ์ไม่ดี" บาบา กล่าว

ทันใดนั้นอาเบะก็วางแปรงลง " บาบา มันมากเกินไปสำหรับฉัน คุณกำลังพูดความจริง แต่ฉันไม่กล้าเผชิญความจริง ฉันกำลังทุกข์ทรมานจากปัญหาทางอารมณ์ที่ฝังลึกและสวมหน้ากากอนามัยหลายอัน ความโสดนี้กำลังฆ่าฉัน ฉันทนไม่ไหวแล้ว" อาเบะร้องไห้ นี่เป็นครั้งแรกในชีวิตที่เขาร้องไห้

"อาเบะ ตื่นได้แล้ว คุณกำลังคิดเสียงดัง" เอ็มม่ากล่าว

'เอ็มม่า มันเป็นบทสนทนาจริงๆ ฉันรู้ว่านี่ไม่ใช่ความฝัน ฉันได้ยินมาจากใจของ บาบา และมันเป็นเรื่องจริง"

"คุณพูดถูกอาเบะ จิตใจของ บาบา พูดกับคุณเพื่อทำให้คุณตระหนักถึงสถานการณ์ของคุณเพื่อให้คุณมีความกล้าหาญและเผชิญกับความเป็นจริงของชีวิตอย่างกล้าหาญและไม่เคยพึ่งพาค่านิยมปลอม ๆ"

"คุณพูดความจริงแล้วเอ็มม่า" ฉันได้ตระหนักว่าการเป็นโสดและพรหมจรรย์เป็นเรื่องหลอกลวง มันเป็นเรื่องโกหก และฉันรู้ว่ามันเป็นเรื่องโกหก ถึงกระนั้นฉันก็ยึดติดกับคำโกหก"

"พรหมจรรย์และพรหมจรรย์พัฒนาระบบคุณค่าเชิงลบ แนวคิดเหล่านี้เป็นผลมาจากชุมชนที่ไม่เป็นระเบียบและกดขี่ คริสตจักร โรมัน ได้ตัดตอนเด็กชายหลายร้อยคนให้เข้าร่วมกลุ่มนักร้องประสานเสียงจนกระทั่งเมื่อไม่นานมานี้ และนักบวชก็ทำให้หลายคนแปดเปื้อน ประเพณีดังกล่าวแพร่หลายไปทั่วยุโรป คนที่ถูกตอนหลายพันคนอยู่ที่นั่นในฐานะคนเฝ้าประตูหรือผู้พิทักษ์ฮาเร็มของคอลีฟะห์ เมาวิส มุลลาส อิหม่าม และครัวเรือนชาวอาหรับทั่วตะวันออกกลาง แอฟริกาเหนือ และเอเชียตะวันออกเฉียงใต้ จักรพรรดิจีนและญี่ปุ่น ตลอดจนกษัตริย์โมกุลและราชบัทเป็นลูกค้าของเยาวชนที่ตอนการตอนวัยรุ่นแพร่หลายในศาสนาฮินดู อิสลาม และพุทธศาสนา เพื่อใช้เป็นวัตถุทางเพศสำหรับคนรวยผู้มีอำนาจ พระภิกษุ ศธุส และพระภิกษุ พรหมจรรย์คือการตอนตนเองที่ถูกบังคับโดยสังคมและศาสนา ทำลายและทำให้มนุษย์เสื่อมเสีย ชีวิตมนุษย์ทั้งชีวิตสูญเปล่าในนามของตำนาน การเหยียบย่ำศักดิ์ศรีของมนุษย์และการกดขี่มนุษยชาติเป็นการบิดเบือนธรรมชาติของมนุษย์

เนื่องจากเป็นการขัดต่อจิตใจและเสรีภาพของมนุษย์โดยสิ้นเชิง เราไม่ต้องการพระเจ้า ศาสนา หรือกษัตริย์ที่สั่งตอน ขจัดความเข้มแข็งและความสามารถในการให้กำเนิดออกไป ฝังการกระทำขี้ขลาดนี้เสียซะ จะได้ไม่ต้องชุบชีวิตมันอีกในอนาคต" เอ็มม่ากล่าว คำพูดของเธอดังก้องในใจของอาเบะเป็นพันครั้ง เขาตัดสินใจที่จะเปลี่ยนแปลง แต่การเปลี่ยนแปลงนั้นเจ็บปวด

การไตร่ตรองเรื่องเอ็มมาเป็นเวลาหลายวันด้วยกันทำให้อาเบะสบายใจ ความเคารพต่อเธอเพิ่มมากขึ้น และเขาชอบความคิดและค่านิยมของเธอ

อาเบะวาดภาพเสร็จภายในสามเดือน ผ้าใบเป็นผ้า ผ้าลินินเนื้อแน่น และสื่อเป็นสีน้ำมัน ประเภทคือภาพบุคคล ขนาดคือเก้าสิบสองซม. x เจ็ดสิบสี่ซม. อาเบะตั้งชื่อภาพนี้ ว่า *The Naked Monk* และเซ็นชื่อให้ว่า *Celibate* เมื่ออาเบะใช้แปรงปัดเป็นครั้งสุดท้าย อา *โกริซาธุ* ก็ลุกขึ้นและเดินเข้าไปในวิหาร อาเบะไม่ได้รับโอกาสแสดงความขอบคุณต่อเขา และเขาสงสัยว่า *ซาธุ* จะรู้ได้อย่างไรว่างานเสร็จสมบูรณ์ อาเบะพูดคุยเรื่องนี้กับเอ็มมา และเธอบอกเขาว่า *บาบา* กำลังเฝ้าดูฝีแปรงแต่ละฝีแปรงผ่านดวงตาภายในของเขา

"อาเบะ ประสบการณ์ของคุณที่ *บาบา* นั่งอยู่ตรงหน้าคุณนั้นเป็นภาพลวงตา" เอ็มมากล่าว

"คุณเป็นภาพลวงตาเหรอ?" อาเบะถาม

"ใช่ ถ้าคุณยังเป็นโสด ไม่ ถ้าคุณหยุดความโสดของคุณ"

"ฉันต้องการทำลายการหลอกลวงนี้"

"มาเป็นมนุษย์ นั่นเป็นวิธีรักษาเพียงอย่างเดียว แต่คุณอยู่ในคุกที่คุณเลือก ผนังหนา แข็งแรง และสูง มีเพียงคุณเท่านั้นที่สามารถทำลายมันได้ มีค้อนขนาดใหญ่อยู่ในตัวคุณและใช้มันอย่างกล้าหาญ"

"ฉันจะทำ" อาเบะสัญญา

เอ็มมาถามเขาว่าทำไมเขาถึงยังคงเซ็นชื่อในภาพวาดของเขา *เรื่อง Celibate* และอาเบะตอบว่าเขาทำมาแล้วตั้งแต่เขาออกจาก Loyola Hall และการเปลี่ยนชื่อก็ไม่มีความหมาย

เอ็มมาเล่าให้เขาฟังว่าภาพเหมือนของเขาที่มีชื่อว่า *The Naked Monk* เป็นภาพที่ยอดเยี่ยม มีเอกลักษณ์ และจะเป็นที่รู้จักในระดับสากลอย่างไม่ต้องสงสัย อาเบะขอบคุณเอ็มม่าสำหรับคำพูดดีๆ ของเธอ

เป็นเวลาหลายวันที่เอ็มมาชวนอาเบะไปดูรูปปั้นภายในวัดและที่ผนังด้านนอก มันเป็นการเปิดเผยใหม่สำหรับเขา เขาแสดงความปรารถนาที่จะเรียนรู้รูปแบบ แก่นเรื่อง และโครงสร้างของประติมากรรมในหลายสถานที่ซึ่งแกะสลักจากหินแกรนิตบนผนังวัด อาเบะสอบถามเกี่ยวกับแง่มุมต่างๆ ของรูปปั้น เขาพบว่าเอ็มมามีความรู้อย่างละเอียดเกี่ยวกับประวัติศาสตร์ของวัด ตำนานที่เกี่ยวข้องกับพระศิวะและศักติ และความเกี่ยวข้องของบุคคลในแต่ละเรื่องราว เมื่อมีผู้แสวงบุญหลายพันคนมาเยี่ยมชมวัด รอบๆ เนินเขานิลาจัลซึ่งเป็นที่ตั้งของวัดก็มักจะเต็มไปด้วยบรรยากาศรื่นเริงอยู่เสมอ

เอ็มมาบอกกับอาเบะว่าคามัคยาเป็นวัดที่หายากและเป็นหนึ่งในวัดที่มีชื่อเสียงที่สุด ซึ่งอุทิศให้กับเทพีศักติ พระสวามีของพระศิวะ วัดแห่งนี้เป็นสัญลักษณ์ของความรักระหว่างศักติและพระศิวะ โดยที่พระศิวะปรารถนาที่จะรวมตัวกับพระสนมของพระองค์ศักติ ความรักของพวกเขาลึกซึ้งและไม่มีใครแยกพวกเขาออกจากกันได้ พระอิศวรรักตัวเองมากจนสามารถรักศักติได้เหมือนตัวเขาเอง

“การรักตัวเองเป็นสิ่งจำเป็นที่จะรักผู้อื่น" อาเบะถามเอ็มมาขณะชมรูปปั้นพระศิวะและศักติ

“แน่นอนว่าถ้าคุณไม่รักตัวเอง คุณจะไม่สามารถรักผู้อื่นได้ แหล่งที่มาของความรักของคุณคือคุณ คุณสามารถแบ่งปันกับผู้อื่นได้เมื่อคุณเต็มไปด้วยมัน คุณไม่สามารถแบ่งปันได้ถ้าคุณไม่ล้นด้วยความรักหรือว่างเปล่า"

อาเบะมองไปที่เอ็มม่า เขาสังเกตเห็นว่าเอ็มม่าเป็นเหมือนเกรซ เธอพูดอย่างจริงใจและมีพรสวรรค์ในการโน้มน้าวเขาเหมือนเกรซ แต่เกรซไม่เคยพูดเรื่องเซ็กส์เลย ในทางตรงกันข้าม เอ็มมาไม่มีอุปสรรคในการพูดถึงการเกี้ยวพาราสี ราวกับว่ามันเป็นส่วนหนึ่งของชีวิต แยกกันไม่ออก และถ้าไม่มีมัน ชีวิตก็ไม่สมบูรณ์

“เอ็มม่า คุณตรงไปตรงมามากในการพูดคุยกับฉัน" อาเบะพยายามชื่นชมเธอ

"เพราะฉันรักคุณ. นั่นเป็นไปได้เพราะฉันรักตัวเอง ถ้าฉันไม่รักตัวเองฉันก็ไม่สามารถรักคุณได้ ฉันคือแมรี แม็กดาเลนของคุณ" เอ็มมาอธิบาย

“คุณกำลังบอกฉันว่าฉันคือพระเยซูของเธอ และฉันต้องรักตัวเองก่อนที่จะเริ่มรักมนุษยชาติ" อาเบะแสดงความคิดเห็น

"คุณพูดถูกอาเบะ คุณต้องรักตัวเอง เพียงเท่านี้คุณก็จะรักเกรซและฉันได้แล้ว คุณกลัวที่จะรักตัวเอง คุณกลัวว่าการเห็นคุณค่าในตัวเองนั้นขัดกับความโสดของคุณ ทิ้งเสื้อผ้าของคุณซะ มาเป็นพระเยซูที่เปลือยเปล่าของฉัน เผาไม้กางเขนของคุณ"

"จะเผาไม้กางเขนนี้ได้อย่างไร และฉันจะรักตัวเองได้อย่างไร" อาเบะถาม

"ไม่มีใครสามารถช่วยโลกด้วยไม้กางเขนได้ ซึ่งเป็นสัญญาณของความล้มเหลวและความพ่ายแพ้ ไม้กางเขนเป็นสัญลักษณ์ของเหยื่อ อาเบะ จงไปให้ไกลกว่าพระเยซู เรื่องโกหกรอบตัวเขา และไม้กางเขนที่น่าอับอาย คุณจะต้องเป็นพระเยซูที่ฟื้นคืนพระชนม์ เปลือยเปล่าและปราศจากภาระทุกอย่าง ขั้นแรก ให้เริ่มคิดถึงตัวเอง ความต้องการ บุคลิกภาพ ความปรารถนา และสภาพแวดล้อมส่วนตัว

พิจารณาตัวเองเป็นบุคคลที่แยกจากกันซึ่งมีอารมณ์และความรู้สึกที่ต้องการการดูแลเอาใจใส่และกำลังใจ เป็นก้าวแรกสู่การรักตัวเอง กฤษณะรักตัวเองอย่างไม่มีข้อจำกัดหรือขอบเขตเพื่อที่เขาจะได้รักทั้งภรรยาและ *โกปิกา* นับพัน ความรักที่เขามีต่อราธาเปรียบเสมือนกระแสน้ำของแม่น้ำคงคาในเทือกเขาหิมาลัย เพราะมันบริสุทธิ์และทรงพลัง ชัดเจนและน่าพึงพอใจ Gita Govindam เป็นเรื่องราวเกี่ยวกับ *raassleela* ของ Krishna กับ *gopikas* ใน Vrindavan และบนฝั่งของ Yamuna เป็นตัวอย่างที่ดีที่สุดของการรักตนเองและความรักต่อผู้อื่น อาเบะ รักตัวเองและแสดงความรักต่อผู้อื่นเช่นพระกฤษณะ

คริสเตียนผู้ลึกลับหลายคนล้มเหลวอย่างน่าสมเพชในเรื่องนี้ เพราะพวกเขาเกลียดร่างกายของตนเอง และคิดว่าการมีอยู่ของตัวตนนั้นขัดต่อพระประสงค์ของพระเจ้า สำหรับพวกเขา ร่างกายของพวกเขาคือนรก แม้แต่ตอนอาบน้ำก็ไม่เคยมองดูความเปลือยเปล่าของตัวเองเลย คุณต้องดูร่างกายของคุณ เพลิดเพลินกับส่วนต่างๆ ของมัน สัมผัส รู้สึกถึงมัน และสัมผัสกับความสุขและความสุขจากการได้เห็นและสัมผัสพวกมัน แล้วคุณก็จะค่อยๆเริ่มรักตัวเอง คุณคือปาฏิหาริย์ อาเบะ และร่างกายของคุณเป็นศิลปะที่สวยงามที่สุดสำหรับคุณ คุณวาดภาพมันด้วยสีต่างๆ ทำให้มันมีชีวิตชีวา และทำให้มันมีชีวิตชีวาและกระฉับกระเฉง และเมื่อคุณตระหนักว่าคุณมีความรักต่อตัวเองมากพอ คุณจะแบ่งปันความรักนั้นกับผู้อื่น"

"ในฐานะคนโสด ฉันจะมองเห็นร่างกายที่เปลือยเปล่าของฉันได้อย่างไร? ฉันจะสัมผัสอวัยวะเพศของฉันได้อย่างไร" อาเบะแสดงความกลัวของเขา

"อาเบะ แต่ละส่วนของร่างกายคุณก็คือคุณ สังเกตพวกเขาอย่างละเอียด เพลิดเพลินกับภาพเปลือยของคุณ เพียงแค่รู้สึกถึงรูปร่างและขนาดของอวัยวะเพศของคุณ แล้วคุณจะสงสัยว่าคุณเป็นคนที่ยอดเยี่ยมจริงๆ คุณจะเข้าใจว่าร่างกายของคุณซับซ้อน สวยงาม และล้ำค่า และโดยรวมแล้ว ร่างกายเหล่านี้สร้างคุณขึ้นมา นั่นก็คืออาเบะ" เอ็มม่าอธิบาย

อาเบะมองไปที่เอ็มม่า "ฉันกำลังมุ่งความสนใจไปที่สิ่งที่คุณกำลังบอก เอ็มม่า"

"อาเบะ ปฏิบัติตนเหมือนเกรซ และรักตัวเองเหมือนรักเกรซ"
แต่คุณต้องทิ้งพระเยซูที่สวมเสื้อผ้าในตัวคุณทิ้งไป
การสวมชุดไม้กางเขนจะทำให้คุณได้รับแต่ความโศกเศร้า ความโศกเศร้า และความอับอายเท่านั้น
จงเป็นเหมือนพระกฤษณะ ความสง่างาม ความรักที่จุติขึ้นมา"

"เอ็มมา นั่นเป็นความรู้ที่ยิ่งใหญ่ ไม่มีใครเคยบอกฉันอย่างนั้น"

"มีความสุขกับสิ่งเล็กๆ น้อยๆ ในชีวิต และให้ความยุติธรรมกับตัวเอง"

"ฉันจะเริ่มทำมันแล้วเอ็มม่า"

"อาเบะ การฝึกคาทอลิกของคุณทำให้คุณเสียไปมากจนเกินไป สำหรับชาวคาทอลิก
การดำรงอยู่ของคุณถือเป็นบาป คุณเกิดมาเป็นคนบาป และร่างกายของคุณก็ชั่วร้าย ซึ่งเป็นปรัชญาที่ไร้สาระ
มันเป็นเรื่องไร้สาระอย่างแท้จริง การเกิดและการมีชีวิตเป็นเหตุการณ์ที่สวยงามที่สุด"

"เอ็มม่า
ฉันกลัวที่จะพูดกับใครก็ตามเกี่ยวกับความต้องการทางเพศของฉันและความขัดแย้งที่ฉันประสบในตัวฉัน"

"อาเบะ ความต้องการทางเพศเป็นความรู้สึกตามธรรมชาติของมนุษย์
พลังที่สำคัญที่สุดในมนุษย์และสิ่งมีชีวิตอื่นๆ หากปราศจากสิ่งนั้น คุณจะไม่สามารถดำรงอยู่ได้
แต่คุณกำลังพยายามระงับมันและไม่สนับสนุนให้มันเติบโต"

"คุณพูดถูก ภูมิหลังที่เป็นคาทอลิกทำให้ฉันลดทอนความเป็นมนุษย์
ฉันกลัวความสำเร็จของฉันเพราะฉันกังวลว่าความสำเร็จของฉันจะนำพระพิโรธของพระเจ้ามาด้วย
เนื่องจากความสำเร็จนั้นขัดกับพระประสงค์ของพระองค์ ชาวคาทอลิกต้องการชีวิตที่น่าสังเวช
โดยที่เซ็กส์คือคำสาปแช่ง ความยากจนเป็นของขวัญจากพระเจ้า
และความทุกข์ทรมานคือชะตากรรมของจิตวิญญาณ สำหรับพวกเขา ชีวิตอยู่ในสวรรค์เท่านั้น

และสิ่งที่เรากำลังประสบบนโลกคือการทดสอบอย่างต่อเนื่องเพื่อเตรียมพร้อมสำหรับชีวิตในสวรรค์กับพระเจ้า"

"อาเบะ จงละทิ้งเทพนิยาย คำสอนที่ทำลายตนเอง ค่านิยม และหลักปฏิบัติเหล่านี้เสีย
คุณเป็นมนุษย์ที่มีศักดิ์ศรีตามความต้องการ ความคาดหวัง และความรู้สึกของคุณ
สร้างเป้าหมายของคุณเองโดยคำนึงถึงสวัสดิภาพของมนุษย์
ศาสนาที่มีพระเจ้าเป็นศูนย์กลางมักจะกดขี่และเป็นปิตาธิปไตยเสมอ กำจัดพวกมันออกไปจากชีวิตของคุณ
วันที่ฉันเนรเทศศาสนาคริสต์ออกจากชีวิต ฉันเริ่มสัมผัสถึงความหมายที่แท้จริงและความสุขแห่งอิสรภาพ"

อาเบะและเอ็มมากำลังเดินอยู่ใกล้สถาน *ที่ศักดิ์สิทธิ์ของวัด*
ซึ่งเป็นที่ที่ช่องคลอดของเทพธิดาศักติเป็นที่สักการะ
ผู้สักการะหลายร้อยคนถือว่าผู้หญิงซึ่งเป็นเทพธิดาเป็นพลังสูงสุดของจักรวาล

"ในศาสนาฮินดู เทพเจ้าและเทพธิดาทุกองค์เป็นมนุษย์ที่มีอารมณ์ความรู้สึกของมนุษย์
พลังและความสามารถของพวกเขานั้นเป็นของมนุษย์ แต่ในศาสนาคริสต์
มนุษย์เป็นสิ่งมีชีวิตที่ก่อให้เกิดบาป พระเจ้าในสวรรค์ดำรงอยู่เพื่อพิพากษา ลงโทษ ตีสอน
และทำให้คุณตกนรก สำหรับนักบุญ ร่างกายของมนุษย์เป็นสิ่งชั่วร้าย และเพื่อที่จะหนีจากร่างกาย
คุณต้องทรมานมันและใช้ชีวิตอย่างน่าสังเวช ดังนั้น เทววิทยาคริสเตียนปฏิเสธร่างกาย ความปรารถนา
และความรู้สึกของมนุษย์ เว้นแต่บุคคลจะกำจัดร่างกายออกไป
การเข้าสู่สวรรค์และพบกับพระเจ้านั้นเป็นไปไม่ได้
คนที่จิตใจไม่มั่นคงอาจพัฒนาศาสนศาสตร์คริสเตียนและทนทุกข์ทรมานจากอาการหวาดระแวงและโรคจิต
แต่อาเบะ คุณต้องปฏิเสธพวกเขา"

"มันเป็นไปได้ยังไงกัน?"

"คุณต้องปฏิเสธสวรรค์ของชาวคริสต์ซึ่งละทิ้งความสุขและความสนุกสนานบนโลกนี้
ค่านิยมของสวรรค์ที่มีพระเจ้าเป็นศูนย์กลางได้ลึกลงไปในจิตใจของคุณ
และคุณต้องปลดปล่อยตัวเองจากสิ่งเหล่านั้น เพลิดเพลินไปกับชีวิต
สัมผัสความงดงามของการดำรงอยู่ของคุณและการปรากฏตัวของผู้อื่น มีความเห็นอกเห็นใจ
มีเมตตาต่อทุกรูปแบบชีวิต และเป็นหนึ่งเดียวกับจักรวาล สร้างสวรรค์ที่มีโลกเป็นศูนย์กลาง
ที่ซึ่งผู้คนนับล้านอาศัยอยู่ด้วยความรักและความสามัคคี ผู้คนทำงานเพื่อตนเองและผู้อื่น
สร้างสรรค์และพัฒนาและเพลิดเพลินกับดนตรี ศิลปะ วรรณกรรม และภาพยนตร์"

“ฉันจะพยายามสัมผัสประสบการณ์การดำรงอยู่ของฉัน ปฏิเสธคุณค่าของปิตาธิปไตย ศาสนาที่กดขี่ และความบาปที่สร้างพระเจ้า"

“โดยตั้งใจ ฉันพาคุณไปที่ห้องศักดิ์สิทธิ์เพื่อที่คุณจะได้มองเห็นช่องคลอดของเทพธิดา การดูมันไม่ใช่บาป แต่เป็นการเฉลิมฉลองชีวิต เซ็กส์เป็นสิ่งมีค่าในวัด Kamakhya เช่นเดียวกับใน Khajuraho อาเบะ เซ็กส์คือแก่นแท้ของชีวิต" เอ็มม่าเน้นย้ำคำว่าแก่นแท้

“แม้กระทั่งก่อนการรับศีลมหาสนิทครั้งแรก ฉันถูกสอนว่าการเกี้ยวพาราสีเป็นบาปที่ชั่วร้ายที่สุด ทัศนคติเช่นนี้สร้างความเกลียดชังเรื่องเพศ อย่างไรก็ตาม ฉันไม่รู้ว่าตอนนั้นเพศอะไร" อาเบะกล่าว

“เป็นเพราะเทววิทยาของนักบุญเปาโล เขาเป็นคนเกลียดผู้หญิงที่แย่ที่สุดที่คุณสามารถพบได้ทุกที่ พระองค์ทรงเกลียดผู้หญิง กดขี่ และขอให้พวกเธอเป็นทาสของสามี ตามที่พอลกล่าว
ผู้หญิงไม่มีทางเลือกทางเพศและเสรีภาพทางเพศ
แม้กระทั่งการให้กำเนิดบุตรก็เป็นการกระทำที่บาปสำหรับเปาโล
ด้วยเหตุนี้มารดาของพระเยซูจึงถือเป็นพรหมจารีแม้จะให้กำเนิดพระเยซูและพี่น้องของพระองค์แล้วก็ตาม ศาสนาคริสต์นิกายโรมันคาทอลิกทำให้ผู้คนอดอยากทางเพศ และนักบวช พระสังฆราช พระสันตปาปา และพระภิกษุจำนวนมากกลายเป็นคนนิสัยไม่ดีและนักล่าทางเพศ"

“เปาโลได้ก่อตั้งศาสนาคริสต์ซึ่งมีความหวังในความบาปเท่านั้น
และคริสตจักรของเขาคงจะล่มสลายหากไม่มีบาป
นั่นเป็นเหตุผลว่าทำไมไม้กางเขนซึ่งเป็นสัญลักษณ์ของความบาปและความอับอายจึงเป็นจุดแข็งที่ยิ่งใหญ่ที่สุดของคริสตจักร" อาเบะกล่าว

“พอลเป็นเกย์ เขาบอกว่ามีหนามอยู่ในเนื้อของเขาเกี่ยวกับพฤติกรรมเกย์ของเขา
แต่การเป็นเกย์ก็ไม่มีอะไรผิดถ้าคุณไม่เยาะเย้ยและเกลียดผู้หญิงและพฤติกรรมทางเพศของพวกเขา
แต่พอลหมกมุ่นอยู่กับเรื่องเพศของผู้หญิงมากเกินไป ด้วยเหตุนี้
พระองค์จึงขับไล่สตรีเกือบทั้งหมดจากพันธสัญญาใหม่ และพยายามคาดเข็มขัดพรหมจรรย์ให้แมรี
แม็กดาเลนและมารีย์มารดาของพระเยซูอย่างแข็งขันและประสบความสำเร็จ
โดยประกาศว่าพวกเธอเป็นพรหมจารี" เอ็มมาพูดอย่างเด็ดขาด

"ฉันเห็นด้วยกับคุณ."

"อาเบะ คุณเคยเห็น *อาโกริ ซาธุส* พระภิกษุเปลือยเปล่าหลายร้อยคน คุณอาจเคยเห็นผู้ชายเปลือยที่ไหนสักแห่ง แต่คุณเคยเห็นผู้หญิงเปลือยกายบ้างไหม?" เมื่อถามคำถาม เอ็มม่าก็มองไปที่อาเบะ

"ไม่ เอ็มม่า ฉันไม่เคยเห็นผู้หญิงเปลือยกายมาก่อน ฉันไม่เคยดูภาพผู้หญิงเปลือยเลย" อาเบะสารภาพ

"คุณเป็นคนเรียบง่าย ไร้เดียงสาเกินไปถ้าฉันใช้คำเหล่านั้นได้ แต่การดูผู้หญิงเปลือยกายก็ไม่มีอะไรผิดถ้าผู้หญิงคนนั้นชวนให้คุณทำเช่นนั้น คุณมีอุปสรรคมากมาย และถึงเวลาที่จะกำจัดสิ่งเหล่านั้นทั้งหมด ชีวิตเป็นกระบวนการที่เรียบง่าย เปิดกว้าง มีความสุข สนุกสนาน เพลิดเพลิน โดยไม่ทำร้ายผู้อื่น"

"ฉันอายุ 35 ปีแล้ว แต่ไม่เคยมีประสบการณ์กับความจริงพื้นฐานของชีวิต ซึ่งช่วยยกระดับชีวิตเลย" อาเบะกล่าว

"อาเบะ มาหาฉันสิ" ฉันจะแสดงให้คุณเห็นว่าผู้หญิงที่โตแล้วมีหน้าตาอย่างไร และร่างกายของเธอดูมีสง่าราศีและศักดิ์ศรีเต็มเปี่ยม เธอจะดูเหมือนพระเยซูที่ฟื้นคืนพระชนม์ในสภาพเปลือยเปล่าของเธอ" เอ็มมากล่าวพร้อมเชิญชวนอาเบะ

"มันสายเกินไปสำหรับฉัน เอ็มม่า; นอกจากนี้ฉันกลัวที่จะต้องเห็นผู้หญิงเปลือยกาย" อาเบะสารภาพ

"ไม่มีอะไรสายเกินไป แต่ถ้าคุณไม่หลุดพ้นจากความยับยั้งชั่งใจ ถ้าคุณไม่ทำลายรังไหม ถ้าคุณไม่หลุดพ้นจากความกลัว คุณจะไม่มีวันบรรลุเป้าหมายในชีวิต"

"ฉันจะมาที่บ้านของคุณ ให้ฉันเห็นคุณเหมือนที่คุณเป็น"

หลังจากออกจากบ้านหนึ่งห้องของเกรซ อาเบะไม่เคยไปอพาร์ตเมนต์ของผู้หญิงเลย เขารู้ว่าเอ็มมาโสดและอยู่คนเดียว

สะพานข้ามเดอะฮูกลี่

เช้าวันรุ่งขึ้น เมื่ออาเบะมาถึงบ้านของเอ็มมา เธอก็รอเขาอยู่ที่ประตู
เอ็มมามีรอยยิ้มบนใบหน้าของเธอซึ่งลบความกลัวและความวิตกกังวลที่ซ่อนเร้นของเขาออกไป
เธอดูเหมือนเกรซ เปล่งประกายความมั่นใจและศักดิ์ศรี
ส่วนอาเบะก็อยากจะยืนใกล้เธอมากเกินไปเพื่อให้รู้สึกถึงความใกล้ชิดของเธอ
แต่เขาไม่อยากแตะต้องเธอเพราะเขาไม่เคยแตะต้องผู้หญิงคนอื่นนอกจากสมาชิกในครอบครัวของเขา
เขายืนใกล้เกรซหลายครั้งและจำการนั่งเรือของพวกเขาบนมันโดวีได้
เธออาจจะเอาคางแตะแก้มเขาตอนที่เรือกำลังร่ายรำบนคลื่น แต่เขาไม่แน่ใจ
มันเป็นประสบการณ์ที่น่าตื่นเต้น เหมือนกับการได้เปียกโชกท่ามกลางสายฝนแรกหลังฤดูร้อน
เกรซมักจะสงบ น่ารัก และไม่สามารถบรรลุได้ทั้งรูปลักษณ์ บุคคล และความตั้งใจของเธอ
เอ็มม่ามีพัฒนาการเหมือนเกรซ เธอคือเกรซ

"ยินดีต้อนรับอาเบะ" เอ็มม่ากล่าว

"ขอบคุณนะเอ็มม่า" เขาตอบกลับเธอ

อพาร์ทเมนท์ของเอ็มมาเป็นระเบียบเรียบร้อยและน่าอยู่ มีแสงสว่างและอากาศบริสุทธิ์
เธอมีชั้นวางหนังสือเกี่ยวกับภาษาสันสกฤต ภาษาบาลี
และภาษาอังกฤษสองสามชั้นในห้องอ่านหนังสือพร้อมคอมพิวเตอร์และโทรทัศน์ ทุกอย่างเรียบร้อยดี
พื้นก็แวววาว ขาเพระเบียง เอ็มมาแสดงให้อาเบะเห็นแม่น้ำพรหมบุตร

"ช่างเป็นภาพที่สวยงามจริงๆ พระพรหมบุตรนั้นยิ่งใหญ่และมีมนต์ขลัง" อาเบะกล่าว

"เป็นแม่น้ำสายใหญ่และถือเป็นเทพธิดา เธอมีเสน่ห์อยู่เสมอ" เอ็มม่ากล่าว

"เรือพวกนั้นดูน่าหลงใหล" อาเบะกล่าว

"นักท่องเที่ยวหลายร้อยคนนั่งเรือเที่ยวในพรหมบุตร มันเป็นประสบการณ์ที่ไม่มีตัวตน
และคุณจะไม่มีวันลืมมัน" เอ็มมาตอบ

อาเบะมองดูเอ็มม่าแล้วยิ้ม เธอดูสวยงามและมีดวงตาสีเขียวเล็กน้อยและมีผมสีทอง รูปร่างที่สูงเพรียวของเธอเหมือนกับรูปปั้นทองสัมฤทธิ์ที่อาเบะเคยเห็นในวัดทันจอร์ในรัฐทมิฬนาฑู

"คุณอยู่ในอินเดียนานแค่ไหน" อาเบะถาม

"ประมาณเจ็ดปี หลังจากสำเร็จการศึกษาในภาษาสันสกฤตจากมหาวิทยาลัยไฮเดลเบิร์ก ฉันได้รวบรวมข้อมูลสำหรับการศึกษาระดับปริญญาเอกเกี่ยวกับ Gita Govindam เป็นครั้งแรก คีตาโกวินดัม เปี่ยมไปด้วยความงดงาม งดงาม น่าหลงใหล และสุนทรีย์ครบถ้วนทุกประการ ฉันใช้เวลาสี่ปีในอินเดีย เยี่ยมชมศูนย์ ห้องสมุด มหาวิทยาลัย และวัดวาอารามต่างๆ ในภาษาสันสกฤต เป็นปีที่สวยงามด้วยการพบปะกับผู้ชาย ผู้หญิง นักวิชาการ นักเขียน กวี และนักแสดงมากมาย อินเดียอุดมไปด้วยวัฒนธรรม ภาษา และประเพณีมากมาย ผู้คนเป็นทรัพย์สินที่ยิ่งใหญ่ที่สุดของอินเดีย หลายแห่งเป็นห้องสมุดที่มีชีวิต ไม่มีที่ไหนที่จะพบกับความหลากหลาย การเปิดกว้าง ความเชื่อ ความกระตือรือร้น ความเห็นอกเห็นใจ และความเคารพอันน่าทึ่ง สร้างแรงบันดาลใจ และมีชีวิตชีวาได้เช่นนี้ในโลกนี้"

"คุณพบ Gita Govindam ได้อย่างไร"

"Gita Govindam เป็นเพลงรักสูงสุด มันมีคุณค่ามากกว่าบทเพลงของโซโลมอนมาก ความงดงามและความสมบูรณ์ทางสุนทรีย์ การแสดงออกถึงอารมณ์ของมนุษย์แบบองค์รวม และการโต้ตอบเชิงสัญลักษณ์ของพระกฤษณะกับ *โกปิกา* นั้นไม่มีใครเทียบได้ ฉันเพลิดเพลินกับความรู้สึกอันเข้มข้น การเกี้ยวพาราสีที่ไม่ถูกจำกัด และความรู้สึกของความเป็นมนุษย์ คุณจะกลายเป็นมนุษย์ที่ร่ำรวยเมื่อคุณอ่านมัน"

"ดังนั้น พระกฤษณะและราธาจึงเป็นตัวละครหลักใน Gita Govindam" อาเบะกล่าว

"อย่างแท้จริง. ในความรัก พระกฤษณะกลายเป็นราธา และราธากลายเป็นกฤษณะ ในความหมายทางญาณวิทยา มันก็เหมือนกับการเป็นอยู่คือการรู้ และการรู้คือการเป็น ในความรัก คุณกลายเป็นฉัน และฉันกลายเป็นคุณ พวกเขาเป็นหนึ่งเดียว บุคลิกที่แตกต่างกันของพระกฤษณะ" เอ็มม่าอธิบาย

อาเบะมองดูเอ็มม่าแล้วยิ้ม เกรซก็เช่นกันพูดคุยด้วยความรู้สึกแบบเดียวกัน การแสดงออกแบบเดียวกัน รูปแบบความคิดแบบเดียวกัน และการเปิดกว้างแบบเดียวกัน

"ใน Gita Govindam กฤษณะคนเลี้ยงโคขโมยเสื้อผ้าของ *gopika* สาวใช้นมและ *gopikas* วิ่งตามเขาไปอย่างละทิ้ง การซ่อนเสื้อผ้าของ *โกปิกา* เป็นรูปแบบปฏิสัมพันธ์ เสรีภาพ และความรักของมนุษย์ที่แท้จริงที่สุด กฤษณะรักพวกเขา และ *โกปิกา* ก็ชื่นชอบพระกฤษณะ ในฤคเวท เราสามารถอ่านได้ว่าผู้หญิงเป็นกลุ่มซักผ้าและว่ายน้ำในแม่น้ำ แสดงถึงความยินดีและความสามัคคีอันบริสุทธิ์ คีตา โกวินดัมบรรยายพระกฤษณะและ *โกปิกา* ที่เล่นด้วยกันในยมุนาและวรินดาวัน โดยจำลองความสุขที่ผู้หญิงแสดงออกในฤคเวท ในความหมายสูงสุด ราสลีลาคือการแสดงออกที่ไม่มีใครเทียบได้ของเสรีภาพ ความเสมอภาค ความร่วมกัน และความรักของมนุษย์"

"เหตุใดโกปิกาจึงเปลือยเปล่า" อาเบะเอ่ยถาม

"แม่น้ำยมุนาและวรินดาวันคือสายน้ำแห่งชีวิต พระกฤษณะเป็นเพื่อนที่ดีที่สุดที่เราจะมีได้ และ *โกปิกา* ก็คือธรรมชาติ ความเรียบง่ายของธรรมชาติภาพเปลือยของพวกเขา พระกฤษณะคือปุรุชา และ *โกปิกัส* คือพระกฤษติ เมื่อปุรุชาพบกับพระกฤษติก็มีชีวิต *โกปิกัส* ไม่มีการยับยั้งใด ๆ และมีประสบการณ์ในเสรีภาพและความเท่าเทียมกับพระกฤษณะโดยสิ้นเชิง พวกเขาจะเปลือยเปล่าต่อหน้าพระองค์และไม่มีอะไรจะปิดบัง พระกฤษณะรู้สึกเป็นหนึ่งเดียวกับสาวใช้นม และเกมรักของพวกเขาก็แสดงถึงความจริงใจและความไว้วางใจ"

"ทำไมบางคนถึงกลัวการเปลือยของตัวเอง" อาเบะอยากรู้

"เป็นเพราะพวกเขาประหม่าเกี่ยวกับการขาดความเคารพตนเอง เป็นความกลัวว่าพวกเขาอาจกลายเป็นวัตถุต่อหน้าผู้อื่น พวกเขาคิดว่าเสื้อผ้าสามารถซ่อนความหุนหันพลันแล่นและความขี้อายได้ ซึ่งสามารถช่วยพวกเขาจากความลำบากใจและไม่สบายตัวได้ เสื้อผ้าครอบคลุมถึงผู้ที่อ่อนแอ จิตใจว่องไว และความเกรงกลัวพระเจ้า *Aghori Sadhus* ไม่มีความเกรงกลัวพระเจ้า แต่พระเจ้าทรงกลัว *Sadhu* ที่เปลือยเปล่า ในสวนเอเดน อาดัมและเอวาเปลือยเปล่า ไม่เกรงกลัวพระเจ้า วันที่ผู้คนปฏิเสธเสื้อผ้า ทุกศาสนาจะล่มสลาย และทุกคนจะได้รับการปลดปล่อย" บุคคล,"

"ไม่รักการเปลือยเปล่าเหรอ?" อาเบะมีความอยากรู้อยากเห็น

"ภาพเปลือยคือสถานะดั้งเดิมของมนุษย์ ซึ่งเป็นการแสดงออกถึงการตัดสินใจในตนเอง มันปลดปล่อยผู้คนจากการกดขี่และการปราบปรามกฎเกณฑ์และกฎหมายของสังคม

"ไม่มีอะไรสามารถหยุดบุคคลหนึ่งจากการเปลือยกายได้ ฉันตัดสินใจทั้งหมดโดยอิงจากความเป็นอิสระ ซึ่งเป็นสิทธิ์ของฉัน" เอ็มมาเป็นคนเด็ดขาด

"นี่คือเหตุผลที่คุณมาอินเดียใช่ไหม?"

"ฉันมาอินเดียเพื่อทำการวิจัย"

"ทำไมคุณถึงมาอินเดียเป็นครั้งที่สอง?" อาเบะเอ่ยถาม

"หลังจากเรียนจบปริญญาเอก ฉันทำงานที่มหาวิทยาลัยเป็นเวลาสามปี จากนั้นผมได้สมัครเข้าร่วมโครงการวิจัยเรื่องพระภิกษุเปลือยของอินเดีย และในช่วงสามปีที่ผ่านมาฉันอยู่ที่นี่และโชคดีที่ได้พบกับ บาบา ผู้ช่วยฉัน และฉันมีความสุขมากที่ได้พบคุณ" เอ็มม่ามองอาเบะพูด

"จะเรียนจบเร็วๆ นี้เหรอ" อาเบะถาม

"ฉันจะส่งการศึกษาภายในหกเดือน จากนั้นฉันก็จะกลับมาทำงานที่มหาวิทยาลัยต่อ" เอ็มมากล่าว

อาเบะไม่เคยถามเกรซเกี่ยวกับเธอเลยแม้แต่คำถามส่วนตัวแม้แต่ข้อเดียว และเธอก็ไม่เคยแสดงความสนใจที่จะรู้อะไรเกี่ยวกับเขาด้วย แต่เอ็มมาแตกต่างออกไป เธอไม่มีข้อจำกัดในการเปิดเผยตัวเอง และเขาก็รู้สึกอิสระที่จะถามเกี่ยวกับเอ็มม่าด้วย

แต่เขารักเกรซเกินกว่าจะบรรยายออกมาเป็นคำพูดได้ แต่เอ็มม่าเขาเชื่อใจและเคารพ

"อาเบะ ฉันถามคุณเมื่อวันก่อนว่าคุณเคยเห็นผู้หญิงเปลือยกายหรือไม่ คุณตอบฉันในแง่ลบ คุณยังคงเป็นโสด และคุณรู้สึกกลัวเมื่อเห็นผู้หญิงเปลือยเปล่า ความกลัวของคุณเกิดจากการวางสายความลังเลในการยอมรับความเป็นจริง" เอ็มม่าออกความเห็น

"คุณพูดถูก" อาเบะตอบ

"ถ้าคุณเต็มใจ ไม่ต้องกลัว และไม่รู้สึกไม่สบายใจ ฉันสามารถเปิดเผยตัวเองให้คุณเห็นได้" เอ็มมากล่าว

อาเบะมองไปที่เอ็มม่า เธอดูจริงจังและตั้งใจทำธุรกิจ

"ฉันไม่กลัว ไม่เขินอาย ไม่ลังเลเลยที่เห็นคุณเปลือยกาย" อาเบะตอบ

จากนั้นเอ็มม่าก็ถอดเสื้อผ้าของเธอออกทั้งหมด อาเบะมองดูเธออย่างไม่ลังเลใจ เอ็มม่ายืนนิ่งอยู่ครู่หนึ่งและเริ่มเดินไปรอบๆ โดยไม่พูดอะไร เธอเข้ามาใกล้อาเบะ และเขาสัมผัสได้ถึงลมหายใจของเธอ

“อาเบะ ฉันเอง เอ็มม่า ผู้หญิงคนหนึ่ง ฉันเปลือยเปล่า
ฉันอยากจะแสดงให้คุณเห็นว่านี่คือร่างที่เปลือยเปล่าของผู้หญิง
ซึ่งก็ไม่ต่างจากร่างที่เปลือยเปล่าของผู้ชายมากนัก"

“ใช่ เอ็มม่า ฉันเข้าใจแล้ว" แต่นอกเหนือจากความเปลือยเปล่าของคุณแล้ว ฉันเห็นคนที่เต็มไปด้วยอารมณ์ ความรู้สึก ความรัก และความอ่อนไหว นั่นคือคุณ."

“คุณพูดถูกอาเบะ ฉันไม่ใช่ภาพเปลือยนี้คนเดียว มันเป็นเพียงการแสดงออกภายนอกของฉันเท่านั้น
คนเปลือยกายคือมนุษย์ที่มีศักดิ์ศรี สิทธิ เสรีภาพ และความเท่าเทียมที่สามารถคิด ตัดสินใจ
และกระทำการได้ตามใจชอบ สังคมไม่สามารถคลุมฉันด้วยเสื้อผ้า กฎหมายที่มนุษย์สร้างขึ้น
และรูบริกที่กดขี่ ฮิญาบปิตาธิปไตยที่บีบบังคับและปราบปรามผู้หญิง
และทิ้งพวกมันไว้ในระดับเดียวกับสัตว์ในกรง เมื่อผู้หญิงสามารถชื่นชมกับความเปลือยเปล่าของเธอได้
เธอก็เป็นอิสระ ไม่ว่าคนอื่นจะยอมรับ เห็นคุณค่า หรือประณาม ไม่ใช่เรื่องของฉัน
ผู้หญิงเป็นส่วนสำคัญของสังคม เธอไม่ใช่วัตถุทางเพศ
แต่เป็นคนคิดและภูมิใจในตัวเองและตัดสินใจว่าเธอจะต้องทำอะไร มีความเป็นอิสระในตัวฉัน
ฉันขอเชิญคุณให้แสดงร่างกายของฉันในความเปลือยเปล่าในขณะที่คุณเติบโตเหนือความยับยั้งชั่งใจและความขี้ขลาดของคุณ นี่คือหน้าอกของฉัน พวกมันใหญ่กว่าหน้าอกของผู้ชายปกติมาก"

“ฉันเห็นพวกเขา" อาเบะกล่าว

“ดูผม ศีรษะ จมูก แก้ม กราม มือและขาของฉันสิ พวกเขาทั้งหมดแทบจะเหมือนกับผู้ชายเลย
ผู้ชายอย่างคุณอาจมีกล้ามเนื้อที่แข็งแรงขึ้นและมีรูปร่างที่ใหญ่ขึ้น"

“ใช่ กล้ามเนื้อของฉันแข็งแรงขึ้น ขาและมือของฉันมีพลังมากขึ้น ร่างกายของฉันใหญ่กว่าของคุณ"

“อาเบะ ฉันมีช่องคลอด" คุณอาจเคยเห็นช่องคลอดของเทพธิดาอยู่ในห้องศักดิ์สิทธิ์ของวัด"

“ใช่ เอ็มม่า ฉันสังเกตได้"

“อาเบะ ถ้าคุณไม่รู้สึกไม่สบายและไม่เต็มใจ คุณสามารถถอดเสื้อผ้าออกได้แล้ว" เอ็มม่าร้องขอ

อาเบะถอดเสื้อผ้าออกโดยไม่ลังเลใจ ตอนนี้เขาเปลือยเปล่าเหมือนเอ็มม่า

“ฉันอยู่นี่" เขากล่าว

"ขอแสดงความยินดีอาเบะ; ฉันชื่นชมความกล้าหาญของคุณ คุณได้เอาชนะความเขินอายของคุณแล้ว คุณสามารถเรียนรู้ได้เร็ว" เอ็มม่ากล่าว

"ขอบคุณนะเอ็มม่า"

"ตอนนี้ขอเดินไปรอบ ๆ ให้ฉันเห็นร่างกายของคุณตั้งแต่บนลงล่างด้านหน้าและด้านหลัง"

อาเบะเริ่มเดินจากปลายด้านหนึ่งไปอีกด้านหนึ่งในห้อง เขารู้สึกสบายใจ ไร้ความลำบากใจ และเขาก็ไร้ซึ่งความเขินอายใดๆ เอ็มม่าเดินไปหาเขาและยืนอยู่ข้างหลังเขา และหลังจากสังเกตอยู่สองสามนาทีเธอก็พูดว่า: "อาเบะ คุณมีรูปร่างที่ดี คุณยังดูสง่างามเมื่อมองจากด้านหลัง คุณมีบั้นท้ายใหญ่ มือที่มีรูปร่างดี และขาที่ทรงพลัง คุณมีร่างกายที่สมบูรณ์แบบ"

"ขอบคุณนะเอ็มม่า ความชื่นชมของคุณมีค่าสำหรับฉัน"

"ตอนนี้โปรดมองมาที่ฉัน" เอ็มม่าขอร้อง

อาเบะหันกลับมามองเอ็มม่า

"เอ็มม่า" อาเบะเรียกเธอ

"อาเบะ คุณหล่อมาก ตอนนี้ดูที่อวัยวะเพศของคุณ ดูสิ พวกเขาดูแตกต่างจากผู้หญิงเลย คุณมีองคชาตและลูกอัณฑะสองอัน ซึ่งทำให้คุณเป็นผู้ชาย แต่ทัศนคติ ค่านิยม พฤติกรรม ปฏิกิริยาและคำพูดของคุณทำให้คุณเป็นผู้ชาย"

"ฉันเข้าใจแล้ว" อาเบะตอบ

"อาเบะ คุณคือพระเยซูที่เปลือยเปล่าของฉัน
ลองนึกถึงมารีย์ชาวมักดาลาและพระเยซูก่อนที่พวกเขาจะมีความรักครั้งแรก
ทั้งคู่เปลือยกายอยู่ในความเป็นส่วนตัวกอดกัน พวกเขารักและเคารพซึ่งกันและกันและความสามัคคี เติมเต็มความปรารถนา ความร่วมกัน และมิตรภาพของพวกเขา บัดนี้ฉันไม่บังคับเธอให้กอดฉัน ร่วมรักกับฉัน ฉันคือมารีย์ชาวมักดาเลนของคุณ ถ้าเธอกอดฉัน รักฉัน ฉันก็จะดีใจ แต่ถึงแม้คุณไม่ทำ ฉันก็จะไม่รู้สึกแย่เช่นกัน" เอ็มม่าพูดพร้อมรอยยิ้ม

"เอ็มม่า ให้ฉันกอดเกรซก่อน" อาเบะกล่าว

เอ็มม่ายิ้มอีกครั้ง

“อาเบะ ฉันชื่นชมคุณ" คุณเป็นอัญมณีที่หายาก หนึ่งในล้าน คุณมีกำลังใจมหาศาล และคุณสามารถควบคุมตัวเองได้"

“ฉันเอง" อาเบะยืนยัน

“ตอนนี้ กรุณาสวมเสื้อผ้าของคุณ" เอ็มม่าพูด

“ขอบคุณนะเอ็มม่า นี่เป็นบทเรียนที่ยอดเยี่ยม เป็นประสบการณ์อันล้ำค่า" อาเบะตอบ

“อาเบะ ฉันก็ชื่นชมมันเหมือนกัน ตอนนี้คุณกลายเป็นเพื่อนที่ดีที่สุดของฉันแล้ว คุณยืนหยัดอยู่ในใจของฉันเสมอ และฉันชื่นชมคุณเกินกว่าจะเปรียบเทียบได้"

“เอ็มม่า คุณเป็นผู้หญิงที่น่าทึ่งด้วยหัวใจที่เข้มแข็ง รักใคร่ และเอาใจใส่ ฉันนับถือคุณ"

วันนั้นพวกเขาทานอาหารเย็นด้วยกัน ปรุงโดยเอ็มม่าและอาเบะ พวกเขากิน *Khaar* ซึ่งเป็นอาหารปรุงเนื้ออัสสัม แกงเนื้อเป็ด ปลาทอด และข้าว หลังอาหารค่ำ อาเบะและเอ็มมาเล่าเรื่องราวในวัยเด็กของพวกเขาจนถึงดึกดื่น เมื่อเขาผล็อยหลับไปในตอนเช้า เอ็มมาห่มเขาด้วยผ้าห่มนุ่มๆ เหมือนคุณแม่ยังสาวที่กำลังดูแลลูกชายวัยรุ่นของเธอ

อาเบะแสดงความปรารถนาที่จะวาดภาพพรหมบุตรที่ปรากฏจากระเบียงของเอ็มมา และเธอก็สนับสนุนเขา เขาเริ่มทำงานในวันรุ่งขึ้น และเอ็มมาก็ทำงานเขียนเรื่อง Naked Monks ของอินเดีย นานๆ ครั้ง เธอยืนอยู่ตรงหน้าขาตั้งของเขาและเฝ้าดูจังหวะสั้นๆ ของเขา พรรณนาถึงผืนน้ำสีฟ้าของแม่น้ำอันงดงามและริมฝั่งสีมรกตด้วยความอยากรู้อยากเห็นและชื่นชม เธอชอบที่จะเห็นอาเบะจดจ่ออยู่กับภาพวาดของเขา และสามารถจินตนาการถึงความยิ่งใหญ่ของงานเมื่อเขาสร้างเสร็จ

อาเบะใช้เวลาเกือบสามเดือนในการเข้าถึงสโต๊คสุดท้าย และเขาได้ตั้งชื่อมันว่า *เทพธิดาแห่งอัสสัม* และลงนามใน *นาม โสด* แม่น้ำดูเงียบสงบ มีเรือสองลำและเรือข้ามฟากขนาดใหญ่พร้อมริมฝั่งแม่น้ำที่อุดมสมบูรณ์ด้วยความเขียวขจี ภาพนี้รวบรวมความคาดหมายไว้อย่างครบถ้วน ไม่เพียงแต่ในธรรมชาติเท่านั้น แต่ยังรวมไปถึงสัตว์และมนุษย์ด้วย การอยู่ร่วมกันเป็นแบบไดนามิก ที่มุมของภาพ มีร่างผู้หญิงสองคนกำลังมองไปทางแม่น้ำจากระเบียง คนหนึ่งมีผมสีดำจรดติ่งหูของเธอ และอีกคนหนึ่งมีผมสี *ทอง* พวกเขายืนใกล้ๆ และจับมือกัน มีเพียงหลังใน *ภาพ เท่านั้น* เอ็มม่ายิ้ม

มองดูร่างผู้หญิงบนเงาแม่น้ำสีฟ้า แล้วบอกอาเบะว่าเธอชอบภาพวาดนี้มาก ภาพเขียนบนผ้าลินิน ขนาดสามร้อยสี่สิบเก้าซม. x สองร้อยสิบเอ็ดซม.

การเดินด้วยกันตามซอกมุมของเมืองกูวาฮาติในช่วงเย็นกลายเป็นเรื่องปกติสำหรับพวกเขา เพราะพวกเขาสนุกสนานกับการพบปะสังสรรค์ของแต่ละคน และใช้เวลาส่วนใหญ่ในร้านอาหารข้างทาง จิบชาทองคำของรัฐอัสสัม
การแต่งกายหลากสีสันของสาวสวยและหญิงสาวในรัฐอัสสัมทำให้พวกเขาหลงใหล และอาเบะก็เริ่มวาดภาพพวกเธอในภาพวาดหลายชิ้นของเขาที่ห่อหุ้มอยู่ในสถานที่แปลกใหม่ของเมือง

พวกเขานั่งเรือสองสามครั้งในพรหมบุตรในตอนเย็น เอ็มมาเป็นคนขี้เล่น
และบางครั้งเธอก็เอามือขวาจุ่มลงในแม่น้ำ ซึ่งไถน้ำเหมือนงูว่ายไปตามเรือ ในขณะที่เล่น
เอ็มม่าดูสง่างามเหมือนเกรซใน Mandovi และไม่ใช่เรื่องง่ายที่จะแยกแยะว่าใครเป็นใคร
อาเบะรักเพื่อนของเธอและคิดที่จะอยู่กับเธอและเดินทางระหว่างตามหาเกรซ
บ่อยครั้งที่เขารู้สึกว่าเขาได้พบกับเกรซแล้ว และการค้นหาเกรซก็ไม่จำเป็น
คนคนเดียวกันนั้นดูแตกต่างออกไป แม้ว่าความแตกต่างจะไม่น่าดึงดูดใจก็ตาม
เอ็มม่าคือเกรซที่มีรูปร่างหน้าตา ความรู้สึก และการตอบสนองแบบเดียวกัน ทุกอย่างเหมือนเดิมในตอนแรก
สุดท้ายแล้วความแตกต่างก็เป็นเพียงเส้นสัมผัสเท่านั้น อาเบะไม่สามารถแยกแยะแม่น้ำจากคลื่นของมัน
และคลื่นจากเรือได้ แม้แต่เอ็มมาจากเกรซ และเขาจากเอ็มมา

ที่ราบอันเขียวขจีทั้งสองด้านของพรหมบุตรผสานกับขอบฟ้าเป็นหนึ่งเดียว
พรหมบุตรได้รวมเข้ากับทุ่งหญ้าของรัฐอัสสัมซึ่งหลอมรวมกับขอบฟ้า
อาเบะนึกถึงการเดินทางอันน่าหลงใหลของเขากับเกรซในแม่น้ำมันโดวี
และเขาล้มเหลวในการแยกเรือออกจากแม่น้ำ และล้มเหลวในการแยกเรือออกจากแม่น้ำ
และล้มเหลวในการแยกเกรซออกจากเรือหรือเขาจากเกรซ จักรวาลเป็นหนึ่งเดียว
ทุกสิ่งที่ปรากฏคือจักรวาลที่มีความหลากหลาย และความหลากหลายก็รวมเข้าเป็นเอกเทศ

หลังจากนั้นไม่กี่วัน อาเบะก็เริ่มงานใหม่
และเอ็มมาก็ตกเป็นเป้าหมายของเขาขณะที่เธออยู่บนเรือเพียงลำพังในแม่น้ำ
ซึ่งอาจเป็นมันโดวีหรือพรหมบุตรก็ได้ เนื่องจากชายฝั่งของแม่น้ำไม่ปรากฏให้เห็น ภาพนั้นดูเหนือจริง
เงาของมันดูเหมือนเกรซจากมุมหนึ่ง แต่มองจากอีกมุมหนึ่งดูเหมือนแมรี แม็กดาเลน อาเบะตั้งชื่อมันว่า *A Girl in a Boat* และร้องเพลง *Celibate*

เย็นวันนั้นอาเบะนำเสนอให้เอ็มม่า "เอ็มม่า นี่คือของขวัญจากฉัน" เขากล่าว

เอ็มม่ารู้สึกสำลักด้วยอารมณ์ “ขอบคุณอาเบะ พระคุณของพระองค์ได้กลายมาเป็นฉันแล้ว และพระองค์คือพระเยซูผู้เปลือยเปล่าของฉัน ผู้ฟื้นคืนพระชนม์" เธอกล่าว

และทันใดนั้น เอ็มม่าก็จูบแก้มของเขา อาเบะรู้สึกประหลาดใจ สร้างความรู้สึกตื่นเต้นอันเป็นเอกลักษณ์ในตัวเขา มันน่ายินดีและน่าดึงดูดใจที่สุด เนื่องจากเป็นครั้งแรกที่ผู้หญิงคนหนึ่งจูบเขา อาเบะไม่เคยรู้เลยว่าการจูบที่แก้มสามารถกระตุ้น น่าพึงพอใจ น่าตื่นเต้น และสนุกสนานได้

"โอ้! เอ็มม่า" เขาเรียกชื่อเธอด้วยความตื่นเต้น

“อาเบะ อาเบะที่รัก" เธอพูดซ้ำ

“มันเป็นความรู้สึกใหม่ นุ่มนวลและงดงามมาก ฉันไม่เคยรู้เลยว่าการจูบสามารถสร้างระเบิดในตัวฉันได้" อาเบะกล่าว

“มันเป็นวิธีการแสดงความรักที่ละเอียดอ่อนที่สุด ลองนึกถึงแมรี แม็กดาเลน บุคคลที่มีวัฒนธรรมมากที่สุดในปาเลสไตน์ มีการศึกษาและมีความซับซ้อน เธอจูบคนรักของเธอในคืนนั้น พระเยซูทรงมีสง่าราศีเต็มที่หลังจากการฟื้นคืนพระชนม์ พระเยซูและมารีย์ชาวมักดาลาอยู่ตามลำพัง สาวกชายของพระเยซูซ่อนตัวอยู่ในถิ่นทุรกันดารกลัวที่จะปรากฏตัวในที่แจ้ง ไม่มีใครกล้าประกาศว่าพระเยซูเป็นอาจารย์ของเขา แมรี แม็กดาเลนรอพระองค์อยู่ในความมืดเพียงลำพัง เธอไม่มีความกลัวและมีความกล้าหาญเป็นตัวเป็นตน เธอมีความหวังที่จะได้พบคนรักของเธอ อาเบะ พระองค์คือพระเยซูของฉัน ผู้เปลือยเปล่า ฟื้นคืนพระชนม์จากความขี้ขลาด ความเขินอาย การยับยั้งชั่งใจ ความกลัว และความเหงา คุณดูงดงาม รุ่งโรจน์ และน่าหลงใหลอยู่เสมอ" เอ็มมาโต้ตอบ

“เอ็มมา แมรี่ แม็กดาเลนของฉัน" คำพูดของอาเบะนุ่มนวลและเต็มไปด้วยความรัก

“แต่เหล่าสาวกชายของพระเยซูขับไล่มารีย์ชาวมักดาลาและจนมุมอำนาจและตำแหน่งของเธอในศาสนจักร และเธอก็กลายเป็นผู้หญิงที่ถูกปฏิเสธ พวกผู้ชายเหล่านั้นวาดภาพเธอว่าเป็นคนบาป"

อาเบะมองไปที่เอ็มม่า เธอยิ้มด้วยลำแสงอันสวยงามของเกรซ

ไม่ว่าเกรซจะเคยจูบเขาที่แก้มของเขาหรือไม่ เธออาจจะจูบเขาในขณะที่เขาหลับอยู่ หรือเธออาจจะจูบเขาอย่างอ่อนโยนเมื่อพวกเขาอยู่บนเรือข้ามฟาก ไปยังเขตรักษาพันธุ์นก

ในขณะที่เรือกำลังลอยอยู่บนคลื่น เขาอาจจะไม่ได้สังเกตเห็นมัน แต่การจูบก็มีมนุษยธรรม
เขาเห็นเทพีแห่งอัสสัมอยู่ใกล้ๆ มีภาพวาดม้วนอยู่ในมือของเธอ ดวงตาสีเขียวของเธอแวววาว
และผมสีทองขยับขึ้นลงเล็กน้อยท่ามกลางสายลมเย็นจากพรหมบุตร

"เราไปเดินเล่นริมฝั่งแม่น้ำกันดีกว่า" อาเบะพูดกับเอ็มม่า

"ฉันพร้อมเสมอที่จะเดินกับคุณไปจนชั่วนิรันดร์" เอ็มมาตอบ

มีนักท่องเที่ยวหลายร้อยคน เอ็มม่าและอาเบะเดินเล่นอย่างเพลิดเพลินในยามเย็น
เวลาพลบค่ำมีเสน่ห์ที่เป็นเอกลักษณ์ ซึ่งอาจเป็นเพราะบริษัทของเอ็มม่า

พวกเขาทานอาหารเย็นกับอาหารอัสสัม

"อาเบะ ฉันเกือบจะเสร็จสิ้นโครงการวิจัยแล้ว และฉันจะเดินทางไปเนเธอร์แลนด์ภายในหนึ่งสัปดาห์"
เอ็มมากล่าวขณะที่พวกเขาอยู่ที่ร้านอาหาร

อาเบะไม่เคยคาดหวังว่าเอ็มม่าจะจากเขาไปเร็วขนาดนี้ ทันใดนั้น
เขาจำได้ว่าเธอบอกเขาว่าเธอจะกลับประเทศภายในหกเดือน
แต่เขารู้สึกไม่สบายใจและพบกับความว่างเปล่าในใจ

"คุณทำโครงการวิจัยของคุณสำเร็จแล้ว" อาเบะออกแถลงการณ์

"ใช่ ตอนนี้ฉันจะทำงานต่อในมหาวิทยาลัยต่อ"

อาเบะเงียบไปสักพัก หลังจากผ่านไปหลายปี เขาก็รู้สึกเหงาอีกครั้ง เกรซจากเขาไปเมื่อสิบเอ็ดปีที่แล้ว
เอ็มม่าจะไปเร็วๆ นี้ ชีวิตคือความสันโดษทั้งหมด มันก่อตัวเป็นวงกลมที่คับแคบ และไม่มีทางออกใด ๆ
จากพวกเขา ในที่สุด ทุกคนก็สร้างความโดดเดี่ยวเหมือนกำแพงคุกที่ไม่มีประตู
ไม่มีใครสามารถใช้ชีวิตของคนอื่นได้ในขณะที่คุณเดินทางโดยลำพัง

เย็นวันรุ่งขึ้น เอ็มมาได้พบกับอาเบะและบอกเขาว่าเธอกล่าวคำอำลากับ บาบา
และเขาก็อวยพรเธอและอวยพรให้เธอมีอนาคตอันรุ่งโรจน์

"เป็นเพราะ บาบา เท่านั้น ฉันจึงสามารถทำงานให้เสร็จได้ เขาเข้าใจความจริงจังของงานวิจัยของฉันได้
เนื่องจากเขาเป็นคนที่มีการศึกษาสูง คนที่สามารถให้เหตุผลและปฏิบัติตามได้"

"คุณโชคดีนะเอ็มม่า"

"ฉันก็โชคดีเหมือนกันที่ได้พบคุณอาเบะ"

เมื่อเธอออกเดินทาง อาเบะไปกับเอ็มมาไปสนามบิน เธอกำลังบินไปเดลี และบินตรงไปอัมสเตอร์ดัม

"อาเบะ มันเยี่ยมมาก ฉันมีโอกาสได้เจอคุณ ฉันนับถือมิตรภาพของคุณ
มันเป็นความสัมพันธ์ที่มีค่าที่สุดในชีวิตของฉัน" เอ็มมากล่าว

"เอ็มม่า ฉันก็สนุกกับมันเหมือนกัน ฉันชอบที่จะสานต่อความสัมพันธ์นี้ต่อไป" อาเบะ ได้ตอบกลับ

ทันใดนั้นเอ็มม่าก็กอดอาเบะ เขาสัมผัสได้ถึงหน้าอกอันอ่อนนุ่มของเธอที่แนบกับหน้าอกของเขา
เธออยู่ใกล้เขามากและเธอก็ลูบริมฝีปากบนแก้มของเขา อาเบะยังคงอยู่ในอ้อมกอดของเธอไม่กี่นาที
สำหรับเขา นี่เป็นประสบการณ์ครั้งแรกของการถูกผู้หญิงกอด จากนั้นเขาก็ค่อยๆ วางมือไว้ข้างหลังเธอ
กดเธอเข้าหาเขาแล้วพูดว่า: "เอ็มม่า ฉันรักคุณ"

ทันทีที่เธอได้ยินเธอก็มองดูเขา ดวงตาของเธอเป็นประกาย

"อาเบะ ฉันก็รักคุณเหมือนกัน ฉันจะเก็บเธอไว้ในใจของฉัน" เธอพึมพำ

"คุณจะอยู่ในใจฉันชั่วนิรันดร์" อาเบะตอบ

"ค้นหาพระคุณของคุณ หากคุณไม่พบเธอ หรือเธอไม่สามารถเข้าร่วมกับคุณได้
และไม่ต้องการแบ่งปันชีวิตของคุณ ฉันจะอยู่ที่นั่นและมีความสุขเสมอที่จะอยู่กับคุณไปจนสิ้นโลก"
เอ็มมากล่าว

"เอ็มม่า" อาเบะเรียกเธออีกครั้ง

เธอจูบแก้มทั้งสองข้างของเขาอีกครั้ง อาเบะจูบหน้าผากของเธอ
ซึ่งเป็นจูบแรกที่เขาเคยจูบกับผู้หญิงคนหนึ่ง และเอ็มม่าก็เคารพมัน

เที่ยวบินตรงเวลา อาเบะรู้สึกเหงา และวัดกูวาฮาติและคามาคยาก็กลายเป็นมนุษย์ต่างดาว
เขาคิดที่จะออกจากกูวาฮาติหลังจากอยู่ที่นั่นสองปี การได้พบกับ Aghori Sadhu และ Emma
เป็นเรื่องที่น่าพึงพอใจและมีคุณค่าอย่างยิ่ง
การมีส่วนร่วมของพวกเขาในการทำงานของเขามีมากมายเนื่องจากเขาสามารถวาดภาพรองและภาพวาดหลัก
สองภาพได้มากมายขณะอยู่ที่ Kamakhya

เมื่อไปถึงโกลกาตา อาเบะได้จัดนิทรรศการภาพวาดบางส่วนของเขา มีผู้คนมาร่วมงานเป็นจำนวนมาก หนังสือพิมพ์ ช่องทีวี และโซเชียลมีเดียให้คำวิจารณ์มากมาย และชาว Celibate ก็มีชื่อเสียง เขาขายภาพวาดได้หลายสิบชิ้น และจากการดำเนินคดี เขาได้เปิดสตูดิโอและศูนย์นิทรรศการ ซึ่งเขาเรียกว่า Grace-Emma Art Gallery (GEAG) สตูดิโอของเขาอยู่ตรงข้ามสะพาน Howrah
อันโด่งดังทางฝั่งตะวันออกของแม่น้ำ Hooghly ในโกลกาตา ผู้คนเรียกอาเบะว่า *คนโสด*
ในนามเขาเริ่มจัดสัมมนา ประชุม และนิทรรศการเพื่อเป็นประโยชน์ต่อจิตรกรรุ่นเยาว์และประชาชนทั่วไป ศิลปินหลายคนมาเยี่ยมชม GEAG
เพื่อเรียนรู้เทคนิคและรูปแบบที่ใช้ในการวาดภาพสมัยใหม่จากชาวเซลิเบต ภายในสองปี *หอศิลป์ Grace-Emma* เป็นที่รู้จักในเมืองโกลกาตา เมืองหลวงทางวัฒนธรรมของอินเดีย

ทันทีที่อาเบะตั้งรกรากในโกลกาตา เขาก็เริ่มทำงานสำคัญชื่อ *สะพานข้ามเดอะฮูกลี* บนผ้าลินินความหนาแน่นสูง ขนาดสามร้อยห้าซม. x สองร้อยสิบสามซม. โดยใช้สีน้ำมัน อาเบะใช้เวลามากกว่าหนึ่งปีในการทำงานให้เสร็จ สื่อต่างๆ ให้คำวิจารณ์ทางวิชาการเกี่ยวกับภาพวาดนี้ และชาวเบงกาลีจำนวนมากก็เริ่มหลั่งไหลเข้ามาใน GEAG เพื่อชม *สะพานข้ามแม่น้ำ Hooghly*
อาเบะรู้ว่าเบงกาลิสมีความรู้สึกด้านสุนทรียศาสตร์ที่พัฒนาขึ้นอย่างมาก และพวกเขาสามารถเพลิดเพลินกับความงามภายในของศิลปะได้มากกว่าใครๆ ในโลก
ภายในเวลาไม่กี่เดือน สะพานข้ามแม่น้ำ Hooghly
ก็กลายเป็นส่วนหนึ่งของนิทานพื้นบ้านและชีวิตทางวัฒนธรรมของชาวเบงกาลี ชายและหญิง นักเรียนและครู พ่อค้าและนักธุรกิจ เจ้าหน้าที่ตำรวจและทหาร รู้สึกภาคภูมิใจกับภาพ วาดของชาวโสด อาเบะรู้สึกมีความสุขที่ผู้คนที่มีความซับซ้อนในแคว้นเบงกอลสามารถเพลิดเพลินกับสัญลักษณ์ที่ซ่อนอยู่เบื้องหลังผลงานของเขาได้

ใน GEAG มีห้องโถงที่จัดแสดงเฉพาะภาพวาดของอาเบะเท่านั้น ผู้ชื่นชอบศิลปะจากทั่วอินเดียมาเยี่ยมชม *หอศิลป์ Grace-Emma* เพื่อสัมผัสความหลากหลาย ความงามจากภายใน
และคุณค่าอันไร้ขอบเขตของผลงานของเขา บรรดาผู้ชื่นชอบศิลปะจากประเทศจีน ญี่ปุ่น ยุโรปตะวันตกและตะวันออก และสหรัฐอเมริกาต่างเริ่มมาเยี่ยมชม GEAG ทีละน้อย
หลายคนประหลาดใจกับภาพวาดเหล่านี้ โดยเฉพาะ The Naked Monk, The Goddess of Assam และ The Bridge Over the Hooghly

อาเบะเริ่มเพลิดเพลินกับความสงบและความเงียบสงบจากภายใน ในไม่ช้าเขาก็ซื้อเปียโนและเล่น Bach และ Mozart ซึ่งเขาเรียนอยู่ที่ College of the Jesuits เป็นเวลาสามปี
เขาสนุกกับการนั่งเล่นเปียโนซึ่งเขาเรียกว่า *เดียร์เกรซ* ประมาณสองชั่วโมงต่อวัน
ดนตรีทำให้เขาสร้างอารมณ์ที่นุ่มนวลและอ่อนโยนของมนุษย์ และวาดภาพบุคคลที่น่าหลงใหลที่สุด
และโกลกาตาก็ชักชวนให้เขาเป็นศิลปินที่ให้ความรู้สึกละเอียดอ่อนของมนุษย์

ภายในห้าปีหลังจากเปิด GEAG
เซลิเบตก็ทำผลงานภาพเขียนระดับรองและภาพเขียนที่สำคัญอีกสามภาพได้สำเร็จ
หนึ่งในนั้นคือภาพเหมือนของเอ็มมา ซึ่งมีชื่อว่า *The Flower Girl*
ซึ่งเอ็มมาประดับดอกไม้หลากสีบนผมและใบหูของเธอ ดวงตาสีเขียวของเธอโดดเด่นและเฉียบคม
ริมฝีปากยกขึ้นเล็กน้อย แก้มเครูบ ภาพนี้อยู่บนแผ่นไม้ป็อปลาร์ที่มีสีน้ำมันลินสีด
ความหนืดของสีได้รับการแก้ไขโดยการเติมตัวทำละลาย และอาเบะใช้วานิชเพื่อปรับสมดุลความมันเงา
ขนาดของภาพบุคคลคือเจ็ดสิบเจ็ดซม. ถึงห้าสิบสามซม.
เมื่อเสร็จแล้วอาเบะก็เก็บมันไว้ในห้องนอนของเขา

ในขณะเดียวกัน Abe ได้รับคำเชิญจาก *Whitworth Art Gallery* ให้จัดแสดง *The Naked Monk*
ภายในสองวันหลังนิทรรศการ ผู้มีความรู้หลายพันคนแห่กันไปดูผลงานของเขา
มันกลายเป็นที่ฮือฮาในทันที และ Celibate
และงานศิลปะของเขาก็กลายเป็นเป้าหมายของการอภิปรายทางวิชาการทางทีวีในระหว่างการสัมมนาและการประชุม หนังสือพิมพ์เขียนบทความที่สร้างแรงบันดาลใจเกี่ยวกับ *The Naked Monk* และผู้สร้าง *Celibate*

Emma ไปเยี่ยม Abe ในเมืองโกลกาตาหลายครั้งตั้งแต่ก่อตั้ง GEAG และเธอก็รักบริษัทของ Abe
และเขาก็สนุกกับการได้อยู่กับ Emma เช่นกัน
ความเจ็บปวดเพียงอย่างเดียวของเขาคือการไม่มีเกรซผู้เป็นที่รักซึ่งเขาโหยหาในวัยเด็กทั้งหมด
เขาคงจะรู้สึกมีความสุขถ้าเกรซอยู่ที่นั่นและอยู่กับเขาตลอดไป

ในปีที่หกของการเปิด GEAG อาเบะได้สร้างสรรค์ผลงานใหม่ชื่อ *The Chess Player*
ซึ่งเป็นสไตล์การแสดงออก และอาเบะก็มีโอกาสจัดแสดงผลงานดังกล่าวใน *พิพิธภัณฑ์ลูฟวร์* ในกรุงปารีส
เขาได้รับโทรศัพท์จากนักธุรกิจเทคโนโลยีสารสนเทศของจีนในวันแรก และซื้อมันในราคาที่ไม่เปิดเผย
เมื่อกลับมาที่โกลกาตา อาเบะเริ่มงานใหม่ชื่อ *The Hug* ซึ่ง

เป็นธีมที่มีต้นกำเนิดในขณะที่เขาอยู่กับคณะเยสุอิต และต้องใช้เวลาหลายเดือนกว่าจะเสร็จ งาน
เอ็มมาจัดนิทรรศการภาพวาดใน พิพิธภัณฑ์ *Rijksmuseum* ในอัมสเตอร์ดัม
ต่อมาอาเบะได้จัดแสดงผลงานดังกล่าวใน หอศิลป์ *Uffizi* ในฟลอเรนซ์ และที่ *Padro* ในมาดริด
เอ็มมาเดินทางไปกับอาเบะไปยังเนเธอร์แลนด์ อิตาลี และสเปน และอาเบะพบว่าการมีอยู่ของเธอช่วยได้
แต่เขารู้สึกเจ็บปวดที่เกรซไม่ได้อยู่ที่นั่นเพื่อดูความสำเร็จของเขาและแบ่งปันชื่อเสียงของเขา

ทันใดนั้น เมื่อเขากลับมาที่สตูดิโอของเขาในเมืองโกลกาตาตามลำพัง อาเบะก็รู้สึกไม่สบายใจ
มีความวิตกกังวลและความว่างเปล่าอย่างอธิบายไม่ถูกในใจของเขาซึ่งกินเวลานานหลายวัน
เขาเริ่มหงุดหงิดและหยุดพูดคุยกับพนักงานในสตูดิโอ หลายคนยังคงรักษาความสัมพันธ์อันอบอุ่นกับเขา
แต่ก็แปลกใจที่เห็นการเปลี่ยนแปลงอย่างกะทันหันของเขา พวกเขารู้สึกกังวลเกี่ยวกับสุขภาพของเขา
เจ้าหน้าที่เชื่อว่าอาจมีเรื่องแปลกๆ เกิดขึ้นกับ Celibate เมื่อเขามาเยือนยุโรป
พวกเขาทุกคนรู้จักเขาในฐานะคนร่าเริง ให้กำลังใจ
และใจดีที่คิดถึงสวัสดิภาพและสิ่งที่ดีกว่าของตนเองอยู่เสมอ

แต่อาเบะทนทุกข์ทรมานอย่างเงียบ ๆ และไม่เคยคิดที่จะแบ่งปันความเจ็บปวดทางจิตของเขากับใครเลย
เขาหยุดวาดภาพผลงานใหม่และยังคงอยู่ในอพาร์ตเมนต์ของเขาที่ติดกับสตูดิโอ
มีความเศร้าในดวงตาของเขา ขัดขืนและหดหู่มาก อาเบะหยุดติดต่อกับเอ็มมา
และอีเมลของเธอยังคงยังไม่ได้อ่าน ไม่ใช่เพราะเขาไม่ได้รักเธอ
แต่เป็นเพราะเขาไม่สามารถตอบแทนความรักของเธอได้ เขาไม่รู้ว่าจะโต้ตอบเธออย่างไร
ขณะที่จิตใจของเขาเต็มไปด้วยความเกียจคร้านและความเกียจคร้าน

อาเบะหมดความสนใจในการวาดภาพ นักเรียนศิลปะค่อยๆ หยุดมาที่สตูดิโอของเขา
และมีการสัมมนาและการประชุมที่ หอศิลป์ *Grace-Emma* น้อยลง
แม้ว่าบัญชีธนาคารของเขาจะมีเงินสดเพียงพอ และคนงานได้รับเงินเดือนเป็นประจำ
แต่พวกเขาก็ไม่ได้รับความพึงพอใจในการทำงาน และประมาณ 12
คนในจำนวนนี้ออกจากสตูดิโอทีละคนภายในหกเดือน ผู้ที่ไม่ได้หลบหนีคือผู้จัดการหอศิลป์ ภัณฑารักษ์
และเลขานุการของเขา อาเบะค่อยๆ หยุดสื่อสารกับพวกเขา และความเงียบก็แผ่ซ่านไปทั่วสตูดิโอ GEAG
กลายเป็นสุสานแห่งความเงียบงัน ผู้จัดการได้ปรึกษาแพทย์และผู้เชี่ยวชาญหลายคน
และไม่มีใครสามารถช่วยอาเบะได้ สำหรับพวกเขาทั้งหมด อาเบะเป็น "คดีที่หายไป"

ภัณฑารักษ์เห็นว่าอาเบะหงุดหงิดง่าย วิตกกังวล และแสดงความรู้สึกผิดอย่างต่อเนื่อง
อาเบะไม่สามารถสื่อสารกับเลขาของเขาได้ และเธอก็รู้ว่าเจ้านายของเธอรู้สึกเหนื่อยล้าอยู่ตลอดเวลา
และความเหนื่อยล้าอย่างรุนแรงก็ครอบงำเขา
เขาหยุดแบ่งปันกับโลกภายนอกและเล่นเปียโนด้วยกันเป็นเวลาหลายชั่วโมง
แต่ภายในสามเดือนเขาก็เลิกเล่นมันกะทันหัน
อาเบะไม่มีสมาธิและจำไม่ได้แม้แต่รายละเอียดสำคัญเฉพาะของสตูดิโอของเขา
จดหมายหลายฉบับจากยุโรปและอเมริกาเชิญชวนอาเบะให้แสดงผลงานของเขายังคงไม่ได้รับคำตอบ

อาเบะมีปัญหาเรื่องการนอนหลับ เขาเปลี่ยนรูปแบบการนอนของเขา เป็นเวลาหลายสัปดาห์ด้วยกัน
เขายังคงตื่นในตอนกลางคืนและนอนหลับในตอนเช้าจนถึงเที่ยงวัน
มันเป็นเรื่องยากสำหรับเขาที่จะผ่อนคลายในบางวัน บางวันก็นอนต่อเนื่องยี่สิบถึงยี่สิบสี่ชั่วโมง
การตื่นเช้าเกินไปเป็นอีกปัญหาหนึ่งที่เขาเผชิญ บ่อยครั้งที่มีฝันร้ายที่น่าสะพรึงกลัว และในหลายๆ ครั้ง
เขาประสบอุบัติเหตุขณะเดินทางกับเกรซ
เขาเศร้าใจอย่างยิ่งที่เห็นศพของเธอระหว่างที่เห็นภาพหลอนเหล่านั้นและร้องไห้ออกมาดังๆ
อาเบะสูญเสียความต้องการทางเพศและรู้สึกว่าเขากลายเป็นคนไม่มีเพศสัมพันธ์ อาการปวดหัว
ปวดเมื่อยตามร่างกาย ปวดท้อง ปวดข้อ และตะคริว ทำให้เขาต้องล้มป่วย

เลขานุการของเขาได้ปรึกษาผู้เชี่ยวชาญด้านสุขภาพจิต
แพทย์ให้ความเห็นว่าอาเบะกำลังทุกข์ทรมานจากภาวะซึมเศร้าฝังลึกซึ่งเขาต้องแบกรับมาหลายปี
ผู้เชี่ยวชาญด้านสุขภาพจิตแนะนำว่าสิ่งที่ต้องการคือความรักและความเอาใจใส่จากคนใกล้ชิดผู้ป่วย
การกอด การกอด การแบ่งปัน แพทย์กล่าวเพิ่มเติมว่า อาเบะกำลังประสบกับการสูญเสียความรัก
การพรากผู้เป็นที่รัก และการไม่มีใครสักคนที่เขาสามารถถ่ายทอดความปรารถนาให้ได้
ในขณะที่เขาประสบความเสียหายที่ไม่อาจกู้คืนได้
เขาต้องการการแสดงความรักอย่างไม่มีขีดจำกัดจากคนที่มีค่ามาก
คนที่สามารถมอบความอบอุ่นให้กับร่างกาย หัวใจ และจิตใจของเขาได้
จำเป็นต้องนำอาเบะกลับสู่โลกแห่งความหวัง ความสุข ความสุข และการอยู่ร่วมกัน

อาเบะต้องการความช่วยเหลือ
เนื่องจากเขาต้องเผชิญประสบการณ์เลวร้ายทันทีหลังจากกลับจากการทัวร์ยุโรป จิตแพทย์วิเคราะห์
นอกจากนี้ นักบำบัดยังเตือนด้วยว่าเขาอยู่ในภาวะซึมเศร้าขั้นสูง

เลขานุการส่งอีเมลถึง Emma เพื่ออธิบายทุกอย่าง และ Emma ก็ไปถึงโกลกาตาภายในสามวัน เมื่อเห็นอาเบะ เธอร้องไห้เสียงดังและกอดเขาซ้ำแล้วซ้ำเล่า โดยบอกว่าเขาจะหายจากอาการป่วยโดยเร็วที่สุด เธอปรึกษากับแพทย์ที่ดีที่สุดในโกลกาตา พวกเขาวินิจฉัยอาเบะและจัดทำแผนการรักษา กระบวนการฟื้นฟู และแผนการฟื้นฟูอย่างละเอียด Emma เริ่มใช้เวลาส่วนใหญ่ที่เธอตื่นอยู่กับเขา เธอเล่นเปียโนเพื่อดึงดูดความสนใจของอาเบะ และใช้เวลาประมาณสองสัปดาห์กว่าที่เธอจะมีสมาธิกับดนตรี

Emma เริ่มทำอาหารของ Abe และป้อนอาหารจานโปรดของเขาเล็กน้อย 5-6 ครั้งต่อวัน การตัดสินใจที่สำคัญที่สุดที่เอ็มม่าทำคือการนอนกับอาเบะบนเตียงเดียวกัน เธอวางมือขวาโอบรอบตัวเขาตลอดทั้งคืนและกดเขาเข้าหาเธอเพื่อที่อาเบะจะได้นอนหลับสบาย หลายคืนเอ็มมาปล่อยให้เขาเอาศีรษะไปบนตักของเธอขณะที่เธอนั่งอยู่บนเตียงเพื่อที่เขาจะได้พักผ่อนอย่างเต็มที่โดยไม่ฝันร้าย เธอนวดหน้าผาก คิ้ว แก้ม ริมฝีปาก กราม และจมูกของเขาเพื่อให้เขาสบายตัวและรู้สึกถึงการดูแลและปกป้องเมื่อจิตใจของเขาวิตกกังวลและวุ่นวาย เอ็มม่ากลายเป็นแม่ น้องสาว ลูกสาว และผู้เป็นที่รักของอาเบะ เพื่อช่วยให้เขาพ้นจากความสูญเสียและการถูกปฏิเสธ

ทุกเช้า เอ็มมาเตรียมกาแฟบนเตียงให้เขาและช่วยให้เขาจิบกาแฟเพื่อเพลิดเพลินกับกลิ่นหอมและรสชาติของมัน เธอเริ่มเล่นหมากรุกกับเขา โดยสังเกตเห็นกระดานหมากรุกอยู่ในตู้ของเขา

อาเบะไม่สามารถมีสมาธิได้นานกว่าห้านาที เธอจึงช่วยเขาเดินไปรอบๆ จับมือเขาและปกป้องเขาจากการล้มที่อาจเกิดขึ้น เธออาบน้ำอุ่นให้เขาทุกเช้า และเช็ดผมและร่างกายของเขาด้วยผ้าขนหนูผ้าฝ้าย ด้วยการช่วยเขาแปรงฟัน โกนเครา หวีผม และช่วยเขาสวมเสื้อผ้า เอ็มมาก็เริ่มมีงานยุ่ง เธอสนุกกับการตัดผมของเขาทุกๆ สิบห้าวัน พูดคุยกับเขาอย่างไม่รู้จบขณะตัดผม และสนับสนุนให้เขาคุยกับเธอ

เอ็มม่าร้องเพลงเป็นภาษาดัตช์ เธอมักจะท่องบทจาก Gita Govindam และอธิบายความรักที่ซ่อนอยู่ในทุกคำ เธอบอกอาเบะว่าเขาคือพระกฤษณะของเธอ และเธอก็เป็นราธาของเขา ทั้งสองคนกำลังร้องเพลงและเต้นรำอยู่ริมฝั่งแม่น้ำยมุนา

ภายในหกเดือนหลังจากการมาถึงของ Emma Abe สามารถก้าวเล็กๆ ในขณะที่ Emma กำลังอุ้มเขาไว้ และเธอก็ตระหนักว่า Abe สามารถฟื้นตัวได้ เอ็มมาพูดคุยกับเขาเสมอ เล่าเรื่อง พูดถึงภาพวาดของเขา

นิทรรศการในยุโรปและอเมริกา และการยกย่องชมเชยที่เขาได้รับทุกที่ เธอช่วยเขาเล่นเปียโน อาเบะสนุกกับมันและรักเพื่อนของเธอ

อาเบะสามารถเล่นเปียโนได้อย่างต่อเนื่องโดยไม่ได้รับความช่วยเหลือจากเธอ

เมื่อรู้ว่าอาเบะควรระบายอารมณ์ของเขา เพราะเขาไม่ควรเก็บอารมณ์เหล่านั้นไว้ในใจโดยไม่มีทางออก เอ็มม่าจึงช่วยอาเบะพูดและหัวเราะเสียงดัง มันทำให้อาเบะรู้สึกเป็นอิสระและระบายความโศกเศร้า ความกังวล และความวิตกกังวลออกไป

เอ็มมารู้ว่าอาเบะจำเป็นต้องออกกำลังกายกลางแจ้งเป็นประจำเพื่อหายใจได้อย่างถูกต้องและยืดกล้ามเนื้อโดยไม่ปวดเมื่อยและเป็นตะคริว

เธอพาเขาไปที่สวนในบ้านของเขาบนรถเข็นและเข็นรถเข็นด้วยกันเป็นเวลาหลายชั่วโมงในขณะที่คุยกับเขา และร้องเพลงให้เขาฟังหรือท่องบทกวีอีโรติกจาก Gita Govindam

Emma อยู่กับ Abe มาเกือบแปดเดือน และเธอก็เริ่มพาเขาไปเที่ยวไกลๆ ในเมืองโกลกาตา โดยในแต่ละวันจะไปเยี่ยมชมอนุสาวรีย์หรือสถานที่ที่น่าสนใจที่มีชื่อเสียงแห่งหนึ่ง พวกเขาไปเยี่ยมชมอนุสรณ์สถานวิกตอเรีย, วิหาร Kalighat, ป้อมวิลเลียม, ท้องฟ้าจำลอง Birla, พิพิธภัณฑ์อินเดีย, บ้านแม่, เมืองวิทยาศาสตร์, อาสนวิหารเซนต์พอล, คฤหาสน์วังหินอ่อน, สวนอีเดน, สวนสัตว์ Alipore และ วิทยาลัยเซนต์ซาเวียร์. พวกเขาเดินจับมือกันและพูดคุยเกี่ยวกับศิลปะ ดนตรี เกมหมากรุก *Aghori Sadhus* Kumbh Mela นิทรรศการศิลปะ อาณานิคมของเนเธอร์แลนด์ในอินเดียและอินโดนีเซีย และหัวข้ออื่นๆ อีกมากมาย พวกเขาสนุกกับการนั่งคุยกันและขับรถ

อาเบะและเอ็มมาไปร้านอาหารหลายแห่งเพื่อเพลิดเพลินกับอาหารเบงกาลี

อาเบะหายจากอาการป่วยภายในเก้าเดือน แต่เขายังไม่มีสมาธิกับการอ่าน การเขียน และการวาดภาพ Emma เริ่มรับสมัครพนักงานใหม่สำหรับสตูดิโอและ *หอศิลป์ Grace-Emma* และให้การปฐมนิเทศอย่างละเอียดเป็นเวลาหนึ่งเดือนเกี่ยวกับลักษณะหน้าที่ต่อหน้าอาเบะ อาเบะเริ่มงานเบื้องต้นจัดสัมมนา สัมมนา และนิทรรศการอีกครั้งหนึ่ง ภายในสองเดือน GEAG ก็มีชีวิตขึ้นมา นักท่องเที่ยวทั้งชาวต่างประเทศและชาวท้องถิ่นหลายร้อยคนเริ่มเข้าชมนิทรรศการศิลปะ

พระภิกษุเปลือยแห่งพระยา

Emma ต้องการให้แน่ใจว่าเพื่อนของเธอฟื้นตัวและสามารถทำงานของเขาได้อย่างอิสระ อาเบะยังคงนอนหลับสบายบนมือขวาของเอ็มม่าขณะอยู่บนเตียง เมื่อตื่นขึ้น เธอเอาศีรษะวางบนตักและเล่าเรื่องราวมากมายจากนิทานพื้นบ้านของชาวดัตช์ วรรณกรรมชาดกทางพุทธศาสนาที่มีชั้นสัญลักษณ์ที่ซับซ้อน และปุรณะอันน่าหลงใหลที่เขียนในภาษาสันสกฤต ภายในหนึ่งปีหลังจากที่เธอมาถึง อาเบะก็เริ่มวาดภาพอีกครั้ง เอ็มม่าให้แนวคิดและธีมแก่เขาในการวาดภาพใหม่ เขาทำงานหกเดือนเพื่อทำงานให้เสร็จและขอให้เอ็มมาตั้งชื่อ เธอเสนอชื่อเรื่อง: *The Kiss* และอาเบะก็ชอบมัน

เอ็มม่าและอาเบะยังคงเล่นหมากรุกต่อไป และในไม่ช้าอาเบะก็พบว่าเขาสามารถเอาชนะเธอได้อย่างง่ายดายภายในสิบห้ากระบวนท่า เอ็มม่าไม่เคยชนะเกมกับอาเบะเลย

เอ็มมาอยู่กับอาเบะประมาณหนึ่งปีครึ่ง และในช่วงเดือนที่ผ่านมา อาเบะก็หายจากภาวะซึมเศร้าอย่างสมบูรณ์ ถึงเวลาแล้วที่เอ็มมาจะต้องกลับไปอัมสเตอร์ดัมและกลับมาปฏิบัติหน้าที่ในมหาวิทยาลัยต่อ

“อาเบะ ฉันดีใจมากที่คุณหายดีแล้ว และมีสมาธิกับการทำงานในสตูดิโอของคุณได้”

" เอ็มม่า มันเป็นเพราะคุณ ความรักของคุณช่วยฉันจากความตาย"

“ถ้าฉันไม่ได้ทำอะไรให้คุณ ฉันคงเป็นโรคซึมเศร้าตายไปแล้ว" คุณคือฉัน และไม่มีพลังใดสามารถแยกฉันจากคุณ" เอ็มมากล่าว

“คุณพูดถูก ความรักลึกซึ้งกว่าการตกหลุมรักมาก เมื่อเรารัก เราก็กลายเป็นอีกคนหนึ่ง ไม่มีการแบ่งแยก" อาเบะแสดงความคิดเห็น

“ฉันเห็นด้วยกับคุณอาเบะ ความรักไม่ใช่กิจกรรมภายนอก มันเป็นงานภายใน คือการประสานกันของหัวใจสองดวง การรวมตัวกันของมนุษย์สองคนที่เป็นอิสระ"

"เอ็มม่า น่าจะมีคนที่รักอย่างน้อยสองคน ฉันอาจไม่เห็นด้วยกับพฤติกรรม ทัศนคติ ความคิดเห็น และอุดมการณ์ของบุคคลอื่น บางครั้งฉันอาจแสดงออกถึงความไม่เห็นด้วยทั้งคำพูดและการกระทำ แต่ในความรักอีกฝ่ายอยู่เหนือพฤติกรรมและการกระทำของเธอ สิ่งที่ฉันรักคือความสมบูรณ์ของบุคคล"

"จริงแท้แน่นอน. คนอาจตกหลุมรักด้วยเหตุผลที่เห็นแก่ตัว ตกหลุมรักเมื่อถูกเหตุผล ล้มเหลวในการพบกัน และบางครั้งก็ไม่มีอะไรจะได้อะไรอีกแล้ว ที่นี่สิ่งที่ขาดไปคือการดำรงอยู่ของบุคคลในฐานะบุคคล"

"ผมเข้าใจมุมมองของคุณ.
การตกหลุมรักอาจนำไปสู่การหมดรักเมื่อความปรารถนาของคุณตรงกันข้ามกับความเป็นจริง การตกหลุมรักอาจเป็นเรื่องที่อยู่รอบข้างและไม่ถาวรหากล้มเหลวในการค้นหาบุคคลนั้น นอกจากนี้คุณไม่จำเป็นต้องตกหลุมรักใครสักคนเพื่อที่จะรักคนนั้น แม้ว่าจะไม่ตกหลุมรัก แต่ความรักที่คุณมีต่อบุคคลนั้นก็สามารถเติบโตและเจริญรุ่งเรืองได้" อาเบะกล่าว

"คุณพูดถูกอาเบะ
ข้อโต้แย้งของคุณยังนำไปสู่ความเป็นไปได้อีกอย่างหนึ่งซึ่งมีความถูกต้องและเป็นไปได้เท่าเทียมกัน ชายหรือหญิงสามารถตกหลุมรักคนมากกว่าหนึ่งคนพร้อมกันได้"

"นั่นก็จริงนะเอ็มม่า ฉันรักเกรซโดยไม่มีการแยกจากกัน ฉันรักคุณไร้ขอบเขต ไม่มีเงื่อนไข"

เอ็มม่ามองไปที่อาเบะ อาเบะยอมรับเป็นครั้งแรกว่าเขารักเธอและรักเธออย่างไม่มีเงื่อนไข ความสุขที่มอบให้กับเอ็มมานั้นยิ่งใหญ่มาก และเธอรู้สึกว่าหัวใจของเธอระเบิดด้วยความสุข

"ฉันรักคุณมาก. ฉันไม่มีคำพูดใดที่จะแสดงความยินดี เมื่อฉันคิดถึงคุณ ฉันรู้สึกว่าคุณมีตัวตนอยู่ในตัวฉัน คุณเป็นความรู้สึกที่ไม่สิ้นสุดในตัวฉัน
ดังนั้นคุณจึงกลายเป็นความสมบูรณ์ของการดำรงอยู่ของฉันอาเบะที่รัก"

"เอ็มม่า ฉันดีใจมากที่ได้ยินแบบนั้น แต่ฉันก็รักเกรซเหมือนกัน เธอแยกกันไม่ออกเหมือนคุณ และฉันไม่สามารถมีชีวิตได้หากปราศจากเกรซ อนาคตที่ปราศจากเกรซ ฉันก็อยู่ไม่ได้ถ้าไม่มีคุณเช่นกัน สมมุติว่าถ้าท่านปฏิเสธข้าพเจ้า ข้าพเจ้าจะตายด้วยความหดหู่ใจ และข้าพเจ้าจะไม่สามารถมีชีวิตอยู่ต่อไปได้"

"อาเบะ นี่เป็นความรู้สึกที่แท้จริง เป็นอารมณ์ที่แท้จริง และคุณก็พูดอย่างนั้น ของคุณคือความรักที่แท้จริง คุณรักเกรซและฉัน เราทั้งคู่แยกจากคุณไม่ได้

และคุณไม่สามารถคิดถึงสถานการณ์ที่ไม่มีเราคนใดคนหนึ่งสำหรับคุณ
หรือพวกเราคนใดคนหนึ่งปฏิเสธความรักของคุณ"

"คุณพูดถูก คุณสองคนกลายเป็นการดำรงอยู่ของฉัน คุณทั้งสองคนคือฉัน" อาเบะ ได้ตอบกลับ

"ฉันรู้สึกได้ รู้สึกได้ และมีประสบการณ์มาแล้ว" เอ็มมาตอบ

"จนถึงวันนี้ ฉันไม่มีความสัมพันธ์ทางเพศกับคุณ และฉันไม่เคยคิดถึงเรื่องนี้เลย
แต่ฉันมีความปรารถนาอย่างแรงกล้าที่จะมีเซ็กส์กับเกรซแต่ไม่อยากทำให้เธอขุ่นเคือง
ฉันไม่ต้องการดูหมิ่นศักดิ์ศรีของเธอ ฉันไม่ชอบตั้งคำถามถึงความเท่าเทียมของเธอ
ฉันมักจะพยายามบอกเธอว่าฉันชอบมีเซ็กส์กับเธอ แต่ฉันไม่ได้ทำเพราะรู้สึกว่าเธออาจจะต่อต้านมัน
เพราะมันเป็นการละเมิดเสรีภาพของเธอ ฉันเคารพผู้หญิง
ความเป็นส่วนตัวและความสามารถในการตัดสินใจอย่างอิสระของพวกเขา
และฉันซาบซึ้งและให้เกียรติคุณและเกรซ
พฤติกรรมดังกล่าวฉันเรียนรู้จากพ่อแม่ที่ยอมรับในเสรีภาพของฉัน ฉันยังคงโสด
ไม่ใช่เพราะเกรซหรือเพราะคุณ มันเป็นตัวเลือกของฉัน การตัดสินใจ

"แต่อาเบะ คุณจะมีปฏิกิริยาอย่างไรหากฉันบอกคุณว่าฉันรักคนอื่นแบบเดียวกับที่ฉันรักคุณ
และฉันก็มีความสัมพันธ์ทางเพศกับคนนั้นด้วย"

" เอ็มม่า ฉันจะไม่ยุ่งเกี่ยวกับชีวิตส่วนตัวของคุณ
ฉันไม่เคยถามคุณว่าคุณแต่งงานแล้วหรือรักใครหรือเป็นพรหมจารีหรือไม่
พวกเขาเป็นชีวิตส่วนตัวของคุณและฉันไม่มีสิทธิ์ถามคำถามเช่นนั้น
ฉันยอมรับคุณในฐานะบุคคลที่มุ่งมั่นในการตระหนักรู้ในตนเองและเป็นบุคคลที่มีความสามารถและเสรีภา
พในการตัดสินใจ
ฉันรักคุณเพราะฉันชื่นชมคุณในฐานะที่คุณเป็นคนอิสระและฉันสัมผัสถึงการมีอยู่ของคุณภายในตัวฉัน
ในทำนองเดียวกัน ฉันไม่รู้อะไรเกี่ยวกับเกรซเลย เราอยู่ด้วยกันเก้าเดือน นอนบนเตียงเดียวกัน
ทำงานร่วมกัน แบ่งอาหาร ไปเที่ยวร้านอาหารมากมาย ไปปิกนิกและว่ายน้ำ ฉันไม่เคยสัมผัสเธอ
แต่ฉันรักเธอเกินกว่าจะอธิบายได้ ฉันรู้ว่าเธอก็รักฉันเหมือนกัน เธอจากฉันไปเพราะเธอมีเหตุผลที่ถูกต้อง
แม้จะไม่ได้บอกเหตุผลของเธอให้ฉันฟัง เธอก็เป็นอิสระที่จะไป ซึ่งเป็นอิสระของเธอ
คุณบอกฉันว่าเธออาจจะตามหาฉันมาสิบเก้าปีแล้ว ฉันก็ตามหาเธอเหมือนกัน

ถ้าเธอแต่งงานหรือมีลูกก็ไม่ส่งผลกระทบต่อฉัน ความรักที่ฉันมีต่อเธอนั้นอยู่เหนือเสรีภาพของเธอ ฉันรักเกรซ; นั่นคือทั้งหมดที่ และฉันรักเอ็มม่านั่นคือทั้งหมด ฉันรักคุณทั้งสองโดยไม่มีเงื่อนไขใด ๆ "

"ไม่มีกฎเกณฑ์ว่าบุคคลหนึ่งสามารถมีเพศสัมพันธ์ได้เพียงคนเดียวเท่านั้น การมีคู่สมรสคนเดียวขัดต่อจิตวิทยาและชีววิทยาของมนุษย์ โดยธรรมชาติแล้ว โฮโมเซเปียนสนุกกับการมีเพศสัมพันธ์กับคนจำนวนมากและพระกฤษณะ และ *โกปิกา* ก็เป็นตัวอย่างที่ดีที่สุด ในมหาภารตะ ลูกของ Kunti มีบรรพบุรุษต่างกัน วัด Khajuraho และ Kamakhya เป็นตัวอย่างสูงสุดของชายและหญิงที่มีคู่นอนมากกว่าหนึ่งคน แต่ความรักก็อยู่เหนือเพศเช่นกัน มันเป็นการรวมตัวของหัวใจ ไม่ใช่ที่อวัยวะเพศเสมอไป กฎทั้งหมดถูกสร้างขึ้นโดยมนุษย์ และคุณสามารถทำลายกฎเหล่านั้นได้ตามต้องการ เป็นไปตามกฎของความสัมพันธ์แบบคู่สมรสคนเดียวมีไว้เพื่อการละเมิดเนื่องจากไม่สอดคล้องกับธรรมชาติของมนุษย์ ผลการศึกษาพิสูจน์ว่ามนุษย์ที่ยังมีชีวิตอยู่ส่วนใหญ่ ทั้งที่แต่งงานแล้วและยังไม่ได้แต่งงาน มีคู่นอนหลายคน" เอ็มมาวิเคราะห์

"แนวคิดเรื่องการนอกใจคือการโกหกตัวเอง แต่ฉันไม่สนใจแม้แต่เรื่องนั้น" อาเบะกล่าว

"ชายหรือหญิงสามารถมีความสัมพันธ์ใกล้ชิดกับบุคคลมากกว่าหนึ่งคนได้ ความใกล้ชิดไม่ได้หมายถึงเรื่องทางเพศเสมอไป อาจมีความสัมพันธ์ที่ไม่เกี่ยวกับเรื่องเพศ สนิทสนม และแยกกันไม่ออก เช่นเดียวกับคุณและฉัน เนื่องจากเราไม่เคยมีเพศสัมพันธ์"

"เอ็มม่า คุณสร้างแรงบันดาลใจให้ฉันคิดเสมอ ใช่ ความสัมพันธ์ใกล้ชิดกับบุคคลมากกว่าหนึ่งคนเป็นไปได้ และเราทั้งคู่ได้พิสูจน์แล้ว สำหรับฉัน ความรักระหว่างบุคคลที่เกี่ยวข้องกับความสัมพันธ์ดังกล่าวนั้นแท้จริงและลึกซึ้ง ในช่วงไม่กี่ปีที่ผ่านมา ฉันไม่สามารถคิดถึงชีวิตที่ไม่มีคุณได้เลย ความสัมพันธ์ขึ้นอยู่กับว่าผู้คนเข้าใจธรรมชาติและความหมายของการอยู่ร่วมกันอย่างไร"

"ผู้หญิงสามารถรักผู้ชายได้มากกว่าหนึ่งคนในเวลาเดียวกัน ปัญหาเกิดขึ้นเมื่อเราคิดถึงสถาบันการแต่งงาน แต่การแต่งงานไม่ใช่สิ่งจำเป็นสำหรับการให้กำเนิด ความสืบเนื่องของเผ่าพันธุ์มนุษย์ หรือการดูแลและคุ้มครองบุตรธิดา เราอาจไปไกลกว่าการแต่งงาน เนื่องจากการผูกมัดคนสองคนในชีวิตสมรสอาจส่งผลให้สูญเสียเสรีภาพส่วนบุคคล ความเสมอภาค และโอกาสที่เท่าเทียมกันโดยสิ้นเชิง บางครั้ง การแต่งงานเป็นใบอนุญาตสำหรับความรุนแรง การกดขี่

และการปราบปราม อาจเป็นโทษจำคุกสำหรับหลายๆ คนหรือเป็นลางสังหรณ์ของความทุกข์ ความโศกเศร้า การปฏิเสธ และความหดหู่ การนอกใจและการฆ่าตัวตายเป็นส่วนหนึ่งของการแต่งงานที่ล้มเหลว ในฐานะสถาบัน การแต่งงานได้สูญเสียความหมาย วัตถุประสงค์ และความจำเป็นไป มันอยู่ร่วมกับเผ่าพันธุ์มนุษย์มาเป็นเวลาห้าพันปีแล้ว ถึงกระนั้น เป็นเวลาหลายศตวรรษแล้วที่การมีคู่สมรสคนเดียวเป็นเสาหลักของการแต่งงาน แม้ว่าคู่รักจะมีเพศสัมพันธ์กันโดยที่คนอื่นไม่รู้เรื่องก็ตาม การแต่งงาน เช่นเดียวกับศาสนา กำลังจะตาย และมันอยู่ได้ไม่นาน คุณไม่สามารถกักขังอารมณ์ ความต้องการ และความปรารถนาของมนุษย์ไว้เป็นเวลานานได้ เป็นเวลาหลายล้านปีที่มนุษย์มีชีวิตอยู่โดยปราศจากการแต่งงาน และในอนาคต มนุษย์จะสามารถมีชีวิตอยู่ได้ยืนยาวกว่าการแต่งงาน" เอ็มมาอธิบาย

"การมีภรรยาหนึ่งคน สามีหนึ่งคนถือเป็นปรากฏการณ์ใหม่ ความสัมพันธ์ระหว่างสามีภรรยานั้นผิดธรรมชาติและเป็นภัยต่ออารยธรรมและความก้าวหน้าของมนุษย์" อาเบะกล่าว

เอ็มม่ามองไปที่อาเบะ และดวงตาของเธอก็สดใสราวกับตะเกียงน้ำมันในวัดกลิฆัต "รักเธอนะอาเบะ" โดยบอกว่าเอ็มม่าเข้ามาใกล้อาเบะแล้วหอมแก้มเขา

"รักเธอนะเอ็มม่าที่รัก" ชีวิตมีเพียงครั้งเดียว และฉันต้องการทั้งชีวิตเพื่อแสดงความรักและบอกคุณว่าฉันรู้สึกขอบคุณคุณ คุณคือพระคุณของฉัน และเกรซก็คือคุณ"

"คุณคืออาเบะของฉัน พระเยซูที่เปลือยเปล่าของฉัน ซึ่งแมรี แม็กดาเลนพบที่หลุมศพตอนเที่ยงคืน ฉันคือชาวแม็กดาเลน เธอคนเดียวที่กล้ายืนเคียงข้างเขาแม้ในเวลาเที่ยงคืนในสุสาน เหล่าสาวกได้แก่ เปโตรกับยากอบ มัทธิวกับฟิลิป อันดรูว์กับยอห์น และคนอื่นๆ ทั้งหมดล้วนเป็นคนขี้ขลาด มารีย์ชาวมักดาลาบอกพวกเขาว่าพระเยซูฟื้นคืนพระชนม์จากความตาย แต่พวกเขาไม่เชื่อเธอ แต่เธอยืนกรานว่าจะไปกับเธอ หลังจากพบพระเยซูด้วยตนเอง พวกเขาก็ขับไล่มารีย์ชาวมักดาลาออกจากคริสตจักร และตีเธอว่าเป็นคนนอกกฎหมาย คนบาป และล่วงประเวณี พวกเขาสร้างกฎหมายสำหรับคริสตจักร บิดเบือนทุกสิ่งทุกอย่าง และเลี้ยงดูให้เป็นปิตาธิปไตยที่มีอำนาจเช่นศาสนาอิสลาม ฉันแบ่งปันคุณกับเกรซซึ่งฉันไม่เคยเห็นมาก่อน

แต่ฉันแน่ใจว่าฉันรักเธอเพราะฉันเห็นเธอในตัวคุณ เธอกับฉันไม่สามารถแข่งขันกันเองได้ และเกรซกับฉันก็รวมเป็นหนึ่งเดียวกันในตัวคุณ อีกอย่างเราเป็นผู้ใหญ่แล้ว จากคุณ ฉันมารู้ว่าเกรซมีน้ำใจและงดงามมาก เธอเต็มไปด้วยความรัก ความรักของเธอเหมือนกับความรักของราธา เนื่องจากเธอไม่เคยอิจฉาภรรยาของพระกฤษณะ และไม่เคยอิจฉา *โกปิกา* คนอื่นๆ ช่างเป็นความสัมพันธ์ที่มหัศจรรย์จริงๆ พระกฤษณะเป็นบุคคลที่มีวิสัยทัศน์ที่ยิ่งใหญ่และมีหัวใจที่เต็มไปด้วยความรัก และ Radha และ *โกปิกัส* ก็ตอบแทนสิ่งนั้น ในกระบวนการนั้น กฤษณะแปลงร่างเป็นราธาและสาวใช้นมคนอื่นๆ และพวกเขาก็พัฒนาเป็นกฤษณะ คือความหมายอันสูงสุดของความรัก นั่นคือเหตุผลที่ Gita Govindam กลายเป็นต้นแบบและการวิเคราะห์สูงสุดของความรัก และไม่มีนักจิตวิทยาคนใดสามารถอธิบายความหมาย ความลึกซึ้ง และความงดงามของความรักด้วยถ้อยคำที่ชัดเจนและสะเทือนใจเช่นนี้ได้"

อาเบะฟังเอ็มม่าด้วยความสนใจสูงสุด เขารู้สึกว่าแต่ละคำมีบทสรุป เปี่ยมด้วยความหมาย และมาจากใจที่จริงใจและซื่อสัตย์ ทันใดนั้น อาเบะก็ลุกขึ้นจากโซฟา เดินเข้าไปใกล้เอ็มม่าแล้วกอดเธอ เป็นครั้งแรกในชีวิตที่เขากอดผู้หญิงคนหนึ่ง เขากดเธอลงบนหน้าอก รู้สึกถึงหัวใจที่เต้นแรงของเธอ

"เอ็มม่า ฉันรักคุณมากเกินไป" เขาพูดแล้วจูบเธอที่แก้มเธอ เป็นครั้งแรกที่เขาจูบผู้หญิงคนหนึ่ง อาเบะรู้สึกน่ารัก รู้สึกมหัศจรรย์ เข้มข้นกว่าฟังบาคหรือเล่นหมากรุกกับเกรซมาก

"ขอบคุณนะอาเบะ"

"เอ็มม่า ที่รักของฉัน คุณกลายเป็นที่รักของฉัน เหมือนพระคุณของฉัน ฉันรักเธอและฉันรักคุณ ไม่มีคำถามว่าใครควรถูกเลือก เนื่องจากฉันได้เลือกคุณทั้งคู่แล้ว"

"ฉันรักเธอนะอาเบะ"

Emma ชอบอยู่กับ Abe และเธอไม่อยากให้เขาเอามือออก ให้เขากอดเธอจนชั่วนิรันดร์เธอคิด เอ็มม่าไม่สามารถจำประสบการณ์ที่น่ารักเช่นนี้ในชีวิตของเธอได้ เธอคิดว่ามันเหมือนกับการเกี้ยวพาราสีระหว่างพระกฤษณะกับราธาบนฝั่งแม่น้ำยมุนา

"เอ็มม่า" อาเบะเรียกชื่อเธอ

"กฤษณะ กฤษณะที่รักของฉัน" เธอร้องไห้เบาๆ

"Radhe Radhe ที่น่ารักของฉัน" เขาตอบ

พวกเขายืนอยู่ที่นั่นเป็นเวลานานเพลิดเพลินกับการอยู่ร่วมกัน

อาเบะไปสนามบินกับเอ็มม่า และเขากอดและหอมแก้มเธออีกครั้ง

อาเบะได้รับคำเชิญจากพิพิธภัณฑ์ศิลปะเมโทรโพลิแทน นิวยอร์ก ให้จัดแสดง *The Kiss* ภายในสามเดือน หลายๆ คนมาเยี่ยมชมพิพิธภัณฑ์เพื่อดู *จูบ* และนักวิจารณ์ศิลปะก็ชื่นชมมัน และอา*เบะ* ก็กลายเป็นผู้มีชื่อเสียงระดับนานาชาติในโลกศิลปะ เอ็มมาพบกับอาเบะในนิวยอร์ก และทั้งคู่เดินทางไปด้วยกันทั่วอเมริกาและเยี่ยมชมโรงเรียนศิลปะและหอศิลป์บางแห่ง อาเบะบรรยายสองสามครั้งเกี่ยวกับอิทธิพลของ AI ที่มีต่อศิลปะสมัยใหม่

อาเบะเชิญเอ็มมามาเยี่ยมเขาที่นิทรรศการ *The Kiss* ในมุมไบ แต่เธอแสดงออกว่าไม่สามารถเข้าร่วมได้ในขณะที่เธอกำลังจัดสัมมนาเกี่ยวกับ *Aghori Sadhus* ที่มหาวิทยาลัย แต่เธอสัญญาว่าจะไปเยี่ยมเขาที่โกลกาตาภายในสามเดือน ทันทีหลังจากนิทรรศการที่มุมไบในเดือนมกราคม อาเบะเดินทางจากสหรัฐอเมริกากลับมายังโกลกาตา ซึ่งมีการจัดแสดงสองรายการ ส่วนใหญ่เป็นศิลปินรุ่นเยาว์

นิทรรศการที่มุมไบจัดขึ้นในสัปดาห์แรกของเดือนมกราคม สองพันยี่สิบ และอาเบะได้ขึ้นเครื่องบินไปมุมไบเมื่อวันก่อน เขาชอบหอศิลป์ที่ได้มาตรฐานสากล มีสิ่งอำนวยความสะดวกทันสมัยดีเยี่ยม มีผู้รอบรู้ด้านศิลปะ ผู้ที่ชื่นชอบ และผู้สนใจด้านศิลปะเข้าคิวชม *The Kiss* อย่างต่อเนื่อง ทุกคนต่างประหลาดใจกับความเรียบง่าย สัญลักษณ์ ผลกระทบอันลึกซึ้ง ความงามอันน่าทึ่ง ความน่าดึงดูดใจชั่วนิรันดร์ และความรู้สึกทางสุนทรีย์อันเป็นเอกลักษณ์ของภาพวาด อาเบะรู้สึกยินดีและโทรหาเอ็มมาหลายครั้งเพื่อแจ้งให้เธอทราบเกี่ยวกับการต้อนรับงานที่ได้รับจากสาธารณชนอย่างไม่มีข้อจำกัด เขาโพสต์ภาพการแสดงออกทางสีหน้าของผู้ชมสองสามภาพบน WhatsApp สำหรับ Emma และบอกเธอเกี่ยวกับธีมที่เธอแนะนำซึ่งสร้างแรงดึงดูดอย่างไม่อาจปฏิเสธได้

แต่การมาเยือนของอานาสุยะ เจนได้ทำลายความสงบสุขของอาเบะ เขารู้สึกเศร้า เขาไม่สามารถพบหน้าเธอได้เมื่อเธอมา แต่เพียงเหลือบมองเธอขณะเข้าไปในรถลีมูซีนเพื่อออกเดินทาง จากสารบบของ Jain Industries และข้อมูลที่เกี่ยวข้องอื่น ๆ ที่เขารวบรวมได้บนอินเทอร์เน็ต Abe สรุปว่า Anasuya Jain คือ Grace แต่การโน้มน้าวจิตใจของเขาค่อนข้างน่าเบื่อ เนื่องจากเกรซซึ่งเขาอาศัยอยู่ด้วยในสลัมซินเกริมใกล้ป้อมอากัวดาในกัว นั้นเป็นเด็กกำพร้าและเป็นคนใช้แรงงาน แม้ว่าเธอจะเก่งมากก็ตาม

อาเบะได้ผ่านการสื่อสารของเธออีกครั้ง มันชัดเจนมาก
และเธอก็แสดงความปรารถนาที่จะซื้อภาพวาดนั้นสำหรับคอลเลกชันส่วนตัวของเธอ
และเธอก็พร้อมที่จะจ่ายเงินจำนวนเท่าใดก็ได้ Abe รู้อยู่แล้วว่า Anasuya Jain
เป็นนักอุตสาหกรรมที่ร่ำรวยในมุมไบ ซึ่งได้รับการสืบทอดความมั่งคั่งมากมายจากพ่อผู้ล่วงลับของเธอ
เธอยังสร้างสินทรัพย์จำนวนมหาศาลหลังจากเข้ารับตำแหน่งประธานอุตสาหกรรมของเธอ
ด้วยความเคารพอย่างสูงต่อความจริงใจ ความซื่อสัตย์ ทัศนคติที่เป็นมิตรต่อพนักงาน
และความคิดริเริ่มของเธอ Anasuya Jain ถือเป็นอัญมณีในสหัสวรรษใหม่ของอินเดีย

อานาสุยะ เจนได้นัดหมายกับอาเบะ และเวลาที่ให้เธอคือสี่โมงเย็น
อาเบะพยายามสงบสติอารมณ์ขณะที่เขาคิดว่าอานาสึยะ เจนอาจเป็นเกรซได้
อาเบะนึกถึงช่วงเวลาที่เขาอยู่กับเกรซในกัว ซึ่งเป็นวันที่น่าหลงใหลที่สุดในชีวิตของเขา
ตลอดยี่สิบปีที่ผ่านมาเขามักจะคิดถึงเธอทุกวัน ดวงตาที่สวยงามของเธอ ใบหน้าที่มีเสน่ห์ ท่าทางที่สง่างาม
คำพูดแสดงความรัก การดูแลและการสนับสนุนที่เติมเต็มจิตใจของเขา
และสิ่งเหล่านี้ก็กลายเป็นส่วนสำคัญในการดำรงอยู่ของเขา สำหรับอาเบะ เกรซคือเสียง
จังหวะการเต้นของหัวใจ และมโนธรรมของเขา เขามีชีวิตอยู่เพื่อเธอ
มีความหวังอยู่เสมอที่จะได้พบเธอสักวันหนึ่งและใช้ชีวิตร่วมกับเธอ เกรซคือทุกสิ่งทุกอย่างสำหรับอาเบะ
ใจของเขาร้องไห้เพื่อเธอ และการแสวงหาของเขาไม่มีที่สิ้นสุด

เขาจำเพลงภาพยนตร์ภาษาฮินดีอันไพเราะที่เธอร้องวันแล้ววันเล่าเพื่อเป็นเกียรติแก่เขา
เขานึกถึงพวกเขาและท่องในใจอย่างไม่หยุดยั้งเมื่อเขารู้สึกเหงาและเศร้า
ความทรงจำอันสดใสของเกมหมากรุกกับเกรซลูบไล้และกอดความคิดของเขา
เขาสามารถจดจำทุกการเคลื่อนไหวที่ทั้งคู่ทำบนกระดานหมากรุกได้
การได้ยืนอยู่ข้างตู้กับข้าวและรับประทานอาหารจากกระทะถือเป็นสวรรค์สำหรับอาเบะ
ความรู้สึกร่าเริงของการมีความรักและความปรารถนาที่จะมีความรู้สึกเหล่านั้นตอบแทนล่อลวงให้เขารอรุ่ง
อรุณใหม่ การมีอยู่ทุกหนทุกแห่งของเธอคือชีวิตของ Abe ทั้งหมด
และเขามีความสุขทุกวินาทีที่ได้อยู่กับเธอ เกรซคือชีวิตและลมหายใจของเขา และตลอดยี่สิบปีที่ผ่านมา
เขาอาศัยอยู่เพื่อเกรซ โดยหวังว่าสักวันหนึ่งเธอจะมาปรากฏตัวต่อหน้าเขา และวันนั้นก็มาถึง
แต่มีความกังวลในใจของเขาอย่างไม่อาจเข้าใจได้ และสัญญาณของมันทำให้เขางุนงง

เกรซดูน่างุนงง สับสน ไม่อาจหยั่งรู้ได้ และในขณะเดียวกันก็มีเสน่ห์ เขารอเธอมานานมาก ถ้าอานาสุยะ
เจนเป็นเกรซ เขาจะกอดและจูบเธอ

เขาจะกดเธอลงบนหน้าอกของเขาในขณะที่เขาต้องการสัมผัสกับอาการใจสั่นในหัวใจของเธอ

เขาต้องการถามเธอว่า:" เกรซคุณไปไหนมา" และเขาชอบมองตาเธอแล้วบอกเธอว่า "เกรซ ฉันรักคุณ; อยู่กับฉันจนชั่วนิรันดร์" เขาต้องการอุ้มเธอไว้ในอ้อมแขน อุ้มเธอไว้ด้วยกันหลายชั่วโมง

รู้สึกถึงการมีอยู่ของเธอ ความเป็นอันหนึ่งอันเดียวกันของเธอกับเขา เขาพยายามเล่นเกมหมากรุกกับเธอ และเธอก็จะรุกฆาตเขากับอัศวินหรืออธิการของเธอ เขารู้ว่าเธอเป็นนักหมากรุกที่เก่งกว่า เธอคำนวณอย่างดีทุกการเคลื่อนไหวและเล่นอย่างหรูหรา การเอาชนะเกรซเป็นงานที่ยาก แต่เธอยอมให้เขาชนะเพื่อเขาจะรู้สึกมีความสุข เอ็มม่าก็อาจจะทำเช่นเดียวกัน

เธอไม่มีทางชนะเกมกับเขาได้เลย

เอ็มมาอาจจงใจสูญเสียเขาไปซึ่งอาจเป็นจิตวิทยาของผู้หญิงที่กำลังมีความรักในขณะที่เธอยอมเสียสละตัวเองเพื่อคนที่เธอรัก แต่เขารักเกรซ และเขาก็รักเอ็มม่าด้วย

เป็นเรื่องน่าทึ่งที่ได้พัฒนามิตรภาพกับเอ็มมา เธอเป็นเหมือนเกรซ และเกรซก็เหมือนกับเอ็มม่า แต่ทั้งคู่มีเอกลักษณ์เฉพาะตัว เอาใจใส่ ฉลาด และซับซ้อน เกรซทิ้งเขาไป เอ็มม่ายังคงอยู่กับเขา

ทันใดนั้นโทรศัพท์มือถือของเขาก็ดังขึ้น "ท่านครับ สวัสดีตอนเย็น ฉันเป็นผู้จัดการโรงแรม คุณอนาซูยาเจน มาแล้ว เรามาได้ไหม"

"ครับ เชิญครับ" อาเบะตอบรับ ความรู้สึกคาดหวังปกคลุมอาเบะ ขณะนั้นก็มีอานาสุยะ เธออยู่ในชุดส่าหรี ตัวสูง เรียว มีเสน่ห์และสง่างาม ทั้งสองมองหน้ากันไม่กี่วินาที

"อาเบะ นั่นคุณเหรอ?" คำพูดของเธอเต็มไปด้วยอารมณ์อันลึกซึ้ง

"เกรซ เกรซที่รัก" เขาพูดอย่างนุ่มนวลและอ่อนโยน

"อาเบะ อาเบะที่รัก" เธอเรียกเหมือนเสียงนกร้อง

พวกเขานั่งบนโซฟาหันหน้าเข้าหากัน

"เกรซหายไปไหน?" เขาถาม.

"ฉันอยากจะถามคำถามเดียวกันกับคุณอาเบะ" เธอตอบ

"ฉันค้นหาคุณทั่วโลก" เขากล่าว

"ฉันด้วย. หลังจากสองวันจากมุมไบ ฉันกลับมาที่ซินเกริม และฉันคิดว่าคุณจะอยู่ที่นั่น เพื่อนบ้านของเราไม่มีใครรู้ว่าคุณไปที่ไหน ฉันค้นหาในป้อม Aguada บนชายหาด Singuerim ใน Calangute ใน Panaji และทั่ว Goa ครั้งแล้วครั้งเล่า ฉันมักจะเดินทางไปทั่วอินเดียมานานหลายปีด้วยกัน แล้วเธอทำให้ฉันโกรธ" เกรซพูดเหมือนท่องบทกวี

"เกรซ ฉันตามหาเธอเย็นวันนั้นที่ชายหาด ฉันคิดว่าคุณกำลังเล่นตลกกับฉัน ฉันใช้เวลาทั้งคืนที่นั่น"

เกรซมองดูอาเบะด้วยความเจ็บปวดโดยไม่เปิดเผย และอาเบะสังเกตเห็นเกรซก็ดูเหมือนกัน ดวงตาของเธอเป็นประกายและเสียงของเธอก็สะท้อนด้วยความจริงใจและซื่อสัตย์

"อาเบะ ฉันบอกเธอหลายครั้งแล้วด้วยคำพูดที่แตกต่างกันออกไป เธอจำเป็นต้องรอสักระยะหนึ่ง และฉันจะกลับมาถ้าฉันจากเธอไป และเราจะร่วมกันสร้างอนาคต"

"ใช่แล้ว เกรซ จิตใจของฉันอยากจะพบคุณ และฉันก็เริ่มค้นหาคุณที่อื่น แทนที่จะเตร่ไปทั่วอินเดีย ฉันควรจะอยู่บ้านของเรา"

"ฉันบอกคุณว่าฉันฝันถึงเพื่อนที่ดีที่สุดในชีวิตของฉัน และคุณคือคู่หูคนนั้น และฉันคิดว่าคุณเข้าใจความหมายของคำพูดของฉัน" เธอกล่าว

"เกรซ ที่รัก ความชื่นชมในตัวคุณทำให้ฉันโกรธมาก
มันไม่อนุญาตให้ฉันคิดอย่างมีสติและประเมินเหตุการณ์ในชีวิตของเรา
ฉันไม่เข้าใจความหมายอันลึกซึ้งของคำพูด ท่าทาง และการกระทำของคุณ"
คำพูดของอาเบะตรงไปตรงมาแต่เต็มไปด้วยความโศกเศร้า

"อาเบะ ฉันต้องไปมุมไบ ตามที่ฉันสัญญากับพ่อแม่ว่า ฉันจะกลับบ้านหลังจากการทดลองหนึ่งปี ที่ Wharton
อาจารย์ของฉันเป็นแรงบันดาลใจให้ฉันเข้ารับการฝึกอบรมภาคสนามเป็นเวลาหนึ่งปีในสถานการณ์ที่ไม่เอื้ออำนวยอย่างยิ่งเพื่อให้กลายเป็นคนที่ยากลำบาก เรียนรู้พฤติกรรมของมนุษย์ทั้งเนื้อหนังและเลือด เตรียมตัวเพื่อรับทักษะใหม่ ๆ และมีความรับผิดชอบที่สูงขึ้น และฉันก็ยอมรับการท้าทายของเขา เมื่อฉันกลับจากสหรัฐอเมริกา ฉันบอกพ่อแม่ว่าฉันจะไปที่ไหนสักแห่ง อยู่กับกลุ่มที่ยากจนที่สุดของสังคม ทำงานใช้แรงงานทุกวันเป็นเวลาหนึ่งปี และหาเลี้ยงชีพด้วยการทำงานหนัก การไม่มีบัญชีธนาคาร ไม่มีประกันสังคมและการคุ้มครองคือการตัดสินใจของฉัน

และการอยู่ในสถานที่ที่ไม่มีสิ่งอำนวยความสะดวกขั้นพื้นฐานเป็นแนวคิดใหม่
พ่อแม่ของฉันไม่เคยรู้ว่าฉันอยู่ที่ไหน เพราะฉันบอกพวกเขาว่าอย่าตามหาฉันและพยายามติดต่อฉัน"

"ฉันไม่เคยตระหนักเลย ฉันคิดว่าคุณเป็นเด็กผู้หญิงจากสลัม เป็นเด็กกำพร้า และไม่มีการศึกษา ถึงกระนั้น
ฉันชื่นชมความเฉียบแหลมทางจิตใจ ความซับซ้อน
ความสามารถในการหาเหตุผลเข้าข้างตนเองและวิเคราะห์ ความเปิดกว้าง และวุฒิภาวะของคุณ
ฉันรักความรัก ความเอาใจใส่ การมีอยู่ ความห่วงใย และความจริงใจของคุณ ฉันไม่ต้องการความมั่งคั่งใดๆ
ฉันต้องการเพียงคุณเท่านั้นและฉันตกหลุมรักคุณ Grace of Singuerim สลัม"

"นั่นคือความตั้งใจของฉัน เธอไม่ควรรู้ว่าฉันเป็นใครเมื่ออยู่กับเธอ" เกรซตอบ

"เกรซ คุณเป็นผู้ใหญ่มากที่สุดเท่าที่ฉันเคยพบมา บุคคลที่มีศักดิ์ศรีสูงสุด ความกล้าหาญสูงสุด
ความสง่างามอย่างแท้จริง เสน่ห์ที่มองไม่เห็น ความรักอันไม่มีที่สิ้นสุด
และความไว้วางใจที่ไม่อาจจินตนาการได้"

เกรซร้องไห้ราวกับว่าหัวใจของเธอแตกเป็นชิ้นเล็กๆ อาเบะมองดูเธอ
และเขาพยายามควบคุมอารมณ์ของตัวเองอย่างเต็มที่

"ฉันไม่อยากบอกตรงๆ ว่าฉันรักเธอ" ฉันเชื่อใจคุณและชื่นชมคุณเสมอ ฉันภูมิใจที่ได้พบคุณ
และคุณสามารถเป็นคู่ชีวิตของฉันได้" ปาดน้ำตา เกรซกล่าวว่า

"เกรซ มันเป็นความรู้สึกเดียวกันในใจฉัน ฉันทะนุถนอมทุกสิ่งเล็กๆ น้อยๆ
ที่เราทำร่วมกันในซินเกริมตั้งแต่วันแรกเป็นต้นไป"

"การพบคุณที่สถานีขนส่ง Calangute ถือเป็นโอกาส แต่ตั้งแต่แรกเห็น
ฉันก็พัฒนาความสัมพันธ์กับคุณและต้องการช่วยคุณ ด้วยเหตุนี้ฉันจึงเชิญคุณมาค้างคืนที่บ้านของฉัน
แต่คุณแปลกใจเมื่อมาถึงบ้านของฉัน และรู้สึกตกใจเมื่อรู้ว่าฉันอยู่คนเดียว
เมื่อฉันขอให้คุณนอนบนเตียงของฉัน มันทำให้คุณตกใจ
แต่ความไว้วางใจของฉันที่มีต่อคุณเป็นเหมือนก้อนหิน ฉันคาดว่าคุณจะออกเดินทางเช้าวันรุ่งขึ้น
จากนั้นคุณอยากอยู่กับฉันอีกสามวันและหาเงินเป็นค่าใช้จ่ายและค่ารถโดยสาร
การตัดสินใจของคุณทำให้ฉันตกใจเมื่อคุณบอกฉันว่าคุณต้องการอยู่กับฉันหลังจากผ่านไปสี่วัน
ฉันรู้สึกหวาดกลัว แม้ว่าฉันจะชอบคุณก็ตาม ฉันพยายามโน้มน้าวให้คุณอยู่กับฉันไม่ใช่ทางเลือกที่ดีที่สุด
ฉันคิดว่ามีงานรอคุณอยู่ในมุมไบ และคงจะดีใจมากถ้าคุณได้ร่วมงานกับคุณ และเมื่อฉันกลับมาที่มุมไบ

ฉันสามารถติดต่อคุณได้และกลับมาสานต่อมิตรภาพของเราอีกครั้ง แต่คุณอยากจะอยู่กับฉันต่อไป อาเบะ วันนั้นถือเป็นวันที่ดีที่สุดในชีวิตฉัน

ฉันมักจะเก็บความทรงจำที่ช่วยให้ความรักของฉันเติบโตและความไว้วางใจของฉันที่มีต่อคุณเจริญรุ่งเรือง และฉันตัดสินใจว่าคุณจะเป็นคู่ชีวิตของฉัน

ฉันอยากจะถอดแหวนออกจากนิ้วเท้าของฉันในวันที่คุณยอมรับฉัน"

"เกรซ ฉันอยากบอกคุณหลายครั้งว่าฉันรักคุณ และฉันก็อยากอยู่กับคุณในฐานะคู่ชีวิตของฉัน"

"แต่ทำไมไม่บอกล่ะ? ทุกวันฉันรอฟังจากคุณ คุณอยากใช้ชีวิตทั้งชีวิตกับฉัน ฉันรู้ว่าใจของคุณโหยหาฉัน แต่คุณกลับเงียบ บางครั้งคำพูดสามารถถักทอความมหัศจรรย์ ซึ่งเป็นผืนผ้าที่สวยงามที่สุดแห่งชีวิตได้ สามารถขจัดความสงสัย ความกังวล ความเศร้า ความวิตกกังวล และความไม่แน่นอน และนำมาซึ่งความสุข ความสุข และการอยู่ร่วมกัน อาเบะ ฉันอยากกอดคุณหลายครั้ง จูบคุณที่ริมฝีปาก และมีเพศสัมพันธ์กับคุณ ฉันอยากจะบอกคุณว่าฉันรักคุณ และคุณจะยินดีที่จะอยู่กับฉันตลอดไป

แต่ฉันโง่ที่จะให้การทดสอบครั้งสุดท้ายแก่คุณ ด้วยคำพูดที่ชัดเจน

ฉันควรจะบอกคุณว่าฉันจะกลับมาจากมุมไบ แล้วเราจะอยู่ด้วยกันตลอดไป" คำพูดของเกรซแตกร้าว เธอสะอื้นด้วยความปวดร้าวอย่างสุดซึ้ง

"เกรซ ฉันมันโง่ ฉันควรจะบอกคุณว่าฉันรักคุณมากกว่าหัวใจของฉัน คุณคือทุกสิ่งทุกอย่างของฉัน"

"อาเบะ การพบคุณเป็นเรื่องบังเอิญ แต่การเลือกคุณไม่ใช่ มันเป็นทางเลือก แม้ในการปรากฏตัวครั้งแรกของคุณ ฉันก็ชอบคุณ และคุณก็ปรากฏต่อหน้าฉันเหมือนเทพเจ้ากรีก คุณมีเสน่ห์ต่อหัวใจของฉันและสร้างอารมณ์ที่ลึกลับและระลอกคลื่นที่น่าหลงใหลในตัวฉัน เมื่อคุณเริ่มใช้ชีวิตกับฉัน ฉันรู้ว่าคุณคือคนที่ฉันตามหามาตั้งแต่วัยรุ่น ฉันรักความใกล้ชิดของคุณและมักจะชอบยืนใกล้คุณและสัมผัสกลิ่นอันหอมหวานจากร่างกายของคุณและค วามอบอุ่นจากอ้อมแขนของคุณ คุณทำให้เยื่อพรหมจารีของฉันแตกหลายครั้งในความฝัน และฉันก็ชื่นชมความเจ็บปวดและความรู้สึกแสบร้อนอันแสนงดงามนั้น ฉันรักคุณอย่างสุดซึ้งและฉันฝันว่าจะได้อยู่กับคุณตลอดไป ฉันชื่นชมความเป็นผู้ใหญ่ทางอารมณ์ของคุณ พฤติกรรมที่มีเกียรติ ความเคารพอย่างไม่เปลี่ยนแปลงที่แสดงต่อผู้อื่น และความรักและความไว้วางใจในตัวฉัน แต่ฉันอยากรู้จักคุณอย่างลึกซึ้ง ฉันเลือกคุณเป็นคู่ชีวิตในใจ แต่ในหัวฉันบอกให้ประเมินคุณใหม่ว่าคุณจะรอฉัน อยู่คนเดียว และทนทุกข์เพื่อฉันได้ไหม ผู้หญิงบางคนปรารถนาที่จะอยู่ห่างจากผู้ชายที่พวกเขารักโดยไม่รู้ตัวเพื่อสัมผัสความเจ็บปวดจากการพลัดพ

รากจากกันและพบกับเขาในอนาคต ฉันปรารถนาที่จะเก็บคุณไว้ในความทรงจำ ความคิด
และความปรารถนาของฉัน และยกระดับคุณให้เป็นคู่ชีวิตของฉันเมื่อคุณไม่อยู่ แต่สุดท้ายฉันก็ล้มเหลว
ไม่ใช่คุณ อาเบะที่รัก และตัวเลือกของฉันก็หายไป"

อาเบะสัมผัสได้ว่าหัวใจของเธอกำลังแตกสลาย และเธอก็ร้องไห้ในจิตใต้สำนึกของเธอ
ความทุกข์ทรมานของเธอเกินคำบรรยาย อาเบะเล่าให้เกรซฟังเกี่ยวกับการเดินทางโดยรถบรรทุกไปยังปูเน่
ชีวิตของเขากับคณะเยสุอิต และคำปฏิญาณของเขาในเรื่องความยากจน ความบริสุทธิ์ทางเพศ
และการเชื่อฟัง เขาได้แบ่งปันประสบการณ์ในงานชุมชนใน Society of Jesus เกี่ยวกับผู้ลี้ภัยชาวมุสลิม
ผู้หญิงและเด็กจากอาเมดาบัด เหยื่อของการสังหารหมู่ที่จัดโดยกลุ่มผู้คลั่งไคล้
เขาได้อธิบายการเดินทางของเขาขึ้นไปยังเทือกเขาหิมาลัย เยี่ยมชมวัดหลายแห่ง และเข้าร่วมใน *กุมภเมลาส*
ในเมืองนาสิก อุจเชน หริดวาระ และไปรยัก

เขาแบ่งปันประสบการณ์ของเขากับเอ็มมา การประชุมกับ อาโกริ ซาธุส
และความช่วยเหลือที่เขาได้รับจากเอ็มมาในการวาดภาพเหมือนของพระภิกษุที่เปลือยเปล่ากับเกรซ
เขาเล่าให้เธอฟังเกี่ยวกับภาพวาดมากมายของเขา *The Naked Monk* , *The Bridge over the Hooghly* ,
The Goddess of Assam , *The Woman Chess Player* , *The Flower Girl* , *A Woman in a Boat* ,
The Hug and *The Kiss* , การเปิดสตูดิโอของเขาที่ โกลกาตา และ *หอศิลป์* Grace-Emma
เกรซแสดงความกระตือรือร้นอย่างมากที่จะรู้เรื่องราวเหล่านั้นทั้งหมด

อาเบะเล่าว่าเขาวาดภาพพระแม่มารีสำหรับคณะเยสุอิตอย่างไร
โดยคลุมศีรษะของเกรซด้วยผ้าพันคอสีน้ำเงิน เขาอธิบายนิทรรศการของเขาอย่างชัดเจนในอัมสเตอร์ดัม
มาดริด แมนเชสเตอร์ ฟลอเรนซ์ ปารีส วอชิงตัน ดี.ซี. และนิวยอร์ก
อาเบะเล่าให้เธอฟังเกี่ยวกับภาวะซึมเศร้าที่เขาได้รับเป็นเวลาสองปีเพราะขาดเกรซในชีวิตของเขา
และความเอาใจใส่ ความรัก และการปกป้องที่เขาได้รับจากเอ็มมา
เกรซฟังเขาราวกับว่าเธอกำลังฟังเรื่องราวความรักที่น่าหลงใหลที่สุดเท่าที่เคยมีมา

เขาวาดภาพเธอในผลงานเกือบทั้งหมดของเขา อาเบะกล่าว
การค้นหาใบหน้าที่น่ารักของเธอในทุกซอกทุกมุมทั่วอินเดียกลายเป็นส่วนหนึ่งของกิจวัตรของเขา
และในขณะที่วาดภาพ เขาก็เก็บภาพที่สวยงามของเธอไว้ในใจ เมื่อฟังเขา เกรซก็ยิ้มและหัวเราะเป็นระยะๆ
บางครั้งก็มีน้ำตาในดวงตาของเธอ

เกรซบอกอาเบะว่าเธอตามหาเขาทุกวันในช่วงยี่สิบปีที่ผ่านมา แม้ว่าเธอจะยุ่งอยู่กับ Jain Industries ก็ตาม พี่ชายของเธอซึ่งเป็นพี่น้องเพียงคนเดียวได้สละโลกและกลายเป็น *Digambar Sanyasi* พระภิกษุเชนที่เปลือยเปล่า เธอรับตำแหน่งซีอีโอของ Jain Industries ซึ่งพี่ชายของเธอลาออก หลังจากที่บิดาของเธอเสียชีวิต เธอก็กลายเป็นประธานในสองพันสิบ; เธอซื้อโรงแรมเพิ่มอีกสองแห่ง โรงพยาบาลพิเศษพิเศษหนึ่งแห่ง ซูเปอร์มาร์เก็ตหลายสาขา และบริษัทเทคโนโลยีสารสนเทศสองแห่ง

"สิ่งที่ฉันเรียนรู้ที่ Wharton และ Goa ฉันฝึกฝนการติดต่อกับผู้คนขณะทำงาน
ผลกระทบของคุณที่มีต่อฉันนั้นสดใสอย่างน่าประหลาดใจอยู่ตลอดเวลา
ความซื่อสัตย์และความซื่อสัตย์ของคุณทำให้ฉันเป็นเหมือนคบไฟในยามวิกฤติ
ความทรงจำช่วยให้ฉันก้าวไปข้างหน้าอย่างเข้มแข็ง
ความทรงจำนั้นส่องทางของฉันและชักจูงให้ฉันก้าวไปข้างหน้า
จำไว้ว่าเราเคยเดินท่ามกลางแสงสลัวจากป้ายรถเมล์ซิงเกริมถึงบ้านของเรา
การเดินทางของฉันในยี่สิบปีที่ผ่านมาเป็นอย่างนั้น และแสงสว่างของคุณช่วยฉัน
แม้ว่าบางครั้งจะไม่สว่างขนาดนั้นก็ตาม ความทรงจำของคุณเป็นแหล่งของความอบอุ่น
แต่มันทำให้ฉันแตกแยกเพราะคุณไม่ได้อยู่กับฉันในฐานะคนจริงๆ
ฉันสร้างกำแพงล้อมรอบฉันเพื่อรำลึกถึงการเรียกร้องของคุณ และฉันก็ไม่มีทางออก
ด้วยเหตุนี้พวกเขาจึงนำความเจ็บปวด ความโศกเศร้า ความปวดร้าว
และอกหักมาให้ฉันเมื่อเชื้อเพลิงหมดลง"

"เกรซ เรามีชีวิตอยู่เพราะความทรงจำ หากไม่มีความทรงจำก็ไม่มีอะไรต้องเผาเพื่อให้ได้พลังงาน"

"คอมพิวเตอร์ของฉันมีอีเมลหลายพันฉบับที่ส่งถึงคุณ ทุกวันตลอดสิบเก้าปีครึ่งที่ผ่านมา ฉันเขียนถึงคุณ และฉันไม่เคยเบื่อเลยเพราะสิ่งเหล่านี้มีไว้สำหรับคุณ มีความกระหายที่ไม่อาจดับได้ในการสื่อสาร พบปะ กอด จูบ และใช้ชีวิตร่วมกับคุณ ฉันเคยได้ยินเกี่ยวกับ *ชาวโสด*
หลายครั้งแต่ไม่เคยรู้ว่าเขาคืออาเบะที่รักของฉัน
ฉันส่งข้อความตีกลับถึงคุณเพราะฉันไม่ทราบรหัสอีเมลของคุณเหมือนกับที่แจ้งใน abe@mybeloved.com อย่างไรก็ตามฉันก็มีความสุข ฉันพยายามสื่อสารกับคุณ"

"เกรซที่รัก ข้าพระองค์ก้มศีรษะลงต่อพระพักตร์พระองค์ ใจของข้าพระองค์จะระเบิด และทั้งตัวของข้าพระองค์ก็เต็มไปด้วยพระองค์ ฉันไม่ต้องการอะไรอีกแล้ว เพราะฉันยินดี"

พวกเขาคุยกันนานหลายชั่วโมงโดยไม่รู้ว่าเวลาผ่านไปแล้ว และเป็นเวลาสี่โมงเช้าแล้ว

"รักเธอนะอาเบะที่รักของฉัน"

"เกรซ คุณมีหัวใจที่เต็มไปด้วยความรัก หูที่เปิดกว้าง และมือที่เต็มใจจะจับมือ คุณโอบกอดฉันด้วยความรักอันไม่มีที่สิ้นสุดซึ่งเพียงพอสำหรับฉัน"

"ฉันคือคุณ อาเบะ และคุณคือฉัน"

ทันใดนั้นอาเบะก็สังเกตเห็นวงแหวนบนนิ้วเท้าชี้ของเธอ "เกรซ คุณยังมีแหวนอยู่"

"ใช่ อาเบะ มันจะอยู่ที่นั่นไปตลอดชีวิตของฉัน"

"ทำไมล่ะเกรซ" แม้ว่าจะมีความปวดร้าวปะทุขึ้นในใจ อาเบะก็ถาม

"อาเบะ ฉันเพิ่งอายุสี่สิบห้า ฉันรอคอยการมาถึงของคุณเมื่อคุณปรากฏตัวที่สถานีขนส่ง Calangute ผู้เป็นที่รักในชีวิตของฉัน เพื่อนนิรันดร์ของฉัน เจ้าชายในฝันของฉัน รุกฆาตของฉัน และฮีโร่ของเพลงภาพยนตร์ภาษาฮินดีของฉัน แต่ในชุมชนเล็กๆ ของเรา
ผู้หญิงไม่สามารถอยู่เป็นโสดเกินสี่สิบห้าได้ เธอมีสองทางเลือก: แต่งงานกับพ่อม่ายหรือเป็นแม่ชี
ฉันจินตนาการไม่ออกว่าจะแต่งงานกับใครนอกจากคุณอาเบะ หกเดือนก่อนที่ฉันจะจบสี่สิบห้า
ฉันตัดสินใจเป็นแม่ชีเนื่องจากไม่มีทางเลือกอื่น และฉันได้สาบานว่าจะบริสุทธิ์ ซึ่งจะคอยปกป้องฉันจนตาย
ฉันมองหาคนที่แข็งแกร่งมาบริหาร Jain Industries ในฐานะประธาน และเมื่อสัปดาห์ที่แล้วฉันก็หาคนได้
Jain Industries จะเป็นอุตสาหกรรมสาธารณะ เนื่องจากฉันได้สละทุกสิ่งทุกอย่างแล้ว
สวมชุดขาวปิดปากและจมูก ขออาหารและบิณฑบาต
ฉันจะเดินเท้าเปล่าไปทั่วอินเดียพร้อมกับแม่ชีกลุ่มหนึ่ง เราจะไปเยี่ยมชมวัดและอารามต่างๆ
เมื่อฉันยอมรับวิถีชีวิตใหม่ของฉัน ไม่มีความปวดร้าวหรือโศกเศร้า ไม่มีความโศกเศร้าหรือความสุข
ไม่มีความผูกพันหรือปฏิเสธ ฉันได้กลายเป็นหนึ่งเดียวกับจักรวาล แม้ว่าฉันจะไม่เชื่อในพระเจ้า
แต่ฉันก็ถูกผูกมัดด้วยเกณฑ์บางอย่าง และฉันไม่สามารถทำลายมันได้ ก่อนที่จะร่วมงานกับแม่ชีคนอื่นๆ
ฉันต้องการก่อตั้งมูลนิธิสองแห่ง แห่งหนึ่งเพื่อให้ความรู้แก่เด็กยากจนในสลัม และแห่งที่สอง
มูลนิธิศิลปะในนามของคุณ
ฉันได้ตัดสินใจที่จะพัฒนาหอศิลป์แห่งนี้โดยการซื้อภาพวาดที่ดีที่สุดจากทั่วโลก
ฉันจะใช้ความมั่งคั่งของฉันเพื่อวัตถุประสงค์เหล่านี้ ถ้าคุณขาย *The Kiss* ฉันก็อยากจะซื้อมัน"
เกรซกล่าวเมื่อมองไปที่อาเบะ

ใบหน้าของอาเบะเต็มไปด้วยความตกใจ ความวิตกกังวล และความโศกเศร้า มันเป็นการโจมตีที่รุนแรง และเขาประสบกับความสับสนวุ่นวายทางอารมณ์ที่อธิบายไม่ได้ เขาไม่เคยรู้สึกถึงความรู้สึกภายในที่ปะทุออกมาในชีวิตขนาดนี้มาก่อน เพราะมันรุนแรงกว่าที่เขาประสบเป็นพันเท่าเมื่อเกรซจากเขาไปในเช้าวันแห่งโชคชะตาที่ซิงกูริม หรือความซึมเศร้าที่เขาได้รับในสตูดิโอของเขาในโกลกาตา ทันใดนั้นเกรซก็กลายเป็นคนแปลกหน้าสำหรับเขา ไม่สามารถบรรลุได้และเข้าถึงไม่ได้ เขาสูญเสียเธอไปโดยสิ้นเชิง และไม่มีความเป็นไปได้ที่จะได้เธอกลับคืนมา

"เกรซ ฉันจะมอบ *The Kiss* ให้คุณ" อาเบะสัญญา แต่คำพูดของเขากลับกรีดร้อง

"อาเบะ ฉันพร้อมที่จะจ่ายเงินเพราะฉันมีเงินเพียงพอ และฉันต้องการใช้ทรัพย์สมบัติส่วนตัวของฉันเพื่อจุดประสงค์ดีๆ ก่อนที่จะสวมชุดสีขาว สระผม และถอดรองเท้าแตะ"

อาเบะไม่รู้จะพูดอะไรอีก เขาไม่มีอารมณ์ใดๆ "เกรซ มันเป็นของขวัญ เอกสารจะพร้อมภายในหกชั่วโมง"

"ขอบคุณนะ อาเบะเพื่อนรักและดีที่สุดของฉัน"

"เกรซ เธอสามารถรักได้ชั่วนิรันดร์ แต่ตอนนี้เธอได้ทำให้ตัวเองต้องทนทุกข์ทรมานอย่างสุดซึ้ง เมื่อความว่างเปล่าได้ห่อหุ้มความรักของเธอไว้"

"อาเบะ คุณทนทุกข์ทรมานมากตลอดยี่สิบปีที่ผ่านมาเพราะฉัน ฉันขอโทษ. กรุณายกโทษให้ฉัน. ลาก่อนอาเบะที่รัก" เกรซพูดเมื่อลุกขึ้น

"ลาก่อนเกรซ"

เป็นเวลาเจ็ดโมงเช้าแล้ว ตลอดทั้งวัน อาเบะทำงานเพื่อลงทะเบียนพินัยกรรม อาเบะมอบ *จูบ* เป็นของขวัญให้กับอานาซูยะ เจน ภาพวาดอื่นๆ ทั้งหมด สตูดิโอ *หอศิลป์ Grace-Emma* ทรัพย์สินสังหาริมทรัพย์และอสังหาริมทรัพย์ทั้งหมดของเขา และบัญชีธนาคารที่ Abe โอนในนามของ Emma อาเบะใส่พินัยกรรมไว้ในซอง ปิดผนึก และส่งในชื่อของเอ็มมาไปยังที่อยู่ของเธอในอัมสเตอร์ดัม

หลังจากได้รับเอกสารแล้ว เอ็มม่าก็ไปถึงมุมไบทันทีและค้นหาอาเบะทั่วอินเดียในอีกยี่สิบปีข้างหน้า ในปีสองพันสี่สิบ เธอเห็นใครบางคนที่มีลักษณะคล้ายกับอาเบะเป็นผู้นำกลุ่ม *อะโมริ สัธุส* ในเมืองไปรยัก

กุมภเมลา เขาเปลือยเปล่า มีผมทรงเดรดล็อกยาว มีขี้เถ้าเปื้อน และสวมเชือกรูดรักษะ ตรีศูลแทงทะลุกะโหลกศีรษะมนุษย์ในมือซ้าย และมีงูเห่าอยู่รอบคอของเขา

เอ็มม่าตะโกนว่า "อาเบะ" แล้ววิ่งตามเขาไป เธอตามทันเขาและยืนต่อหน้าเขาและยื่นมือออกไป หัวใจของเธอเต้นรัวในขณะที่จักรวาลหยุดนิ่ง และเธอก็มองดูใบหน้าของเขาครู่หนึ่ง ทันใดนั้นเธอก็ได้ยินเขาเรียก "เอ็มม่า"

เธอหลั่งน้ำตาและสวมกอดเขาด้วยสุดกำลังเพื่อป้องกันไม่ให้เขาหลุดลอยไปอีกครั้ง เธอดึงตัวเองเข้ามาใกล้หัวใจของเขาเพราะความปรารถนาที่จะได้เขานั้นรุนแรงมากจนเธอลืมทุกสิ่งและสิ่งรอบตัว เธอรู้จักกลิ่นของเขา คุ้นเคยและทะลุทะลวง และลิ้นของเธอก็เลียขี้เถ้าและเหงื่อที่ปกคลุมร่างกายของเขา กล้ามเนื้อของเขาเข็งแกร่ง และโครงร่างของเขาเปล่งแสงที่หายากและแวววาวราวกับดวงดาวในความมืดมิด ซึ่งเธอเห็นมาร้อยครั้งขณะอาบน้ำให้เขาทุกวันเป็นเวลาหลายเดือนในช่วงที่เขาซึมเศร้า เธอรู้จักร่างกายของเขาทุกส่วนและแน่ใจว่าพระภิกษุที่ไม่ได้สวมเสื้อผ้าที่เธอกอดนั้นไม่ใช่ใครอื่นนอกจากพระเยซูที่เปลือยเปล่าของเธอ

เกี่ยวกับผู้เขียน

วาร์เกเซที่ 5 เดวาเซีย

Varghese V Devasia เป็นผู้รับรางวัล AUTHOR OF THE YEAR 2022 AWARD จากนวนิยายเรื่องแรกของเขา WOMEN OF GOD'S OWN COUNTRY นำเสนอโดยสำนักพิมพ์ Ukiyoto เขาเป็นอดีตศาสตราจารย์และคณบดีที่ Tata Institute of Social Sciences Mumbai และหัวหน้าของ Tata Institute of Social Sciences Tuljapur Campus เขาเป็นศาสตราจารย์และอาจารย์ใหญ่ที่ MSS Institute of Social Work, Nagpur University, Nagpur

เขาได้รับประกาศนียบัตรความสำเร็จด้านความยุติธรรมจากมหาวิทยาลัยฮาร์วาร์ด
อนุปริญญาสาขากฎหมายสิทธิมนุษยชนจากโรงเรียนกฎหมายแห่งชาติ มหาวิทยาลัยเบงกาลูรู
สำเร็จการศึกษาสาขาปรัชญาจากวิทยาลัย Sacred Heart College Shenbaganur
รัฐแมสซาชูเซตส์สาขาสังคมสงเคราะห์จาก Tata Institute of Social Sciences มุมไบ
รัฐแมสซาชูเซตส์สาขาสังคมวิทยา จากมหาวิทยาลัย Shivaji Kolhapur, LLB, MPhil
และปริญญาเอกจากมหาวิทยาลัย Nagpur

เขาได้ตีพิมพ์หนังสืออ้างอิงทางวิชาการมากกว่าสิบเล่มในสาขาอาชญาวิทยา การบริหารราชทัณฑ์ เหยื่อวิทยา สิทธิมนุษยชน ความยุติธรรมทางสังคม การวิจัยแบบมีส่วนร่วม
และบทความมากมายในวารสารระดับชาติและนานาชาติที่ได้รับการตรวจสอบโดยผู้ทรงคุณวุฒิ
เขาเป็นผู้เขียนกวีนิพนธ์เรื่องสั้น A Woman with Large Eyes จัดพิมพ์โดยสำนักพิมพ์ Olympia
ในลอนดอน และนวนิยายเรื่อง Amaya The Buddha จัดพิมพ์โดยสำนักพิมพ์ Ukiyoto ในไฮเดอราบัด
เขาได้เขียนโนเวลามาลายาลัม Daivathinte Manasum Kurishu Thakarthavante Koodavum
จัดพิมพ์โดย Mulberry Publishers, Calicut เขาอาศัยอยู่ที่ Kozhikode รัฐ Kerala

อีเมล์: vvdevasia@gmail.com

www.ingramcontent.com/pod-product-compliance
Lightning Source LLC
LaVergne TN
LVHW041701070526
838199LV00045B/1152